பொன் விளைந்த பூமி

பொன் விளைந்த பூமி

நஸீமா ரஸாக்

SPECIFICS

Title: Pon Vilaintha Bhoomi
Author's Name: Naseema Razak

Published by ZDP Specifics

ZDP
SPECIFICS

(An imprint of Zero Degree Publishing)
No. 55(7), R Block, 6th Avenue,
Anna Nagar,
Chennai - 600 040

Website: www.zerodegreepublishing.com
E Mail id: zerodegreepublishing@gmail.com
Phone: 89250 61999

ZDP Specifics First Edition: November 2023
ISBN: 978-93-95222-96-9
TITLE NO ZDPS: 71

Cover Design: Bala, Salem
Layout: Vijayan, Creative Studio

“எல்லாப் புகழும் இறைவனுக்கே!!!”

எழுதும்போது என்னைச் சுற்றியுள்ள எல்லாம் மறந்துவிடுகிறது. அந்த
நாள்களில் என் மகள்கள் சாரா, ஜோயா, கணவர் ரஸாக் காட்டும்
அன்புக்கும் பொறுமைக்கும் இந்தப் புத்தகத்தைவிட வேறு என்ன
கொடுத்துவிட முடியும். அவர்களைப் போலத்தான் அம்மா, அப்பா,
பால கணேஷ் ஆகியோரும்.

அனைவருக்கும் மேலாக என் ஆசிரியர் பா. ராகவன்.

இவர்கள் இல்லாமல் இது இல்லை. எனவே அன்போடு இந்தப் புத்தகத்தை
அவர்களுக்கே சமர்ப்பிக்கின்றேன்.

துபாய் என்றால் பிரம்மாண்டம், ஆடம்பரம், பணக்காரத்தனம். மனத்தில் தோன்றுவது இதுதானே? ஆனால் இதெல்லாம் ஓரிரவில் மாயாஜாலம்போல நடந்ததல்ல. மிகக் கடுமையான உழைப்பு இத்தேசத்தின் வெற்றிக்குப் பின்னால் உள்ளது.

எண்ணெய் மட்டும் இருந்தால் ஒரு தேசம் வளர்ந்துவிடும் என்றால் இன்று ஈரான், ஈராக், அஜர்பைஜான் எல்லாம் பணக்கார நாடுகளின் பட்டியலிலிருந்திருக்க வேண்டும். கிடைத்த சொட்டு எண்ணெயை வைத்து எப்படி துபாய் சிறந்த நாடாக இருக்கிறது என்ற கேள்விக்கு இந்தப் புத்தகம் விடை தரும். எண்ணெய் முக்கியமில்லை. மக்களுக்காக உழைக்க முன்வருவோரின் எண்ணம் முக்கியம்.

பொருளடக்கம்

1. தங்க மீன்

கடல் அமைதியாக அசைந்துகொண்டிருந்தது. வெளியெங்கும் குவிந்திருந்த மணல், வீசும் காற்றில் அலையெனப் பொங்கிப் பரவிக் கொண்டிருந்தது. அதனோடு ஒப்பிட்டால் கடலின் அலைகள் அத்தனை பெரிதாக இல்லை. கண்ணுக்கெட்டிய தொலைவில் நான்கைந்து குடிசைகள் திசைக்கொன்றாகத் தென்பட்டன. பனையோலைக் கீற்றுகள் காற்றில் பறந்துவிடாதிருக்க கயிறு திரித்து இழுத்துக் கட்டியிருந்தார்கள். யாருமற்ற வெட்டவெளி. வெயிலை வீணாக்காமல் ஒவ்வொரு குடிசைக்கு முன்பாகவும் முறங்கள் பரப்பி, பேரீச்சம்பழங்களைக் காயப்போட்டிருந்தார்கள். வெயிலின் உஷ்ணம் சுமந்த உப்புக்காற்று பதமாக உள்ளே இறங்கி அவற்றுக்கு வேறொரு ருசியைக் கொடுக்கும். இனிப்புக் கருவாடு என்று சொன்னால் பிழையில்லை.

அந்தக் குடிசைக்கு அருகிலேயே ஒரு காஃப் மரம் இருந்தது. பச்சை நிற இலைகளின் மீது மணல் காற்று படிந்து அழுக்காய்த் தெரிந்தது. ஒட்டகங்கள் மேய்ந்தவை போக மிச்சமிருக்கும் மரங்கள் குடைகள் போலத் தோற்றம் தரும்.

அந்த இடத்திலிருந்து எட்டிப் பார்க்கும் தூரத்தில் கடலுக்கு அருகில் அவன் உட்கார்ந்துகொண்டிருந்தான். அழுக்குப் படிந்த நீள அங்கியை அணிந்திருந்தவனின் தலையும் நீளமான துணியால் மூடி இருந்தது. அவனுக்குத் தலைமுடி இருக்கிறதா இல்லை வழுக்கையா என்று தெரிந்துகொள்ளக்கூட வாய்ப்பில்லை. அவ்வப்போது அடிக்கும் மணல் காற்றிலிருந்து தன்னைப் பாதுகாத்துக்கொள்ள,

தலையிலிருந்த துணியை எடுத்து முகத்தையும் மூக்கையும் மூடிக் கொண்டான். அவன் பார்வை மட்டும் விசைப்படகின் மீது ஆடாமல் அசையாமல் நின்றுகொண்டிருந்தது. விசைப்படகின் மீது வைத்திருந்த மீன்பிடி வலையும் படகோடு சேர்ந்து ஆடிக் கொண்டிருந்தது. அவன் இறுகிய மனத்தை லேசாக்க அங்கிருந்த எதுவும் கைகொடுக்கவில்லை.

'ஓ... ஓ... ஓ...' என்று அவள் சத்தம் காற்றின் உஸ்... உஸ்... சத்தத்தைத் தாண்டி அவன் காதில் விழுந்தது. அவள் நெருங்குவதற்கு முன் தனது கலங்கிய கண்களைத் துடைத்து, சகஜநிலைக்குத் திரும்பியவன்போல் நொடியில் மாறினான்.

"இன்னும் எவ்வளவு நேரம்தான் இப்படிக் கடலைப் பார்த்துட்டே உட்கார்ந்திருப்ப?" கேட்டபடி அவன் பக்கத்தில் உட்கார்ந்தாள் அவள்.

அவள் ஒட்டக நிறத்தில் இருந்தாள். அவளும் தலையை முக்காடிட்டு மூடியிருந்தாள். நீளமான அங்கியைப் போன்ற ஒன்றை உடுத்தியிருந்தாள். அது கடல் நிறத்துக்குச் சமமாக இருந்தாலும் மணல் படிந்து வெளுத்துப் போயிருந்தது. நிறைய மடிப்புகள் இருந்ததால் இன்றைய கவுன் போல் என்று வைத்துக் கொள்ளலாம். ஆனால், மிகமிக சாதாரணமானதாக இருந்தது. அவள் தலை முக்காடிற்கு மேல் நெற்றியைச் சுற்றிக் கடல் பாசிகளாலான மாலை ஒன்றைக் கட்டி இருந்தாள். அநேகமாக அவள் தன்னை அலங்கரித்துக்கொள்ள அணிந்திருந்தது அது மட்டுமே.

"மூணு நாளா மீன் எதுவும் சிக்கலை. இப்படியே போனா நாம பசியால சாகத்தான் வேணும்" என்று அவன் வாக்கியத்தை முடிப்பதற்குள், அவன் வாயைத் தன் கையால் மூடினாள். "அங்க பாரு, உன் ஒண்ணுவிட்ட தம்பி மீன்வலை பின்னிக்கிட்டிருக்கான். அவன் குழந்தைகளும் பிஞ்சு விரல்களால அவனுக்கு உதவிட்டிருக்காங்க. இன்னைக்கு இல்லன்னா நாளைக்கு. அவ்வளவுதானே..? மனச விட்ராத. மீன் கிடைக்கலை, பிள்ளையில்லைன்னு சோர்ந்துபோனா, வாழ்க்கை முழுக்க அழுதுட்டிருக்க வேண்டியதுதான். உன்னை இப்படிப் பாக்க என்னால முடியல. எழுந்திரு, உன் தம்பி மனைவி கொஞ்சம் ஒட்டகப் பால் கொடுத்தனுப்பிருக்கா. குடிச்சுட்டுத் தூங்கு. மனசு லேசாகும்" என்றாள்.

‘எங்கிருந்து பால் கிடைத்தது? வழிப்போக்கர்கள் இந்தப் பக்கம் போனார்களா? அய்யோ... இந்த நேரத்தில் விற்பதற்கு மீன் இல்லாமல் போனதே’ என்று பரிதவித்தான்.

“நீயும் மூணு நாளாத் தொடர்ந்து கடலுக்குப் போயிட்டுவர. உன் உடம்பும் மனசும் சோர்ந்து கெடக்கு. இன்னிக்கு ஒருநாளைக்கு ஓய்வெடு. நான் போய்ட்டு வரேன்” அவள் புன்னகை செய்தாள்.

“ரொம்பக் காத்து அடிக்குது. நீ போவேணாம். நானே போறேன்” என்றான்.

“அதெல்லாம் ஒண்ணுமில்ல. சீக்கிரமா வந்துடுவேன். சொல்றதக் கேளு. குழந்தை மாதிரி அடம்பிடிக்காத.”

“சரி, ரொம்ப தூரம் போகாத. சீக்கிரம் வந்துடு. ஒண்ணு பண்ணலாம்... நானும் நீயும் சேர்ந்து போலாம். நானும் நிம்மதியா இருப்பேன்.”

“இன்னைக்கு மட்டும் என்னைப் போகவிடு. நீ சரியாத் தூங்காம சாப்டாம ரொம்ப சோர்ந்து போயிட்ட...” அவனைக் குடிசைக்குள் அழைத்துச் சென்றாள். இரண்டு பேரீச்சைப்பழங்களையும், அரைக் குப்பி ஒட்டகப் பாலையும் அவனுக்குக் கொடுத்துவிட்டு, இவளும் குடித்துவிட்டுக் கிளம்பினாள்.

விசைப்படகு வரை அவனும் மனைவியோடு வந்து வழியனுப்பினான். இப்பொழுது அங்கிருந்த அவன் தம்பியும் இல்லாமல் கரையோரம் வெறிச்சோடிக் கிடந்தது. படகில் ஏறி அமர்ந்தவள் வானத்தைப் பார்த்துக் கைகளை உயர்த்தினாள். என்ன நினைத்திருப்பாள் அல்லது வேண்டியிருப்பாள் என்பதைத் தனியாகச் சொல்லத் தேவையில்லை.

கடல் நீரை எடுத்துத் தலைக்கு மேல் தெளித்துக்கொண்டாள். மெதுவாக அவள் கடலுக்குள் செல்ல, இவனும் குடிசைக்குத் திரும்பினான்.

மீன் கிடைக்கும் இடங்களாகப் பார்த்துப் பார்த்துத் தன் வலையை வீசினாள். ஆனால் ஏமாற்றம்தான் மிஞ்சியது. இருந்தாலும் அவளுக்கு வீட்டுக்குப் போக மனம் வரவில்லை. இன்னும் கொஞ்ச நேரம், இந்த இடத்தில், அந்த இடத்தில் என்று படகை ஓட்டிக்கொண்டு பைத்தியம் போல் மீன் பிடிக்கத் துடித்தாள்.

காற்றழுத்தம் அதிகமாகிக் கொண்டு வருவதை அவள் கவனிக்கவில்லை. எப்படியாகிலும் ஒரு மீன் கிடைத்தாலும் கணவனின் பசியைப் போக்கிவிடலாம் என்ற எண்ணம்தான் அவளை இயக்கிக்கொண்டிருந்தது.

மாலை நெருங்கிக்கொண்டிருந்தது. அவள் கரையைத் தாண்டி வெகு தொலைவுவரை வந்துவிட்டதை உணர்ந்தாள். எப்படியாவது கணவனிடம் சென்றுவிட வேண்டும் என்று வானத்தைப் பார்த்து மீண்டும் வேண்டினாள்.

கரையில் அவன் நின்றுகொண்டிருந்தான். அவனை அந்த மீனவ கிராம மக்கள் பத்துப் பேர் சூழ்ந்துகொண்டார்கள்.

“மனைவியை இந்த நேரத்தில் எந்த மடையனாவது தனியா அனுப்புவானாடா? அறிவிருக்கா? கரைல நம்மளாலயே நிக்க முடியலையே... அவ கடலுக்குள்ள என்ன செய்வாளோ?” என்று ஒவ்வொருவரும் அவனைத் திட்டிக்கொண்டிருந்தார்கள். அவை எதுவும் அவன் காதுக்குள் நுழையவில்லை. ‘எப்படியாவது அவள் வந்துவிட வேண்டும்’ என்று கடலிடம் சொல்லிக் கொண்டிருந்தான்.

படகு காற்றில் சுழல ஆரம்பித்தது. அவள் துடுப்பை வேகமாகப் போட்டுக்கொண்டிருந்தாள். காற்றின் வேகத்தோடு அவளால் மல்லுக்கட்ட முடியாமல் துவண்டாள். பலமாக வீசிய காற்றும் அலையும் சேர்ந்து அவளைத் தூக்கிக் கடாசின. கண்கள் திறந்து பார்த்தவளுக்குக் கரையில் இருக்கும் விளக்கு வெளிச்சம் மங்கலாகத் தெரிந்தது. வீட்டுக்குப் போய்விடலாம் என்ற நம்பிக்கை வந்தவளாக முகத்தில் இருக்கும் தண்ணீரைத் துடைத்துக்கொண்டு விசையைச் சுழற்றினாள்.

எதிர்பார்க்காதவளின் கண்களுக்கு என்னவோ குதித்துக் கொண்டிருப்பது போல் தெரிந்தது. கூர்ந்து கவனித்தாள். தண்ணீரில் ஏதோ ஒன்று அவள் படகைச் சுற்றிச் சுற்றித் துள்ளிக் கொண்டிருந்தது. வலையைத் தூக்கிக் கடலில் போட்டாள். அதிர்ஷ்டவசமாக அது வலைக்குள் மாட்டிக்கொண்டதை அதை இழுக்கும்போது அவள் தெரிந்துகொண்டாள். வலையைக் கெட்டியாகப் பிடித்துக்கொண்டிருந்தவளை மீண்டும் கடல் தூக்கிக் கடாசியது. இப்பொழுதும் அவள் வலையை பலமாகப் பிடித்துக் கொண்டுதான் இருந்தாள்.

அவள் கரையில் விழுந்து கிடக்க, கிராம மக்கள் அனைவரும் அவளிடம் ஓடிச் சென்றார்கள். அவன்தான் முதலில் சென்று அவளை வாரியணைத்துக் கொண்டான். அவள் மெல்லக் கண்களைத் திறந்து அவனைப் பார்த்துப் பெருமூச்சு விட்டாள். வலையிலிருந்த மீனை எடுத்தாள். அது தங்க நிறத்தில் ஜொலித்துக் கொண்டிருந்தது. அதனை எடுத்து அவனிடம் கொடுக்க எத்தனிக்கும்போது அது கையிலிருந்து நழுவி, கீழே விழாமல் ஆகாயத்தில் நின்றது.

அதுமட்டுமா..? பேசவும் ஆரம்பித்தது. "என்னைப் பிடித்த உனக்கு மட்டும்தான் நான் சொந்தம். ஒன்று என்னை வெட்டிக் குழம்பாக்கி உன் கணவனுக்குச் சாப்பிடக் கொடு. இல்லையென்றால் என்னை மீண்டும் தண்ணீரில் விட்டுவிடு. அப்படி நீ செய்தால், உன் மக்கள் அனைவரையும் தங்கத்தால் ஜொலிக்க வைப்பேன். இது என் சத்தியம்" என்று சொல்லி, அவள் கையில் வந்து விழுந்தது.

அவள் என்ன செய்யப் போகிறாள் என்று எதிர்பார்த்த அனைவருக்கும் அதிர்ச்சியாக இருந்தது. மீன் கேட்டுக்கொண்டபடி அதைக் கடலுக்குள் விட்டாள். கிராமவாசிகள் அனைவரும் அவள் செய்தது முட்டாள்தனம் என்று சொன்னார்கள். "ஒண்ணு சமைச்சு சாப்பிட்டுப் பசியாறியிருக்கணும். இல்லன்னா அந்தப் பேசும் அதிசய மீனைப் பிடிச்சுத் தொட்டியில வெச்சு, அதன் மூலமே சம்பாதிச்சிருக்கணும். அதையெல்லாம் விட்டுட்டு இப்படிச் செய்துட்டியே" என்று புலம்பினார்கள்.

"எனக்கு மட்டுமில்லை... நம்ம எல்லாருக்குமே அது நல்லது செய்யும்ங்கற நம்பிக்கைலதான் அதை மறுபடி கடல்ல விட்டேன்" என்றாள் அவள்.

துபாயின் புராதனமான நாடோடிக் கதைகளுள் ஒன்றான இதில் சொல்லப்பட்டுள்ள சம்பவம் உண்மையில் நடந்ததா என்று தெரியாது. ஆனால், இன்று அந்நிலம் நிஜமாகவே தங்கமாக ஜொலித்துக்கொண்டிருப்பது உண்மை. அதற்குக் காரணம் எண்ணெய்யும் எண்ணமும்.

பார்க்கலாம்.

2. அரேபிய நிலமும் மக்களும்

ஆப்பிரிக்காவில் தொடங்கி ஆசியாக் கண்டத்தின் ஈரான் பகுதிவரை நீண்டதொரு துப்பட்டாவை விரித்து வைத்தது போன்றிருப்பதுதான் சஹாராப் பாலைவனம். அதன் தொடர்ச்சிதான் அரேபிய மணல்வெளி. சுடும் மணலில் நின்று பார்த்தால் மூன்றிலொரு பகுதி மட்டுமே பாலைவனமாகத் தெரியும். மற்றப் பகுதிகள் பரந்து விரிந்த கடலாகக் காட்சி தரும்.

இதுகுறித்து பேராசிரியர் பி.கே.ஹிட்டி, 'அரேபியர்களின் வரலாறு' என்ற நூலில், "இந்த நில அமைப்பினால் மட்டுமே, அரேபியர்கள் பல நூற்றாண்டுகளாக அந்நிய ஆதிக்கத்திலிருந்து தப்பியிருக்கிறார்கள்" என்று கூறுகிறார். அரேபியத் தீபகற்பம் 'ஜசிரத்-அல்-அரபு' என்று அழைக்கப்படுகிறது. அதாவது அரேபியத் தீவு என்பது பொருள். இன்றும் இந்தப் பெயர் வழக்கில் இருக்கிறது.

ஆதிகாலத்திலிருந்து அரேபியாவின் புவியியல் மற்றும் தட்பவெப்ப நிலை அதன் மக்களின் சமூக வாழ்க்கையை வடிவமைப்பதில் குறிப்பிடத்தக்க தாக்கத்தை ஏற்படுத்தின. பிற்காலத்தில் நைல் ஆற்றுப் பள்ளத்தாக்கும் செங்கடலும் பாலைவனத்தைப் பிரித்தன. அரேபியாவின் மேலைக்கரையையொட்டி தெற்கு வடக்காக ஒரு மலைத் தொடர் யானைகளைப் போன்ற தோற்றத்தில் அமைந்திருந்தது. அதற்குக் கிழக்கில் பல்வேறு மேட்டு நிலங்கள் இருந்தன. மலைகள், மேடுகள் என்று ஒருபுறம் இருக்க மற்றொரு புறம் பாலைநிலமும் புல்வெளியுமாகக் குளுகுளு என்று இருக்கும்.

திரும்புமிடமெல்லாம் கடல் கண்ணில்படுவதால் என்ன பயன்..? கிழக்கிலும் மேற்கிலும் உள்ள குறுகிய கடல்களால் நாட்டின் வெப்பத்தைக் குறைக்க முடியவில்லை. இதனால் மழையோ நீர்வளமோ ஆஹா ஓஹோ என்று இருக்கவில்லை. உதாரணம் காட்டக்கூட ஒரு ஆறோ ஏரியோகூடக் கிடையாது. மக்கள் பிழைத்துப் போகட்டும் என்று சிறு குளங்களும் நீரூற்றுகளும் சில பாலைவனச் சோலைகளும் இருந்தன. நீர்வளம் இருக்குமிடத்திற்கு அருகில் மக்கள் கூடாரம் போட்டு வாழ்ந்து வந்தார்கள். வெறும் சோலை மட்டும் இருந்தால் சோறு கிடைக்குமா..? பேரீச்சம் மரங்கள், பார்லி, கோதுமை என்று விவசாயம் செய்ய ஆரம்பித்தார்கள். அதற்குத் தோதாகக் கழனிகளும் இருந்தன. மலைப்பகுதிகளில் வசித்த மக்களும் சும்மா இருக்கவில்லை. காப்பி, பழங்கள் என்று அந்த மண்ணுக்கு ஏற்றாற்போல் விவசாயம் செய்து வந்தார்கள்.

அரேபியா என்றால் பாலைவனம்தான் என்றாலும் அங்கே சில காடுகளும் இருந்தன. அழகிய மான்கள், காட்டுப் பசுக்கள் மேய்ந்துகொண்டு இருக்கும். கொழுத்த ஆடுகள் 'மேமே' என்று ஒரு பக்கம் சத்தம் போட, சவாரிக்குத் திடமான கழுதைகள் எப்பொழுதும் தயாராக இருந்தன. இவையெல்லாவற்றையும் விட மிக முக்கியமான ஒன்று அவர்கள் வாழ்க்கையைச் செழிப்படையச் செய்தது. ஒட்டகம் ஒன்றே அவர்கள் சுகமாக வாழ அனைத்து வசதிகளையும் செய்து கொடுத்தது.

இந்த நிலம் இஸ்லாம் தோன்றுவதற்கு முனபு யூத, கிறிஸ்தவச் சமயங்களின் தொட்டில்களாக இருந்தது. டைகிரீஸ், யூப்ரிடீஸ் ஆற்றங்கரைகளிலும், 'நதியே நைல் நதியே' என்று நமக்குப் பரிச்சய மான ஆறு பாயும் கீழ்ப் பகுதிகளிலும் பல நாகரிகங்கள் தழைத்தன. பாபிலோனியா, எகிப்து நாகரிகம், கிரேக்கம், ரோமானியர்களின் நாகரிகம் வளர்ந்த இடமும் அரேபிய மண்தான்.

ஒரு காலத்தில், யூதர்களும் கிறிஸ்தவர்களும் அரேபியர்களும் சேர்ந்துதான் வாழ்ந்து வந்தனர். புராதனமான யூதர்கள் காலரைத் தூக்கிவிட்டுக் கொண்டு, 'நான்தான் அறிவாளி, புத்திசாலி' என்று சுற்றிக்கொண்டிருந்தார்கள். இவர்களிடமிருந்து தேவையில்லாத ஆணிகளையெல்லாம் பிடுங்கிப் பல சீர்திருத்தங்களைக் கொண்டு வந்தவர் இயேசு கிறிஸ்து.

பிறகு நடந்தவையெல்லாம் உலகத்துக்கே தெரிந்த விஷயம். இருந்தாலும் ஓரிரு வார்த்தைகளில் இங்கு சொல்ல வேண்டியது அவசியம். இயேசு கிறிஸ்துவைச் சிலுவையில் இட்டுக் கொன்றவர்கள் யூதர்கள். அதற்காகப் பகைகொண்டு பல யுகங்களாக யூதர்களும் கிறிஸ்துவர்களும் அடித்துக்கொண்டு மாண்டார்கள். யூதர்களுக்கு அடுத்து கிறிஸ்துவர்கள் சமூக அந்தஸ்தில் இருந்தார்கள். ஆனால் அரேபியர்கள் கதை வேறு.

இஸ்லாத்திற்கு முந்தைய காலகட்டம் 'ஜாஹிலியா' காலம், அதாவது அறியாமைக் காலம் என்று அழைக்கப்படுகிறது. மூடநம்பிக்கை மற்றும் காட்டுமிராண்டித்தனத்தில் இந்த இருண்ட யுகத்தின் மக்கள் மூழ்கியிருந்ததால் 'இருண்ட காலம்' என்று அழைக்கப்பட்டது. அவர்களின் சமூக மற்றும் தார்மீக நிலைமைகள் மிக மோசமாக இருந்தன.

அப்பொழுதிருந்த அரேபியச் சமூகம் முக்கியமாகப் பழங்குடிப் பாரம்பரியத்தை அடிப்படையாகக் கொண்டது. நான்கு ஐந்து குடும்பங்கள் ஒன்றுகூடினால்கூட அதை ஒரு குலம் என்று பிரித்துக்கொள்வார்கள். குலத்தின் பெருமையைத் தவிர மற்றவை அனைத்தும் கால் தூசிக்குச் சமம் என்று எண்ணினார்கள். குலம் என்றால் விசுவாசம். அவர்களுக்கென்று சில சட்டதிட்டங்கள் இருந்தன. அவற்றை மீறுவது குற்றமாகக் கருதப்பட்டது. அறியாமைக் காலத்தில், பழங்குடியினர் கூட்டமைப்பு என்பது நாடோடிச் சமூகத்தில் தீவிரமாகக் கடைப்பிடிக்கப்பட்டது.

எந்தவொரு ஒழுங்கமைக்கப்பட்ட அரசாங்கத்தைப் பற்றியும் அவர்களுக்குத் தெரியாது. அவர்கள் தங்கள் கோத்திரத் தலைவர்களின் அதிகாரத்தைத் தவிர வேறு எந்த அதிகாரத்தையும் ஒப்புக்கொண்டதுமில்லை. அரசு இல்லாததால், சட்டமும் ஒழுங்கும் இல்லை. அவர்கள் பின்பற்றிய ஒரே சட்டம்- அவர்கள் சொல்வது மட்டுமே சரி. இவை போதாதா முன்னேறாமல் இருப்பதற்கு?

தெரிய வேண்டிய பல விஷயங்களில் அறியாமையுடன் இருந்தாலும் பழிவாங்கும் விஷயத்தில் கெட்டிக்காரர்களாக இருந்தார்கள். தம் குலத்திற்குள் சண்டை வராது, ஆனால் மற்ற குலங்களோடு தினம் தினம் குழாயடிச் சண்டை நடந்துகொண்டே இருந்தது. இன்னதற்குத்தான் சண்டை என்றில்லை.... உன்

கால்நடைகள் என் கூடாரத்தில் எதற்கு வந்தன என்பதில் ஆரம்பித்து குதிரைப் பந்தயம், தண்ணீர் பிடிப்பது, இன்னபிற அற்பமான விஷயங்களுக்காகவெல்லாம் நடந்தன. ஒரு நாள் இரண்டு நாள் என்றில்லை.... சில ஆண்டுகள்கூடத் தமக்குள் அடித்துக்கொள்வார்கள். இப்படி வாழ்பவர்களிடம் மத நம்பிக்கை எப்படி இருந்திருக்கும்? கண்மூடித்தனமாக இருந்தது என்று பல ஆய்வாளர்கள் கூறுகிறார்கள். முக்கியமாக திருக்குர்ஆனில் அவர்களைப் பற்றிய பல உண்மைச் சம்பவங்கள் இருக்கின்றன.

ஆறாம் மற்றும் ஏழாம் நூற்றாண்டுகளில் (அதாவது இஸ்லாத்தின் எழுச்சியின்போது) அரேபியா இரண்டு வலிமைமிக்க பேரரசுகளால் ஆளப்பட்டது. பைசண்டைன் பேரரசு மற்றும் சாசானியப் பேரரசு. பைசண்டைன் பேரரசு கிழக்கு ரோமானியப் பேரரசு என்றும் அழைக்கப்பட்டது. இது சிரியா, பாலஸ்தீனம், எகிப்து மற்றும் ஐரோப்பாவின் ஒரு பகுதி ஆகியவற்றைக் கொண்டிருந்தது.

ஈராக் சசானியப் பேரரசின் ஒரு பகுதியாக இருந்தது. பைசண்டைன் ஆட்சியில் ஒருபுறம் கிறிஸ்தவம் துளிர்த்தது. மறுபுறம், பெர்சியாவிலும் அரேபியத் தீபகற்பத்தின் தெற்குப் பகுதியிலும் சசானிஸ்டுகள் ஜோராஸ்ட்ரியனிசத்தை வெற்றிகரமாக வளர்த்தனர். இருப்பினும், யூத மதம், கிறிஸ்தவம், ஜோராஸ்ட்ரியனிசம் மற்றும் ஹனாஃபியா போன்ற பல்வேறு நம்பிக்கைகள் அரேபியர்களிடையே பொதுவாக இருந்தன.

அவர்கள் தங்கள் மதத்தில் மகிழ்ச்சியடைந்தனர். தங்கள் முன்னோர்களின் அடிச்சுவடுகளைப் பின்பற்ற வாதிட்டனர். யூதர்கள் மற்றும் கிறிஸ்தவர்களைத் தவிர, மற்ற அரேபியர்கள் உருவ வழிபாட்டாளர்களாக இருந்தனர். சிலை வழிபாடு அவர்களிடையே தொடர்ந்து வளர்ந்து வந்தது. எந்தளவுக்கு என்றால் ஒவ்வொரு வீட்டுக்கும் ஒவ்வொரு கடவுள். அதிலும் ஏழைக்குச் சின்னக் கடவுள், பணக்காரனுக்குப் பெரிய கடவுள். அதுமட்டுமின்றி ஒவ்வொரு பழங்குடியினருக்கும் சொந்தக் கடவுள் இருந்தது. அரேபிய மத வாழ்க்கையின் மையம் அல்லது வழிபாட்டு மையமான காபா அன்று முற்றிலும் வேறொன்றாக இருந்தது. அங்கு அனைத்துப் பழங்குடியினரின் முந்நூற்று அறுபதுக்கும் மேற்பட்ட சிலைகள் வைக்கப்பட்டு ஒரு பெரிய சிலை இல்லமாக இருந்தது.

சிலை வழிபாடுகள் மக்காவில் தோன்றியவை அல்ல என்று இஸ்லாத்தின் ஆரம்பகால வரலாற்றாசிரியர்களில் ஒருவரான இப்னு ஹிஷாம் கூறுகிறார். அதாவது மனிதர்களைப் போலவே செதுக்கப்பட்ட கல் உருவங்களைப் பயன்படுத்துவது, முகமதுவின் வாழ்நாளில் சிரியாவிலிருந்து மக்காவுக்கு வந்தது என்று கூறுகிறார். சிலை வழிபாடு தவிர சூரியன், சந்திரன், நட்சத்திரம் போன்றவற்றையும் வழிபட்டனர்.

ஹிஜாஸ் பகுதியில் மக்காப் பட்டணத்தில் பண்டைக் காலத்திலிருந்தே அல்லா வழிபாடு இருந்திருக்கிறது. இஸ்லாம் தோன்றுவதற்கு ஐந்து நூற்றாண்டுகளுக்கு முன் அல்லாவின் திருநாமம் ஓர் எழுத்துப் பொறிப்பில் 'ஹல்லா' என்ற வடிவத்தில் காணப்படுகிறது. மக்கா நகர குரைஷி பழங்குடியின் குலதெய்வமாக அல்லா திகழ்ந்திருக்கிறார்.

அல்லாவிற்கு அடுத்தபடியாக அவருடைய மூன்று பெண்களுக்கு *(Al-Uzza,Al-Lat and Mannah)* திருக்கோயில்கள் இருந்திருக்கின்றன. அரேபியாவில் பழங்காலத்திலிருந்தே நட்சத்திர வழிபாடு இருந்தது. அதுமட்டுமில்லாமல் அவர்கள் கல், மரம் மற்றும் மணல் குவியல்களை வணங்கி உள்ளார்கள். அவர்கள் பேய்கள் மற்றும் ஜின்களை நம்பியுள்ளார்கள். தவிரவும் அவர்களைச் சாந்தப்படுத்த பிரசாதம் வழங்கி இருக்கிறார்கள். அவர்கள் மூடநம்பிக்கைகளில் மூழ்கி இருந்தமைக்குப் பல சான்றுகள் உள்ளன.

அரேபியாவில் இரண்டு வகையான மக்கள், அதாவது பெடோயின்கள் (நாடோடிகள்) மற்றும் நிலையாக ஓரிடத்தில் வாழ்ந்தவர்கள். பெடோயின்கள் பொருளாதாரக் காரணத்திற்காக குதிரை வளர்ப்பு, வேட்டையாடுதல், ஒட்டகம் வளர்த்தல் போன்றவற்றில் ஈடுபட்டுள்ளனர். மறுபுறம், ஓரிடத்தில் குடியேறிய மக்கள் அல்லது நகரவாசிகள் பொருளாதாரக் காரணங்களுக்காக விவசாயம் மற்றும் வர்த்தகத்தில் ஈடுபட்டுள்ளனர். இஸ்லாமுக்கு முந்தைய காலத்தில் அரேபியர்களிடையே நிலவிய வட்டி மற்றும் பிற வணிக நடைமுறைகளும் அவர்களின் பொருளாதார வாழ்க்கையை வகைப்படுத்தியது.

மக்கா, நிச்சயமாக அரேபியாவில் ஓரளவு விதிவிலக்கான இடத்தைப் பெற்றிருந்தது. ஏனெனில், அரேபியாவில் மதமும் பொருளாதாரமும் வாழ்வின் மையங்களாக இருந்தன. மக்காவின்

பெரும்பாலான மக்கள் தொழில்ரீதியாக வணிகர்களாகவும் இருந்தனர்.

மக்காவில் வசிப்பவர்களில் பெரும்பாலோர் குரைஷி பழங் குடியினராக இருந்ததால், காபாவின் குரைஷிகளுக்குப் பாதுகாவல் வழங்கப்பட்டது. 'ஹராம்' என்று அழைக்கப்படும் காபாவைச் சுற்றியுள்ள பகுதியும், மக்காவைச் சுற்றியுள்ள பரந்த பகுதியும் புனிதத்தன்மையைக் கொண்டிருந்தன. அதன் காரணமாக நாடோடிகள் உட்பட பல்வேறு பழங்குடியினர் மற்றும் நகரங்களைச் சேர்ந்த அனைத்து மக்களும் காபாவில் புனித யாத்திரை செய்யக் கூடினார்கள். பல நிலத்து வணிகர்கள் ஒன்றுகூடும் இடமாக காபா இருந்தது. முக்கியமான பல வணிகப் பரிவர்த்தனைகள் நடந்தன. வணிகர்கள் கடனாகவோ அல்லது வட்டியாகவோ தேவைப்படுபவர்களுக்குப் பணத்தை முன்பணமாக வழங்கினர். அவர்கள் அதிக வட்டி விகிதத்தை வசூலித்தனர். தினாருக்கு தினார், திர்ஹாமுக்கு திர்ஹாம். மக்காவில் வணிகர்கள் 'ரிபா' அல்லது வட்டி வாங்கிய விதம் கூட்டு வட்டிக்கு மிகவும் ஒத்ததாக இருந்தது.

அரேபியர்களிடையே நிலவிய மற்றொரு நியாயமற்ற வர்த்தக நடைமுறையானது பங்கு-பயிர் என்பது. இது ஏழைப் பிரிவினருக்கு அநீதியை ஏற்படுத்தியது. இந்தக் கந்துவட்டி, பங்கு-பயிர் போன்ற நியாயமற்ற வர்த்தக நடைமுறைகளின் மூலம், வணிகர்கள் எந்தவிதமான சுறுசுறுப்பான பங்கேற்புமின்றி வணிகத்தில் லாபத்தின் பெரும் பகுதியை அனுபவித்தனர். செல்வத்தை ஈட்டும் செயல்பாட்டில், அவர்கள் உயர்ந்த தார்மீக மற்றும் சமூக விழுமியங்களைப் பற்றிச் சிறிதும் அறிந்திருக்கவில்லை. செல்வம் கொழிக்க ஆரம்பித்தது. பணம் இருப்பவன் எல்லாம் ஒரு குலம் என்பது போல் வேற்றுமை நிலவியது.

மக்கள் குடிப்பழக்கத்திற்கும் சூதாட்டத்திற்கும் அடிமையாகி, கடன் சுமையில் மூழ்கிக் கிடந்தார்கள். கந்துவட்டி நடைமுறையில் இருந்தது. ஆண்கள் இப்படிச் சீரழிந்தார்கள் என்றால் பெண்கள் நிலை இன்னும் மோசமாக இருந்தது. அதை 'ஜாஹிலியா காலம்' அதாவது 'அறியாமை யுகம்' என்று அழைத்தார்கள். பெண்கள் என்றால் குலாப்ஜாமூன், முறுக்கு, ரசகுல்லா போல் ஒரு பண்டம். அதற்கும் 'சேட்டை' என்று பெயர் வைத்தார்கள். வீட்டில் உள்ள

அண்டா குண்டா போல்தான் அவளும் இருந்தாள். அவ்விருண்ட காலத்தில் பெண்கள் பெரும் அநீதிகளுக்கு ஆளாயினர். திருமணம், விவாகரத்து, குடும்பம் அல்லது அரசியல் உரிமைகள் என எந்தத் துறையிலும் அவர்களுக்கு சமூக மரியாதையும் கண்ணியமும் கிடைத்ததில்லை.

திருமணம் மற்றும் விவாகரத்து தொடர்பாகப் பெண்களின் சம்மதம் முக்கியமானதாகக் கருதப்படவில்லை. மனைவிகளின் எண்ணிக்கையில் எந்தக் கட்டுப்பாடும் இல்லாத பலதார மணம் அரேபியர்களிடையே பரவலாக இருந்தது. ஒரு மனிதன் எத்தனை மனைவிகளை வேண்டுமானாலும் திருமணம் செய்துகொள்ளலாம். அது மட்டுமா..? தன் விருப்பப்படி விவாகரத்தும் செய்யலாம். மேலும், தந்தையிடமிருந்தோ அல்லது கணவரிடமிருந்தோ பெண்களுக்கு வாரிசுரிமையில் பங்கும் வழங்கப்படவில்லை. இவையெல்லாம் இஸ்லாம் வருவதற்கு முன் இருந்தது.

இவ்விருண்ட காலத்தில் ஒரு பெண் குழந்தை பிறப்பது அவமானகரமான விஷயமாகக் கருதப்பட்டது. பல சந்தர்ப்பங்களில் பெண் குழந்தைகள் பெற்றோரால் கொல்லப்பட்டன அல்லது உயிருடன் புதைக்கப்பட்டன. எனவே, அரேபியர்களிடையே பெண் சிசுக்கொலை வழக்கத்தில் இருந்தது. ஒரு தந்தைக்கு மகள் பிறந்ததைத் தெரிவிக்கும்போது, அவரது முகம் சோகத்தாலும் கோபத்தாலும் வாடிவிடும். ஒருபுறம் இஸ்லாமியர்களுக்கு முற்பட்ட அரேபியர்கள் பெண் தெய்வங்களை நம்பி வணங்கி, ‘கடவுளின் மகள்கள்’ என்று அழைத்தனர், மறுபுறம் பெண்களின் தந்தைகள் என்று அழைக்கப்படும் அவமானத்தை அவர்களால் தாங்க முடியவில்லை.

பெண்கள் ஆண்களிடம் அடகு வைக்கப்பட்டனர். இது ‘ஸஹீஹ் புகாரி’என்னும் நூலில் பதிவு செய்யப்பட்டுள்ளது. “முகமது பி. முஸைலமா என்பவர் கப் என்ற இடத்திற்குச் சென்றபோது அல்ஆஷ்ரமிடம் சோளம் கடனாகக் கொடுக்கச் சொன்னான், அதற்கு ‘உன் பெண்ணை என்னிடம் அடமானம் வை’ என்று கேட்கப்பட்டது...”

திருமண வழக்கம் நடைமுறையில் இருந்தபோதிலும், அது பல்வேறு வடிவங்களில் இருந்தது. திருமணத்தின் உண்மையான நோக்கம் மற்றும் முக்கியத்துவத்தைப் பற்றிய புரிதல் மற்றும்

உணர்தல் அன்றைய மக்களுக்கு இல்லை. கணவன் மனைவிக்கு தாம்பத்திய வாழ்க்கை தரும் அமைதியும் மகிழ்ச்சியும் அவர்களால் அனுபவிக்கப்படவில்லை. 'பரஸ்பர அன்பும் புரிதலும் இரு ஆன்மாக்களையும் அவர்களது இரு குடும்பங்களையும் மிகவும் நெருக்கமாகக் கொண்டு வந்து அவர்களுக்கு இடையே பரஸ்பர அன்பையும் ஒத்துழைப்பையும் வளர்க்கிறது' என்கிற சித்தாந்தம் எல்லாம் அப்போது இல்லை.

தந்தையின் மரணத்தின் போது மகன் தனது மாற்றாந்தாய்களைத் தனது மற்ற சொத்துகளுடன் சேர்த்து, திருமணம் செய்து கொள்ளலாம். அவர்கள் ஒரே நேரத்தில் இரண்டு சகோதரிகளைத் திருமணம் செய்து கொள்ளலாம்... இவர்களைப் போல் அடிமைகள் வாழ்க்கையும் பரிதாப நிலையில் இருந்தது.

அடிமைகள் வாழ்வும் சாவும் எஜமானர்கள் கையில் இருந்தது. சந்தையில் விற்கும் பேரீச்சைப்பழக் கூடைக்குப் பக்கத்தில் அடிமையும் விற்பனைக்கு இருப்பான். அடிமைகள் சந்தைகளில் விற்கப்பட்டனர் அல்லது வாங்கப்பட்டனர். அதுமட்டுமா..? போரில் பரிசாகவும் கொடுக்கப்பட்டனர்.

"ஒருவன் ஓர் அடிமையை விலைக்கு வாங்கும் போது அவன் கழுத்தில் ஒரு கயிற்றைப் போட்டு, குதிரையைப் போல் அவனைத் தன் வீட்டிற்கு இழுத்துச் செல்வான். அடிமை ஒரு போர்க் கைதியாக இருந்தால், அவளுடைய முந்தானை துண்டிக்கப்பட்டு, மீட்கும் தொகை கிடைக்கும் வரை நடுவில் வைக்கப்படும். அடிமைகள் விற்கப்படுவதைப் போலவே பரிசுகளாகவும், மற்ற சொத்துக்களுடன் பரம்பரையாகவும் வழங்கப்பட்டனர்." இவ்வாறு, அடிமைகள் மிகவும் மனிதாபிமானமற்ற முறையில் நடத்தப்பட்டனர்.

அடிமைப் பெண்கள் எஜமானரின் காமக்கிழத்திகளாகப் பணியாற்றினர். இவ்வாறு, இஸ்லாத்தின் வருகைக்கு முந்தைய அரேபிய சமூகத்தின் தெளிவான படம் நமக்கு உள்ளது. சுருக்கமாக, இஸ்லாமியத்திற்கு முந்தைய அரேபிய சமூகம் ஒழுக்கரீதியாக ஊழல் நிறைந்ததாக இருந்தது. தீய மற்றும் காட்டுமிராண்டித்தனத்தில் மூழ்கியிருந்தது.

૩. இஸ்லாம் வந்தபின் அரேபியா

முஹம்மது நபி, கிபி 571-ல் ஒரு குரைஷி குடும்பத்தில் பிறந்தார். அந்தக் குழந்தை அரேபியக் கண்டத்தின் தலையெழுத்தையே மாற்றும் என்று யாரும் நினைத்திருக்கவில்லை. பிறக்கும் போதே தந்தையில்லாக் குழந்தையாகப் பிறந்தார்.

அம்மா ஆமீனா மற்றும் தாத்தா அபுமுத்தாலிபின் அரவணைப்பில் வளர்ந்த குழந்தை ஐந்து வயதை எட்டும் போது தாயையும் இழந்து நின்றது. தாத்தாவின் மறைவுக்குப் பின் பெரியப்பா அபுதாலிபின் ஆதரவு முஹம்மதுக்குக் கிடைத்தது.

சிரியாவில் வாழ்ந்த பெரியப்பா அபுதாலிபின் வறுமை முஹம்மதின் கல்விக்குத் தோதாக இருக்கவில்லை. ஆனால் அவருக்குப் பிறவி ஞானம் மிகுந்திருந்தது. அடி, உதை, வம்பு என்று சுற்றிக் கொண்டிருந்த கூட்டத்துக்கு நடுவில் ஆழ்ந்து சிந்தனையில் மூழ்கும் குழந்தை வித்தியாசமாகத்தான் தெரிந்திருக்கும்.

வாலிப வயதை எட்டிய முஹம்மது அதே சாந்தமோடு வெளியே தெரிந்திருந்தாலும் ஆன்மிகத்தில் பல ஆயிரம் மைல்கள் மற்றவர்களைவிட முன்னே இருந்தார். அழகிலும் அவரை அடித்துக் கொள்ள ஆளே இல்லை என்று சொல்லலாம். அவர் அமைதிக்கும் அழகுக்கும் உதவி செய்யும் பண்புக்கும் அரேபியர்களிடத்தில் மிகவும் பரிச்சயமானவராக இருந்தார். மக்களுக்கு இவர் மேல் அதீத மரியாதையும் அன்பும் இருந்தன.

இயேசுவுக்குச் சுமார் அறுநூறு ஆண்டுகளுக்குப் பிறகு 'இறைத்தூதர்' (நபி) என்று அடையாளம் காட்டப்பட்டவர் முஹம்மது. முன்பு தோன்றிய இறைத் தூதர்களுக்கும் இவருக்கும் பல வித்தியாசங்கள் இருக்கின்றன. மற்றவர்கள் வெறும் ஆன்மிகவாதிகளாக இருந்தார்கள். ஆனால் இவர் மக்கள் தலைவராக, மத்திய ஆசியாவின் நிகரற்ற அரசியலை உருவாக்கி இருக்கிறார்.

இருபத்தைந்து வயதில் முஹம்மதுக்குத் திருமணமானது. அவரைக் காட்டிலும் வயதில் மிகுந்த, பொருளாதார அந்தஸ்தில் உயர்ந்த கதீஜா என்கிற விதவைப் பெண்மணி அவரை விரும்பி மணந்து கொண்டார்.

சில குலங்களுக்கிடையில் இருக்கும் வேறுபாடுகளையும் தமது மக்களின் அறியாமையையும் நினைத்துச் செய்வதறியாது கவலைப் பட்டார். சண்டை போடுவதும் மது அருந்துவதும் வாழ்க்கை என்று சுற்றித் திரியும் தம் மக்களின் நிலை அவரைத் தொந்தரவு செய்து கொண்டிருந்தது. தனிமையைத் தேடிப் பல நாள் ஹிரா மலைக்குச் சென்று தியானம் செய்வது அவரது பழக்க மாக இருந்தது. பல நாள் மலையிலேயே தங்கிவிடுவதும் உண்டு.

அப்படியொரு நாள்- இன்னும் சரியாகச் சொல்லப்போனால்- 610ஆம் ஆண்டில் தியானத்தில் அமர்ந்து இருந்தவருக்கு மாபெரும் அசரீரியொன்று கேட்டது. கண்களைத் திறந்து பார்த்தவர் முன் ஒளியாக இறைவனின் தூதர் கேப்ரியல் தோன்றினார். அப்பொழுது முஹம்மதுவை நோக்கி, 'ஓதுவீராக' என்று கூறினார். எழுத்துக் கல்வி அறியாதவர், தன்முன் தோன்றிய எழுத்துகளைப் படிக்க முடியாமல் நின்றார். கேப்ரியல் மூன்று முறை அவரை அணைத்திருக்கிறார். அதன்பின் அவர் திருக்குர்ஆனின் முதல் வசனத்தை ஓதினார். இப்படித் தொடர்ந்து இருபத்தி மூன்று ஆண்டுகள் அவர் ஓதிவந்த வசனங்கள்தாம் குர்ஆன் என்று அவர் காலம் சென்றபின் தொகுக்கப்பட்டது.

முஹம்மதுவின் ஆன்மிகப் பயணம் முதலில் மற்ற குழுக்களின் நம்பிக்கை முறைக்கு முரணாக இருக்கவில்லை. அல்லது அவர்களுக்குப் புரியவில்லை என்று எடுத்துக் கொள்ளலாம். சர்வ சக்தி படைத்த இறைவன் ஒருவனே என்பதால் சிறு கடவுள்களுக்குச் சிறியதான சக்திதான் இருக்கும் என்று அவர்கள் அறிந்துகொண்டார்கள்.

கிறித்தவ யூத மதத்தினர் பல்வேறு அமைப்புகளை உருவாக்கி அவர்கள் சித்தாந்தத்தைப் பரப்பி வந்தார்கள். ஆனால் ஆரம்பக் காலத்தில் எந்த அழைப்பும் நபி அவர்கள் கொடுக்கவில்லை. முஹம்மதுவின் முதல் சீடர்கள் என்று பார்த்தால் அவரது சொந்தக் குடும்ப உறுப்பினர்களாக இருந்தனர். ஆனால் விரைவில் அந்தச் செய்தி, செல்வாக்கு குறைந்த குலங்களை ஈர்க்கத் தொடங்கியது. அதுமட்டுமில்லை... சில சக்திவாய்ந்த குலங்களின் இளைய தலைமுறையினர் நபி சொன்ன சித்தாந்தங்களால் ஈர்க்கப்பட்டார்கள். அடிமைகளும் கூட்டம் கூட்டமாக முஹம்மதுக்குப் பின்னால் ஒன்றுகூடினார்கள்.

இதனால் மக்காவில் சமூக ஒழுங்கு குலைந்துவிட்டதாக அரேபியர்கள், அதுவும் முக்கியமாக குரைஷிகள் கூச்சலிட்டார்கள். மத நம்பிக்கைக்கு எதிராக, சமூக அந்தஸ்துக்கு எதிராக முஹம்மது செய்யும் அனைத்தும் முட்டாள்தனமாக அவர்களுக்குத் தெரிந்தது. அதைவிட ஒவ்வொரு ஆண்டும் நாலா பக்கத்திலிருந்தும் வரும் யாத்ரீகர்களின் மனம் குழப்பமடையும் அபாயம் உள்ளதாக நினைத்தார்கள்.

மற்ற இடங்களிலிருந்து கடவுள்களுக்காக மட்டும் அங்கு மக்கள் வரவில்லை. வர்த்தகமும் செய்யப்பட்டது. இதனால் மக்காவின் பொருளாதாரம் வீழும் என்று பயந்தார்கள். முஹம்மது நபி சொல்லும் வசனங்கள் குரைஷிகளின் தெய்வங்களை ஒன்றுமில்லாமல் செய்தன.

குரைஷிகளின் சக்திவாய்ந்த குலங்கள் மத்தியில் எதிர்ப்பு வலுத்தது. கொஞ்சநஞ்சம் அட்டூழியம் நடக்கவில்லை. முஹம்மது நபியைக் கொலை செய்யக்கூட அவர்கள் தயாரானார்கள். ‘உண்மை, ஞானம், ஆன்மிகம் எல்லாவற்றையும் தூக்கிக் கடாசு, வரும் வருமானத்தில் உனக்கு பெரும் பங்கும் பதவியும் கொடுக்கிறோம், இல்லையேல் நாங்கள் உன்னை ஒன்றுமில்லாமல் செய்துவிடுவோம்’ என்று முஹம்மதுவின் மீது அழுத்தம் அதிகமானது.

இந்தச் சூழலில் 619 இல் முஹம்மது இரண்டு இழப்புகளைச் சந்தித்தார். அவருக்கு எல்லா விதத்திலும் பக்கபலமாக இருந்த மனைவி கதீஜாவின் மரணம், அதைத் தொடர்ந்து காவலாக இருந்த பெரியப்பா அபுதாலிபும் மரணம். அபுதாலிப் அவரது குலத்தின் (ஹாஷிம்) தலைவராக இருந்தார், மேலும் அபுதாலிப்

முஹம்மதுவைப் பாதுகாக்கத் தமது பதவியைப் பயன்படுத்தினார். செல்வச் செழிப்பான குலங்கள், குறிப்பாக உமையாக்கள் மற்றும் மக்ஸூம் என்ற குலத்தினர் மரண அச்சுறுத்தல்களைத் தரத் தொடங்கினார்கள்.

முஹம்மது தமது குழுவை அழைத்துக்கொண்டு 622 இல் மதீனாவுக்கு வந்தார். இந்த நிகழ்வே ஹிஜ்ரா என்று முஸ்லிம் நாட்காட்டியின் தொடக்கத்தைக் குறிக்கிறது.

அன்று யத்ரீப் என்று அழைக்கப்பட்ட இன்றைய மதீனாவில் யூதர்களைவிட அரேபியர்கள் எண்ணிக்கையில் குறைவாக இருந்தார்கள். அவர்கள் மெக்கா குரைஷிகளைப் போல் செல்வந்தர்களாக, வணிகர்களாக இல்லை. வழிநடத்த யாருமில்லாமல் எப்படியோ வாழ்ந்து வந்தார்கள். அங்கு வந்த நபியின் எளிமையும் திடமான நம்பிக்கையும் அவர்களைக் கவர்ந்தது. அவர் வருகைக்குப் பிறகு குலங்களுக்கிடையிலான சண்டைகள் வெகுவாகக் குறையவாரம்பித்தன.

'மதீனாவின் அரசியலமைப்பில்' அவர் நகரத்தின் பழங்குடியினருடன் தனது இடமாற்றப்பட்ட குழுவையும் சேர்த்து ஒரே குழுவாக மாற்றினார். அனைவரும் ஒரு சித்தாந்தத்திற்குக் கீழ் ஒன்று கூடினார்கள். ஒரே இறைவன், முஹம்மது அவர்கள் இறுதி நபி என்று உறுதியெடுத்துக் கொண்டார்கள்.

மக்களிடத்தில் சீரான வாழ்க்கை முறையைக் கொண்டு வந்தார். சமூகத்தில் பெண்களுக்கான உரிமையும் இடமும் உயர்ந்தது.

மக்களின் பிரச்னைகளைப் பற்றிப் பேசினார். அனைவருக்கும் சரியான வழிகாட்டியாக இருந்தார். முக்கியமாக, குழுக்களாக இங்கும் அங்கும் சிதறிய மக்களை ஒரே குழுவாக உருவாக்கினார். சட்டதிட்டங்களை உருவாக்கி நெறிப்படுத்தினார். சுருக்கமாகச் சொன்னால் காட்டரபிகளைக் காணாமல் போகச் செய்தார். பேகன்கள் பேகனாக இருக்க அனுமதிக்கப்பட்டனர், ஆனால் அவர்கள் இஸ்லாத்திற்கு மாறிய அல்லது யூதர்களைவிடக் குறைவான நிலையை ஏற்றுக்கொண்டனர்.

ஆரம்பத்தில் முஹம்மது நபி அவர்கள் மதினாவாசிகளுடன் அவர் குழுவையும் ஒன்று சேர்த்து வைத்தார். அதுமட்டுமின்றி அங்கு வாழும் யூதர்களிடம் ஒப்பந்தமும் போடப்பட்டது. 'இங்க

பாருப்பா... உங்களுக்கு ஒண்ணுன்னா இஸ்லாமியர்கள் வந்து நிற்போம். அதேபோல் மெக்காவாசிகளான எங்களுக்கு யாராவது குடைச்சல் கொடுத்தால் நீங்களும் ஒரு கை கொடுக்க வேண்டும்.'

முதலில் இந்த ஒப்பந்தம் எல்லாம் சரியாகத்தான் போனது. பலமாகிக்கொண்டிருக்கும் இஸ்லாமியர்களைப் பார்த்து யூதர்களுக்கு எரிச்சல் வர ஆரம்பித்தது. ஆனால் சொன்ன வாக்கை முஹம்மதியர்கள் காப்பாற்றிக் கொண்டு வந்தார்கள். எல்லாவற்றுக்கும் ஒரு எல்லை உண்டு இல்லையா? ஒரு கட்டத்தில் யூதர்களையும் சமாளிக்க முடியவில்லை. 'என்னடா... ரொம்பப் பண்றீங்க' என்று அவர்களைத் தட்ட வேண்டியதானது. ஒரு பக்கம் குரைஷிகள்- மற்றொருபுறம் யூதர்கள்.

620-களின் நடுப்பகுதி முஹம்மதுவுக்கு ஒரு போராட்டக் காலமாக இருந்தது. ஏனெனில் அவர் மெக்காவின் குரைஷிகள் மற்றும் மதீனாவின் யூதர்கள் ஆகிய இருவருடனும் போரிட வேண்டிய நிலை வந்தது. முஹம்மது நபி மதீனா வந்து இரண்டு வருடங்களில் முடிசூடா மன்னனாக மாறி இருந்தார். இவை எதுவும் வாள் முனையால் நடந்தது அல்ல. அவர் குணமும் எளிமையும் மக்கள் மேல் அவர் கொண்ட அக்கறையும் மட்டுமே அதற்குக் காரணமாக இருந்தது. பாசாங்கில்லாத அவரது வாழ்க்கை முறை மற்றவர்களையும் பண்பட வைத்தது.

இறுதியில் மதீனாவின் யூதர்கள் வெளியேற்றப்பட்டனர். கிபி 630-ஆம் ஆண்டு மெக்காவிற்கு வெற்றி வாகை சூடி வந்தார். நீங்கள் நினைப்பது போல் போர் தொடுத்து வெற்றி காணவில்லை. அவர் வாழ்க்கையில் பத்று, உஹைத், ஹூனைன் என்று மூன்று முறை மட்டுமே முஹம்மதியர்கள் போர் தொடுத்துள்ளார்கள். அந்தப் போர்களை நடத்தும் செயல்பாட்டில், முஹம்மதுவின் தலைமைத்துவத் திறன்கள் அண்டைப் பழங்குடியினரின் கவனத்தை ஈர்த்தன. பின்னர் அவர்களும் இஸ்லாமிற்கு மாறி முஹம்மதியர்களுடன் சேர்ந்து போர்களில் ஈடுபட்டார்கள்.

பத்தாண்டுகள் கடந்து தன் மண்ணிற்குத் திரும்பிய முஹமதியர்களை மெக்கா மக்கள் ஆரவாரம் செய்து வரவேற்றனர். காபாவில் இருந்த அனைத்துச் சிலைகளையும் நபி அகற்றினார். யாரையும் சிறைபிடிக்காமல் அனைவரையும் அரவணைத்து ஏற்றுக் கொண்டார். அரேபியர்களின் பழமையான யாத்திரை முறையை

ஒழுங்குபடுத்தினார். இன்றுவரை உலகத்தில் உள்ள அரபிகள் மட்டுமல்லாது இஸ்லாமியர்கள் அனைவரும் அதே முறையில் மெக்காவிற்கு யாத்திரை செய்கிறார்கள். இந்தக் கூட்டணிகளில் பல திருமணங்களால் உறுதிப்படுத்தப்பட்டன. 629-இல் முஹம்மது தனது மிகப்பெரிய மக்கா எதிர்ப்பாளரான அபு சுஃப்யானின் உமையாத் குலத்தைச் சேர்ந்த மகளை மணந்தார்.

ஜாதிமத பேதமின்றி மக்கள் அனைவரையும் ஒரு குடைக்குள் சேர்த்தார். ஓரே இறைவன் என்ற கோட்பாட்டை வாழ்ந்தும் வழிநடத்தியும் வந்தார். இதனால் சவூதி அரேபியாவில் மட்டுமல்லாமல் ஈரான், ஈராக், எகிப்து, சிரியா, ஆப்ரிக்கா, துருக்கி, ஸ்பெயின் என்று ஒவ்வொரு தேசமும் இஸ்லாத்தைத் தழுவிக் கொண்டன. குலங்களால் பிரிந்து சிதறி இருந்த அனைவரும் இஸ்லாமியர்கள் என்றோர் அடையாளத்திற்குள் அடங்கினார்கள்.

மெக்கா வெற்றிக்குப் பின் இரண்டு ஆண்டுகள் இருந்தார். கிபி 632 ஆம் ஆண்டு அவர் வந்த வேலை முடிந்த திருப்தியில் காலம் சென்றார். அவர் மறைவுக்குப் பின், முஹம்மதியர்கள் மேய்ப்பாளன் இல்லாமல் மீண்டும் பிரிந்து செல்ல முடியாதபடி கலிபா ஆட்சி ஆரம்பமானது.

முக்கியமாக நபி அவர்கள் காட்டிச் சென்ற தடத்தில் அவர் தோழர்கள் வழிநடத்தினார்கள்.

துறவி போல் வாழ்ந்த அபூபக்கர் சித்திக் கிபி 632-634 வரை ஆட்சியில் இருந்தார். 'மககளுக்காக நான், மக்களால் நான்' என்று உண்மையாக வாழ்ந்து காட்டியவர். இவருக்குப் பின் உமர், உதுமான் இறுதியாக அலி ஆகியோர் ஆட்சி செய்தனர்.

இஸ்லாமியர்களின் பொற்காலம் என்பது உமர் கலீபாவாக ஆட்சி செய்தபோது இருந்திருக்கிறது. எளிமை, ஆன்மிகம், அரசியல் என்று முஹம்மது நபி காட்டிச் சென்ற வழிகளில் பல ராஜ்ஜியங்கள் நடந்தன. சிலர் பாதை தவறிச் சென்று அழிவையும் கொண்டு வந்தார்கள்.

4. சதுப்பு நிலம்

அரேபிய நிலப்பரப்பின் தெற்கு மூலை, ஒரு காலத்தில் சதுப்பு நிலமாக இருந்துள்ளது. உயிர்களற்ற ஒரு சதுப்பு நிலம்- அவ்வளவே. அந்தச் சமயத்தில் வளைகுடாவின் பல இடங்களில் நாகரிகங்கள் உருவாகிக்கொண்டிருந்தன.

பல்லாயிரம் ஆண்டுகளுக்குப் பின், அதாவது கி.மு.3000 வாக்கில் அந்தச் சதுப்பு நிலம் வறண்டு போனது. சேறும் சகதியும் மறைந்தது. உயிரினங்கள் வாழத் தன்னைத் தயார் செய்துகொண்டன. வெண்கலக் காலத்தில் *(Bronze Age)* நாடோடிகள் தங்கள் கால்நடைகளை மேய்த்துக் கொண்டு அங்கு குடியேறியதாக நம்பப்படுகிறது.

குடியேறியவர்கள் வெறும் குடிசையைப் போட்டுக்கொண்டு வாழ்ந்துவிட முடியாதல்லவா? அப்படியே வறண்டு போன சதுப்பு நிலத்தைச் சரிசெய்து, பேரீச்சைத் தோட்டத்தைப் போட்டு இருக்கிறார்கள். போட்ட தோட்டமும் செழிப்பாக வளர ஆரம்பித்தது. அவர்கள் தோட்டங்களையும் கால்நடைகளையும் பராமரித்துக் கொண்டிருந்தார்கள். அந்த வேளையில் வளைகுடா முழுக்க அதாவது இரான், ஓமன் பெஹ்ரைன், எகிப்து, சவூதி என்று அவர்களைச் சுற்றி அனைவரும் வணிகத்தில் செழித்து வளர்ந்திருந்தார்கள்.

வணிகத்துக்காகக் கேரவன்களில் போவது அப்போதைய முறை. மாட்டு வண்டி, குதிரை வண்டியைப் போல் ஒட்டக

வண்டி. ஆனால் கொஞ்சம் நீளமான வண்டி என்று வைத்துக் கொள்ளலாம். அதில் பல நாள்கள் தொடர்ந்து பயணம் செய்வார்கள். அப்பொழுது கேரவன் வந்து நிற்கும் இடமாக இன்றைய ஜுமெரா இருந்திருக்கிறது. இன்றைய ஜுமெரா துபாயின் உயர்தரமான அனைத்தையும் கொண்டது. சரி, அதைப் பின்பு பார்க்கலாம்.

அந்தச் சதுப்பு நிலத்திற்கு ஏற்றவாறு விவசாயமும் நடந்திருக்கிறது. நம்ம ஊரில் விளைந்த விதவிதமான நெல் வகைகளோ, காய் வகைகளோ அல்லது பழங்களையோ அவர்களால் பயிர் செய்ய முடியவில்லை. கோதுமை, பார்லி, பட்டாணி, பயறு, கொண்டைக் கடலை இன்னும் ஒன்று இரண்டு கூடுதலாக விளைந்து இருக்கலாம். ஆடுகளுக்கும் ஒட்டகத்துக்கும் தேவையான செடிகள் அங்கிருந்தன. சொல்லப்போனால் ஒட்டகத்துக்குத் தேவையான பேரீச்சம்பழத் தோட்டங்களை உருவாக்கினார்கள். ஆம், நீங்கள் நினைத்திருப்பது போல் மனிதர்களுக்கு மட்டுமில்லை... ஒட்டகத்திற்கும் பேரீச்சை சக்தி கொடுக்கிறது.

கி.பி.630-லிருந்து 1930-கள் வரை, மக்கள் தொகை 80 ஆயிரம் அல்லது கொஞ்சம் கூடுதலாக இருந்திருக்கலாம். அதைவிடப் பெரிய எண்ணிக்கை இல்லை என்பது உறுதி. அதற்குக் காரணம் இருக்கிறது. அங்கிருந்த கடல்கூட மனிதனை வாழவைக்கச் சதிசெய்திருக்கிறது. அத்தனை சுலபமாக நீரிலிருந்து நிலத்தை வேறுபடுத்த முடியாத அளவுக்கு இருந்தது. சப்கா என்று அழைக்கப்படும் வெள்ளை உப்பு, நிலத்திற்கு மேலாக மூடப்பட்டிருக்கும். ஏகப்பட்ட சப்கா பெல்ட்கள் விவசாயத்திற்குப் பயனற்றவையாகிப் போயின.

கீழ் வளைகுடாவான துபாயின் கடற்கரை பவளப்பாறைகள் மற்றும் வளைந்த மணல் திட்டுகளுடன் பின்னிப் பிணைந்துள்ளது. அவை தாழ்வான தீவுகளாக மாறியிருந்த காரணத்தால் கடல் பயணத்திற்கு ஏற்றவையாக இல்லை. அப்பொழுது வாழ்ந்த மக்களைப் பற்றியும் அந்த நிலத்தைப் பற்றியும் ஏதாவது எழுத்துக் குறிப்பு கிடைக்குமா என்ற என் தேடலுக்குப் பலன் கிடைத்தது.

அண்டலூசியன் - அரபு புவியியலாளர் அபு அப்துல்லா அல் பக்ரியின் புவியியல் புத்தகத்தில் 1095-ஆம் ஆண்டில் துபாய் பற்றிய ஆரம்பக் குறிப்பு பதிவு செய்யப்பட்டுள்ளது.

1580ஆம் ஆண்டில் வெனிஸ் நாட்டு முத்து வியாபாரி காஸ்பெரோ பால்பியின் எழுதிய பதிவில் இந்த நிலங்களைப் பற்றிக் குறிப்பிட்டுள்ளார். அதாவது 1590-ஆம் ஆண்டு Viaaggio de'll India Orientale என்ற அவரது நூலில் திப்பி (Dibbie) என்ற மீன்பிடிக் குடியேற்றத்தைப் பற்றிய குறிப்பு உள்ளது. அது இப்போதிருக்கும் துபாயாக இருந்திருக்கலாம் என்று சொல்லப்படுகிறது.

துபாய் என்ற பெயர் எப்படி வந்திருக்கும் என்று தேடிப் பார்த்தால் இது மட்டும்தான் காரணம் என்று சொல்ல முடியவில்லை. ஆனால் சுவாரஸ்யமான பல தகவல்கள் கிடைக்கின்றன. அந்தப் பகுதியை அவ்வப்போது ஆக்கிரமிக்கும் ஒரு விதமான வெட்டுக்கிளியின் பெயரால் பெயரிடப்பட்டு இருக்கலாம். அல்லது துப் என்று குறிப்பிடும் பல்லியின் பெயராகக்கூட இருக்கலாம் என்று கிடைத்த தகவல் வேடிக்கையாக இருக்கிறது.

துபாய் சுவரால் எழுப்பப்பட்ட சின்னக் கிராமமாக இருந்திருக்கிறது. அங்கு இரண்டு கோட்டைகள் போல் மண் சுவரால் செய்த இரண்டு வீடுகள் இருந்துள்ளன. தோ என்றால் உருதுவில் இரண்டு, பைத் என்றால் அரபியில் வீடு. இரண்டு வீடுகள் கொண்ட ஊரை 'துபாய்' என்று அழைத்து இருக்கலாம் என்று நம்பப்படுகிறது. இதையெல்லாம் பார்க்கும் போது இந்தப் பெயருக்குப் பின்னால் பெரிய சரித்திரம் எதுவும் இல்லை. ஆனால் இன்று கதை வேறு.

பதினெட்டாம் நூற்றாண்டில் அந்த அரபிக் கடலின் சின்ன நீர் நுழைவாயிலை ஒட்டி இருந்த கிராமம் மீனவ கிராமமாக இருந்திருக்கிறது. அந்த இடத்தில் சில பேரீச்சை ஓலைக் குடிசைகள் இருந்திருப்பதாகவும், அந்த மக்கள் மீன் பிடிப்பதுடன் முத்து எடுக்கும் தொழிலையும் செய்திருக்கிறார்கள் என்றும் குறிப்பு கேப்ரில் நூலில் உள்ளது.

பதினெட்டாம் நூற்றாண்டின் பிற்பகுதி வரை, ஓமானில் உள்ள சோஹர் போன்ற வணிகத் துறைமுகங்களால் துபாய் மறைக்கப்பட்டது. ஓமன் மட்டுமில்லை, ஈரானில் ஹோர்முஸ் மற்றும் பந்தர்லெங்கே என்ற துறைமுகங்களும் இருந்தன. அவ்வளவு ஏன்... இன்றைய துபாயில் இருந்து சில நூறு கிலோமீட்டரில் உள்ள திப்பா மற்றும் கோர்ஃபக்கன் கடற்கரைக்குச் சற்று மேலே உள்ள ராஸ் அல்-கைமா போன்ற இடங்களுக்கு முன் துபாய் ஒரு கொசுவாக இருந்திருக்கிறது. கொசுவைவிடச் சின்னதான பூச்சி என்று கூட வைத்துக் கொள்ளலாம்.

துபாயின் சிற்றோடைகள் சிறிய படகுகள் மற்றும் கப்பல்களுக்குச் சிறந்த தங்குமிடமாக இருந்தது. ஆனால் பெரும்பகுதியில் அந்தச் சிற்றோடை மிகவும் ஆழமற்றதாக இருந்தது. ஆகையால் கப்பல்களைக் கரைக்குக் கொண்டுவர இயலவில்லை. கடலில் நங்கூரமிட வேண்டியிருந்தது. அதில் பயணம் செய்யும் மாலுமிகளோ, பயணிகளோ படகுகள் மூலம் மட்டுமே கரைக்கு வரமுடிந்தது. இதனால் பெரிய வர்த்தகங்கள் அல்லது வேற்றுநில மனிதர்களுக்கு இந்த நிலம் அந்நியமாகிப் போனது. ஏர் கண்டிஷனிங் வைத்திருக்கும் இந்தக் காலத்தில் கூட பாலைவனச் சூடு, கட்டடப் பணியாளர்களைப் பதம் பார்த்து விடுகிறது.

சில நூற்றாண்டுகளுக்கு முன் இந்த நிலம் மிகக் கடுமையாக இருந்துள்ளது. மிகவும் பின்தங்கிய, வளர்ச்சியடையாத சமூகமாக இருந்திருக்கிறார்கள். அவர்கள் பசியைப் போக்க ஒட்டகப் பாலும் பேரீச்சைப் பழங்களும் நிறைவாகக் கிடைத்து இருக்கின்றன. அந்த நிலத்தில் ஆட்சி செய்யவோ, சீண்டிப் பார்க்கவோ யாருக்கும் விருப்பம் இருந்திருக்கவில்லை. ஆனால் இவர்களோ இரவின் இதமான நிலா வெளிச்சத்தில் கூடிக் கவிதைகளைப் பாடி மகிழ்ந்துள்ளனர்.

மற்ற இடங்களில், பேரரசுகள் உயர்ந்து வீழ்ச்சியடைந்தன. பல நாகரிகங்கள் கைப்பற்றப்பட்டு காலனித்துவமாக மாற்றப்பட்டன. கிமு ஆறாம் நூற்றாண்டில் வளைகுடா முழுவதும், வலிமைமிக்க பாரசீக அரசால் மிகவும் சக்திவாய்ந்ததொரு சக்தியாக உருவானது.

பாரசீகர்கள் அரை மனத்துடன் துபாயிலிருந்து பக்கத்தில் இருக்கும் நாடான ஓமானின் பெரும்பாலான பகுதிகளைச் சிறிது காலத்திற்குக் கட்டுப்படுத்தினர். ஆனால் அவர்கள் பெரும்பாலும் கீழ் வளைகுடா முழுவதும் உள்ள பாலைவனப் பழங்குடியினரைப் புறக்கணித்து, பணக்கார நிலங்களில் கவனம் செலுத்தினார்கள். சுருக்கமாகச் சொல்லுவதென்றால் “நீ எல்லாம் ஒரு நாடே இல்ல” என்ற போக்கு கீழ் வளைகுடா மேல் மற்றவர்களுக்கு இருந்தது.

எட்டாம் மற்றும் பதின்மூன்றாம் நூற்றாண்டுகளுக்கு இடைப்பட்ட அரேபியர்களின் பொற்காலத்தில் நடந்த பல முன்னேற்றங்கள் கீழ் வளைகுடாவைக் கடந்து சென்றன. அரேபியர்கள் பூமியின் மிகவும் சக்தி வாய்ந்த இனமாக உருவெடுத்தார்கள். சீனாவிலிருந்து ஸ்பெயின் வரை பரவியிருந்தார்கள். ஆனால் பிரதான அரபுத்

துறைமுகங்கள் வெகு தொலைவில் இருந்தன. தென்கிழக்கு அரேபியாவின் சிறிய துறைமுகங்கள் வர்த்தகப் பாதைகளுக்கு அருகாமையில் இருந்தன,

பீட்டர் ஹெல்லியர் போன்ற ஐக்கிய அரபு எமிரேட் நிபுணர்களால் கண்டுபிடிக்கப்பட்ட தொல்பொருள் சான்றுகள், மெசபடோமியாவுடன் கி.மு. ஆறாம் நூற்றாண்டில் தொடங்கிய வர்த்தகத்தைக் காட்டுகிறது.

உள்ளூர்க் கடற்படையினர் கிறிஸ்து பிறப்பால் சீனா வரை பயணம் செய்தனர். அபுதாபிக்கு அருகில் நடந்த தொல்பொருள் ஆராய்ச்சியில் பீங்கான் துண்டுகள் தோண்டி எடுக்கப்பட்டன. இருப்பினும் பெரிய இடிபாடுகள் அல்லது நினைவுச்சின்னங்கள் அவற்றின் கடந்த கால இருப்பைக் குறிக்கவில்லை.

கடந்த நூறு வருடங்களில் வாழ்ந்த, வாழ்ந்துகொண்டிருக்கின்ற துபாய் மக்களுக்கு அவர்கள் மூதாதையர்கள் மூலம் என்ன கிடத்திருக்கும் என்று நினைக்கிறீர்கள்? தொல்பொருள் ஆராய்ச்சியின் மூலம் மத்திய ஆசியத் தந்தங்கள் மற்றும் கிரேக்கப் பானைகள் மட்டுமே கிடைத்துள்ளன.

பழங்காலத்தில் பாலைவனத்தில் நீர்ப்பாசனம் செய்த முறைக்கு பெயர் ஃபலாஜ் (Falaj). இந்த முறை பல நூறு ஆண்டுகள் பழமையானது. அதை இன்றும்கூட ஐக்கிய அரபு எமிரேட்ஸில் பயன்படுத்தி வருகிறார்கள்.

அந்த நிலத்தைச் சுற்றி வரலாறுகள் வேறு எங்கோ நடந்து கொண்டிருந்தன. இவர்களைச் சட்டை செய்யாத ஆட்சிகள் இவர்களைக் கண்டுகொள்ளாமல் விட்டதை ஒருவிதமான விடுதலையாக நினைத்துக் கொள்ளலாம். அவர்கள் அப்பொழுது கடுமையான வாழ்க்கையை வாழ்ந்துகொண்டு இருந்தார்கள் என்று பிரிட்டிஷ் ராணுவ நிர்வாகி ஸ்டீபன் லாங்ரிக் 1949-இல் ராயல் சென்ட்ரல் ஏசியன் சொசைட்டி இதழில் எழுதியுள்ளார்.

சவூதியில் வளைகுடாவின் மேற்கிலும் செங்கடலுக்கு அருகிலுள்ள இடங்களிலும் வர்த்தகங்கள் செழிப்பாக இருந்தன. கேரவான்கள் ஒன்று சேர்ந்து சில நகரங்களின் வாசனையைக் கூட்டியது. ஆனால் இங்கோ வறண்ட மணல் காற்று மட்டும் வீசிக்கொண்டிருந்தது.

5. பாஜிருக்கு கோவில்

பாலைவனத்துக்கு நடுவில் சென்றால் அடர்ந்த இருட்டின் நடுவில் ஜொலிக்கும் நிலவும், நட்சத்திரங்களும் நம்மை என்றும் வியப்பூட்டும். அந்தக் காட்சியை ரசிக்கவேண்டுமென்றால் தெருவிளக்குகளில் இருந்து தப்பித்துப் பாலைவனத்திற்குள் செல்ல வேண்டும்.

அந்நாட்களில் தெருவிளக்குகள் இல்லாத பாலை நிலங்களில் இரவு எத்தனை ரம்மியமாக இருந்திருக்கும்! அரேபிய மக்கள் கவிதைகளில் சிறந்தவர்கள் என்று பல வரலாற்று ஆசிரியர்கள் எழுதியிருக்கிறார்கள். குளுமையான நட்சத்திர இரவு அவர்களைக் கவிஞர்களாக்கியிருக்க வேண்டும்.

இஸ்லாம் வருவதற்கு முன்பு கீழ்வளைகுடாவின் அரேபியர்கள் சந்திரனையும் நட்சத்திரங்களையும் வணங்கினார்கள். காலையில் நெருப்பை அள்ளிக் கொண்டு வரும் சூரியனைக் கண்டு அவர்கள் அஞ்சினார்கள். சூரியனைப் பயத்துடனும் சந்திரனை அன்புடனும் வணங்கி வந்தார்கள்.

பல்லாயிரம் ஆண்டுகளுக்கு முன் அன்றைய அல்-துர் நகரில் - இப்பொழுதைய உம்மு அல்-குவைனில் *(Um al Quwein)* - சூரியக் கடவுளுக்கான கோயில் இருந்தது. கிறிஸ்துவின் பிறப்பின்போது கீழ்வளைகுடாக் கடற்கரையில் மிகப்பெரிய குடியேற்றம் நடந்திருக்கலாம் என்று சொல்லப்படுகிறது. வளைகுடா அரேபியர்களும் இயேசுவை வணங்கினர்.

துபாயிலிருந்து வெகு தொலைவில் உள்ள அபுதாபியில் உள்ள சர் பானி யாஸ் தீவில் *(Bani yas Island)* சில ஆண்டுகளுக்கு முன்பு கண்டுபிடிக்கப்பட்டவற்றின் எச்சங்கள் நான்காம் நூற்றாண்டைச் சேர்ந்தவையாக இருக்கலாம் என்று நம்பப்படுகிறது.

நெஸ்டோரியன் கிறிஸ்தவத் துறவிகளின் கிராமம் அபுதாபித் தீவில் இருந்தது. அது முற்றிலும் தனிமைப்படுத்தப்பட்டிருக்க வேண்டும். யார் அந்த நெஸ்டோரியன் கிறிஸ்துவப் பிரிவு என்பதை முதலில் நாம் தெரிந்துகொண்டாக வேண்டும். அப்போதுதான் அவர்கள் ஏன் தனிமைப்பட்டு இருந்தார்கள் என்று புரியும்.

சுதந்திரமான மனிதனிடத்தில் இறைவனின் வார்த்தைகள் வந்து சேர்ந்தன. அப்படித்தான் இயேசு கிறிஸ்துவும் கடவுளால் ஆசீர்வதிக்கப்பட்ட இறைஞானம் உள்ள மனிதர் *(God Inspired Man rather than God Made Man)* என்ற நம்பிக்கை உடையவர்கள்.

5 ஆம் நூற்றாண்டிலிருந்து, கிறிஸ்தவ தேவாலயத்தின் அனைத்து முக்கியக் கிளைகளும் நெஸ்டோரியனிசத்தைக் கண்டிப்பதில் ஒன்றுபட்டுள்ளன.

பெர்சியாவின் அரபு வெற்றிக்குப் பிறகு (637), கலிஃபேட் ஆட்சி கிழக்கு தேவாலயத்தைத் தனி மதச் சமூகமாக அங்கீகரித்து. அதற்குச் சட்டபூர்வ பாதுகாப்பையும் வழங்கியது. அரபுக் கலாச்சாரத்தை உருவாக்குவதில் நெஸ்டோரியன் அறிஞர்கள் முக்கியப் பங்கு வகித்தனர். மூன்று நூற்றாண்டுகளுக்கும் மேலாக கலிபாவின் கீழ் தேவாலயம் செழித்தது, ஆனால் அது உலகமயமாகி கலாச்சாரத் துறையில் தலைமையை இழந்தது. 10-ஆம் நூற்றாண்டின் இறுதியில் கலிபாவில் 15 பெருநகர மாகாணங்களும், இந்தியா மற்றும் சீனா உட்பட 5 வெளிநாடுகளும் இருந்தன.

தற்சமயம் இவர்கள் பற்றிய தரவுகள் போதும். மீண்டும் கீழ்வளைகுடாவிற்கு வருவோம்.

நெஸ்டோரியன் கிறிஸ்தவத் துறவிகள் இந்தத் தீவில் மீனவர்களாக, முத்து விற்பனை செய்பவர்களாக இருந்திருக்கிறார்கள். கிபி 630-ல் முகமது நபியிடமிருந்து கையால் எழுதப்பட்ட கடிதம் ஒன்று கீழ் வளைகுடாவிற்கு வந்தது. குறிப்பாக ஓமானில் உள்ள மலை நகரமான நிஸ்வாவுக்கு அந்தக் கடிதம் வந்து சேர்ந்தது.

மேற்கு அரேபியாவின் பலம் அதாவது மெக்காவாசிகளின் பலம் அச்சமயம் நாலா பக்கமும் பரவிக் கொண்டிருந்தது. அவர்களைப் புறக்கணிக்க முடியாது என்பதை ஓமானியர்கள் அறிந்திருந்தனர்.

மெக்காவாசிகளுடன் நட்பு கொள்ள வேண்டிய நேரம் இது என்பதை ஓமானிய இளவரசர்கள் உணர்ந்தனர். அவர்கள் மதீனாவில் உள்ள நபிக்கு ஒரு தூதுக்குழுவை அனுப்பினர். அங்கு அவர்கள் அனைத்து ஓமானிகளின் சார்பாக இஸ்லாத்தைத் தழுவினார்கள்.

முஹம்மது நபி மீது இருந்த மரியாதையால், அன்றைய பலம் வாய்ந்த இஸ்லாமியர்கள்பால் இருந்த ஒருவிதமான மரியாதை கலந்த பயம் சட்டென்று அவர்களை மாற வைத்தது. அதிலும் சிலர் மனத்தில், 'இத்தனை நாள் வணங்கிவந்த பாஜிரை என்ன செய்வது? ஒரு தெய்வத்தை திடுதிப்பென்று எப்படித் தனிமைப்படுத்த முடியும்.?' போன்ற கேள்விகள் எழுந்துகொண்டிருந்தன.

632-ல் முஹம்மது நபி காலம் சென்றபோது, வளைகுடாவில் முஸ்லிம்களுக்கு எதிரான கிளர்ச்சிகள் வெடித்தன. கிழக்குக் கடற்கரைத் துறைமுகமான திப்பாவில் - அதாவது இப்போது துபாயிலிருந்து இரண்டு மணி நேரப் பயணத்தில் உள்ள இடம் - உள்ள ஒரு குலத்திற்கு லக்கித் பின் மாலிக் தலைவராக இருந்தார். பாஜிர் மேல் இருந்த பக்தியால் கொடுத்த வாக்கைப் பொய்யாக்கிக் குழப்பத்தை ஏற்படுத்தினார். தான் இஸ்லாத்தைக் கைவிட்டதாக அறிவித்தார். லக்கித் தனது ஆதரவாளர்களை மீண்டும் பாஜிரை வழிபட வைத்தார்.

ஓமானில் வாழ்ந்துவந்த ஒரு பழங்குடியின மக்களின் பெயர் அஜ்த் (azd). வணிகம் மூலம் இஸ்லாம் பிறப்பதற்கு முன்பே இவர்களுக்கு மெக்கா குரைஷிகளோடு உறவு இருந்தது. பெண் கொடுத்தும் பெண் எடுத்தும் இருக்கிறார்கள். குரைஷிகள் முஹம்மது நபி மீது வெறுப்பைக் கக்கிக் கொண்டிருந்த காலத்திலும் இவர்களுக்கும் குரைஷிகளுக்கு உறவு சுமுகமாகத்தான் இருந்திருக்கிறது. இவர்கள் வழிபட்ட தெய்வத்தின் பெயர்தான் பாஜிர்.

லக்கித் இஸ்லாத்தை நிராகரித்தது ரத்தக்களரிப் போருக்கு வழிவகுத்தது. முஹம்மதியர்களுக்குச் சொன்ன வாக்கு மிகவும் முக்கியம். நீங்களாகவோ நானாகவோ இருந்தால் நாலு

வார்த்தை திட்டிவிட்டோ இல்லை சபித்துவிட்டோ போவோம். இதற்கெல்லாம் அரேபியர்களிடம் வாய்ப்பில்லை.

கிபி.633-ல் 'கட்டுடா வண்டிய' என்று முஹம்மது நபியின் வாரிசான கலீஃபா அபுபக்கர் கட்ளையிட.... ஆயிரத்து இருநூறு மைல் பயணம் செய்து அந்த விசுவாசத் துரோகிகளை மீண்டும் மாற்றுவதற்காக, புனித வீரர்களின் படை வந்து சேர்ந்தது. அந்தப் படையுடன் பஹ்ரைனில் இருந்தும் ஓமானில் இருந்தும் மற்ற தலைவர்களிடமிருந்தும் ராணுவம் சேர்ந்துகொண்டது.

நீல அரபிக்கடலுக்கு இடையில் அமர்ந்திருக்கும் பனைத் தோப்புகள் மற்றும் கிராமங்கள் நிறைந்த திப்பாவின் கரையோரச் சமவெளிக்குள் வீரர்கள் நுழைந்தார்கள். வந்தவர்கள் துவம்சம் செய்துவிட, திப்பா தலைகீழாகிப்போனது. இன்றுவரை மிகவும் பழமையான திப்பா அதன் முக்கியத்துவத்தை மீண்டும் பெறவில்லை. துரோகத்தின், அவமானத்தின் குற்றத்தை அவர்கள் செரிக்க யுகங்கள் ஆகியிருக்கும். அதன்பிறகு, தென்கிழக்கு அரேபியா கிட்டத்தட்ட நூறு சதவீதம் முஸ்லிம்களின் பிரதேசமாக மாறியது.

முஸ்லிம்களாக, பிளவுபட்ட அரபுப் பழங்குடியினர் ஒற்றுமையைக் கண்டனர். மதம் அரேபியாவிலிருந்து வெளியேறியது. முஸ்லிம் விசுவாசிகள் பெர்சியாவையும் ரோமானியப் பேரரசின் பணக்கார மாகாணங்களையும் கைப்பற்றி, ஒரு பரந்த பேரரசை உருவாக்கினர். பல நூற்றாண்டுகளுக்குப் பிறகு, தனிமைப்படுத்தப்பட்ட கீழ் வளைகுடா அரேபியர்கள் வெளியாட்களுடன் ஒப்பிடுகையில் தாங்கள் எவ்வளவு வளர்ச்சியடையவில்லை என்பதைப் புரிந்துகொண்டனர். புலம்பிக்கொண்டிருக்காமல் தன்னம்பிக்கையோடு களத்தில் இறங்கினார்கள்.

1940-களின் பிற்பகுதியில், தேசிகர் அந்த நிலத்தின் அரேபியர்களைப் பற்றியும் அவர்கள் உணர்வைப் பற்றியும் குறிப்பிட்டு இருக்கிறார். சர் வில்பிரட் பேட்ரிக் தேசிகர் ஒரு பிரிட்டிஷ் ராணுவ அதிகாரி, ஆய்வாளர் மற்றும் எழுத்தாளர். தேசிகரின் பயணப் புத்தகங்களில் 'அரேபியன் சாண்ட்ஸ்' (1959) குறிப்பிடத்தக்கது. ஈராக்கில் மார்ஷ் என்ற குலத்துடன் அவர் வாழ்ந்த காலத்தில் 'தி மார்ஷ் அரேபியர்கள்' (1964) என்ற நூலையும் எழுதியுள்ளார்.

அவர் தமது புத்தகத்தில், பெடோயின் மக்கள், அவர்கள் கஷ்டங்களில் பெருமைப்பட்டுக் கொண்டிருந்தார்கள். எல்லாவற்றிற்கும் மேலாக வளமான வாழ்வை நேசித்தார்கள் என்றும் குறிப்பிட்டுள்ளார். சரி, பாஜிர் என்ற தெய்வத்திற்கு என்ன ஆனது? அதையும் பார்த்துவிடலாம்.

ஓமன் நாட்டைச் சேர்ந்த மஸின் பின் கதுபா அல்-தாய், பாஜிரின் கடைசிப் பாதுகாவலராக இருந்ததாகக் கூறப்படுகிறது. பாஜிர் மீதான நம்பிக்கையை விட்டுவிட்டு இஸ்லாத்திற்கு மாறச் சொல்லி மஸினுக்கு ஒரு குரல் கேட்டதாகக் கூறப்படுகிறது. மஸின், பாஜிரின் உருவத்தை அழித்திருக்கிறார். அதற்குப் பின் இப்பகுதியில் இஸ்லாத்தைப் பரப்புவதற்காகத் தனது வாழ்நாள் முழுவதையும் அர்ப்பணித்ததாகவும் கூறப்படுகிறது.

6. பெடோயின்

மத்தியக் கிழக்குப் பாலைவனங்களின் மணல் மேடுகளுக்கு நடுவில் மக்கள் சிலர் கூடாரம் போட்டு வாழ்ந்து வந்தார்கள். அவர்கள் ஊருக்குள் வீடு கட்டி வாழ்ந்தவர்கள் அல்ல. ஓலையால் நெய்த குடிசைகளும் ஒட்டகத்தின் தோலால் செய்த கூடாரங்களும்தான் இவர்கள் வசிக்கும் மாடமாளிகை. அவர்களை பெடோயின் என்று மக்கள் அழைத்தார்கள். அவர்களின் பிரதேசம் வட ஆப்பிரிக்காவின் பரந்த பாலைவனங்களிலிருந்து மத்தியக் கிழக்கின் பாறை மணல் வரை நீண்டிருந்தது.

பெடோயின் என்றால் 'பாலைவன மக்கள்'. பெடோயின் என்ற சொல் 'பேடு' என்ற அரபு வார்த்தையின் ஆங்கில மயமாக்கல் ஆகும். கால்நடைகளை (பெடோயின்கள்) வளர்ப்பதன் மூலம் அந்தச் சொல்லாடல் வந்தது. பண்ணைகளில் வேலை செய்பவர்கள் அல்லது நகரங்களில் வசிப்பவர்கள் ஆகியோரிடம் இருந்து வேறுபடுத்துவதற்கு பெடோயின் என்ற சொல் பாரம்பரியமாகப் பயன்படுத்தப்படுகிறது. பெடோயின்கள் தங்களை உண்மையான அரேபியர்கள் என்றும் 'புகழின் வாரிசுகள்' என்றும் கருதினார்கள்.

புல் இருக்கும் இடத்தில், மழை அதிகம் பொழியாத இடங்களில் வாழ்ந்தனர். வில்பிரட் தெசிங்கர் பெடோயின்களின் வாழ்க்கையைக் 'கடினமான மற்றும் இரக்கமற்ற வாழ்க்கை. எப்போதும் பசி மற்றும் தாகத்துடன் இருந்தனர்' என்று தன் புத்தகத்தில் குறிப்பிட்டுள்ளார்.

கிமு 6000 முதல் வறண்ட சிரிய புல்வெளியின் தெற்கு விளிம்பில் விவசாயம் செய்யும் மற்றும் மேய்ச்சலில் உள்ள மக்கள் வசித்து வந்தனர். சுமார் 850 கி.மு. 'அராப்' என்று அழைக்கப்படும் மக்கள் – நவீன அரேபியர்களின் மூதாதையர்கள் என்று நம்பப்படுகிறது.

ஆபிரகாம், ஐசக் மற்றும் ஜேக்கப் போன்ற இறைத்தூதர்கள் பெடோயின்களாக இருக்கலாம் என்று ஆராய்ச்சியாளர்கள் நம்புகிறார்கள். பெடோயின் கலாச்சாரத்தின் பல கூறுகள் பைபிள் காலத்திலிருந்து பெரிதாக மாறவில்லை. பெடோயின்கள் பழைய ஏற்பாட்டில் 'கதாரிட்கள்' என்றும் குறிப்பிடப்பட்டனர். குர்ஆனில் பெடோயின்களுக்கு 'அஃராப்' என்று குறிப்பிடப் பட்டுள்ளது.

கிமு. முதல் நூற்றாண்டில், பெடோயின்கள் மேற்கு நோக்கி ஜோர்டான் மற்றும் சினாய் தீபகற்பம் மற்றும் தென்மேற்கு நோக்கிச் செங்கடலின் கரையோரமாக நகர்ந்தனர். இஸ்லாம் பரவிய நாள்களில் ஆயிரக்கணக்கான பெடோயின்கள் இஸ்லாத்தை ஏற்றுக்கொண்டனர். முகமது ஒரு பெடோயின் அல்ல என்பது உறுதி. அவர் வணிகர் குடும்பத்தைச் சேர்ந்த நகரவாசி. அவருடைய குழு குரைஷி என்று முன்பே பார்த்து இருக்கிறோம்

அரேபியத் தீபகற்பத்தை விட்டு வெளியேறி, அருகிலுள்ள புதிதாகக் கைப்பற்றப்பட்ட நிலத்தில் குடியேறினர். பின்னர் மத்தியக் கிழக்கு மற்றும் வட ஆப்பிரிக்காவின் பெரும்பகுதி முழுவதும் பெடோயின்கள் பரவினார்கள். பெடோயின்களைச் சுற்றி எப்பொழுதும் கால்நடைகள் இருந்துகொண்டிருந்தன. அவர்கள் விலங்குகளை மேய்த்துக் கொண்டு, மழை மற்றும் குளிர்காலத்தில் பாலைவனத்திற்கு இடம் பெயர்ந்துள்ளார்கள். வறண்ட கோடை மாதங்களில் பயிரிடப்பட்ட நிலத்தை நோக்கித் திரும்பிச் சென்றிருக்கிறார்கள்.

கிமு 1100-இல் அவர்களின் வாழ்க்கையில் ஒட்டகம் வந்ததாகத் தரவுகள் கிடைக்கின்றன. பெடோயின்கள் அரேபியாவிற்கும் சிரியாவின் பெரிய நகர மாநிலங்களுக்கும் இடையே ஒட்டகங்களுடன் கேரவன் வர்த்தகத்தை மேற்கொண்டனர். டமாஸ்கஸ் பாலைவனத்தின் வழியாக வரும் வணிகர்களுக்கு வழிகாட்டியாக பெடோயின்கள் இருந்திருக்கிறார்கள்.

பெடோயின் குழுக்கள், அவர்களின் வாழ்வாதாரம் விலங்குகளின் அடிப்படையில் பிரிக்கின்றது. ஒட்டகம் மேய்க்கும் நாடோடிகள் பெரிய பிரதேசங்களான சஹாரா, சிரியா மற்றும் அரேபியப் பாலைவனங்களை ஆக்கிரமித்துப் பெரிய பழங்குடியினராக இருந்தார்கள். செம்மறியாடு போன்ற சின்னக் கால்நடைகளைக் கொண்ட நாடோடிகள் சிறிய எல்லைகளில் வாழ்ந்தார்கள். முக்கியமாக ஜோர்டான், சிரியா மற்றும் ஈராக் போன்ற பயிரிடப்பட்ட பகுதிகளுக்கு அருகில் இருந்திருக்கிறார்கள். மேலும் சில நாடோடிகள் முக்கியமாக தென் அரேபியா மற்றும் சூடானில் இருந்திருக்கிறார்கள். அங்கு அவர்கள் பக்காரா (பக்கரா) என்று அழைக்கப்படுகிறார்கள்.

வரலாற்று ரீதியாகப் பல பெடோயின் குழுக்கள் வர்த்தக கேரவன்கள் மற்றும் பயண நேரங்களில் துணை இருந்திருக்கிறார்கள். இந்த வழியிலும் அவர்கள் பொருளீட்டி வந்திருக்கிறார்கள். முக்கியமாக ஆடுகள் மற்றும் ஒட்டகங்கள் பெடோயின்களின் பாரம்பரிய வாழ்வாதாரங்களாக இருந்துள்ளன. அந்த இரண்டு விலங்குகளும் இறைச்சி, பால் பொருட்கள் மற்றும் கம்பளிக்குப் பயன்படுத்தப்பட்டன.

பெடோயின்களின் உணவில் பெரும்பாலான முக்கிய உணவுகள் பால் பொருட்கள். ஒட்டகங்கள் ‘கடவுளின் பரிசு’ என்று கருதப் பட்டதால், அவை பல பெடோயின்களுக்கு முக்கிய உணவாகவும் ஆதாரமாகவும் போக்குவரத்து முறையாகவும் இருந்தன.

கடுமையான பாலைவன நிலைமைகளின் கீழ் ஒட்டகங்களின் அசாதாரணப் பால் கறக்கும் திறன் அவர்களுக்கு மிகவும் உதவியுள்ளது. கூடுதலாக, அவற்றின் இறைச்சி எப்போதாவது பெடோயின்களால் உட்கொள்ளப்படுகிறது. திருமணங்கள் அல்லது மத விழாக்கள் போன்ற கொண்டாட்ட நிகழ்வுகளின் போது ஒட்டகப் பந்தயம் ஏற்பாடு செய்யப்படுகிறது. ஒட்டகத்தைப் ‘பாலைவனத்தின் கப்பல்’ என்று இன்றும் அரேபியர்கள் கொண்டாடுகிறார்கள்.

ஊருக்குள் இருந்த அரேபியர்களுக்காகவும் பெடோயின்கள் கால்நடைகளை வளர்த்துவந்திருக்கின்றார்கள். ஒட்டகங்கள், குதிரைகள் மற்றும் கழுதைகள் ஆகியவை அதில் அடங்கும். நம்ம ஊரில் கழுதை எதற்கு உபயோகப்படுமோ அதே காரணத்துக்காக

அவர்களும் உபயோகித்து இருந்திருக்கிறார்கள். ஆடுகளை உணவு, உடை மற்றும் உரத்திற்காகவும் வளர்த்து வந்திருக்கிறார்கள்.

ஒரு பெடோயின் வீட்டுக்குச் சென்றால் ஒட்டகப் பால், பேரீச்சம் பழம் சாப்பிடாமல் வர முடியாது. அவர்கள் விருந்தினரை வரவேற்கும் முறை சுவாரசியமானது. அது கொஞ்சம் விசித்திரமாகவும் இருக்கும். சில சமயங்களில் மூக்கைத் தொட்டு வாழ்த்துவார்கள்- கையால் அல்ல. அவர்கள் மூக்கு விருந்தாளி மூக்கை லேசாகத் தொட்டுச் செல்லும். பெடோயின் ஆண்கள் சில சமயங்களில் மற்றொரு மனிதனைத் தழுவி, கன்னங்களில் முத்தம் கொடுப்பதன் மூலம் தங்கள் நட்பை வெளிப்படுத்துவார்கள். இன்றும் அரேபியர்களிடம் இப்படி வாழ்த்துச் சொல்லும் முறை இருக்கிறது. ராஜாவே ஆனாலும் இன்னொரு நாட்டு ராஜாவைப் பார்க்கும்போது இப்படித்தான் அன்பைப் பரிமாறிக் கொள்கிறார்கள்.

விருந்தோம்பலில் மிகவும் சிறந்தவர்களாக இருந்திருக்கிறார்கள். ஒரு பேச்சுக்கு நீங்கள் பெடோயின் வீட்டுக்குப் போகும் போது பால் இல்லை என்றால் கண்டிப்பாக கடுங் காப்பி கிடைக்கும்.

பெடோயின்கள் தங்கள் கடைசி அரிசியைச் சமைத்து, தங்கள் கடைசி ஆடுகளைக் கொன்று விருந்தோம்பல் செய்வார்கள். அதுவும் மூன்று நாள் வரை நீங்கள் யார் என்ன என்று கேட்காமல் உணவுடன் பாதுகாப்பும் கிடைக்கும். அதற்கு பின்புதான் யார்? எவர்? எதற்கு வந்து இருக்கின்றனர் என்று கேட்கப்படுமாம். இப்படி இன்னும் மக்கள் இருக்கிறார்களா? அதுவும் இப்படிப்பட்ட பெடோயின்களின் ஒரு நாள் விருந்தாளியாக இருக்க வேண்டும் என்று ஆசை வருகிறதல்லவா? அவர்கள் இருக்கும் இடங்களைப் பின்பு பார்ப்போம்.

மீண்டும் பழைய பெடோயின்களிடம் செல்வோம். அப்பொழுது வணிகம் செய்ய ஓரிடத்தில் இருந்து மற்றொரு இடத்திற்கு மக்கள் கேரவான்களைப் பயன்படுத்தி இருக்கிறார்கள். கேரவான் என்றால் மாட்டு வண்டி, குதிரை வண்டியைப் போல் ஒட்டக வண்டி. என்ன வித்தியாசம் என்றால், ஒட்டக வண்டியில் அதிகமான மக்கள் பயணம் செய்ய இடம் இருந்தது. வழியில் தென்படும் பெடோயின்கள் வணிகர்களுக்குப் பொருட்களை எடுத்து வைப்பதற்கு உதவி இருக்கிறார்கள். ஊருக்குள் குடியேறிய

மக்களுடனான அவர்களின் உறவுகள் பரஸ்பரம் மற்றும் கவனமாக வரையறுக்கப்பட்ட விதிகளின்படி நடத்தப்பட்டன.

மங்கோலிய வெற்றிகளுக்குப் பிறகு, மத்தியக் கிழக்கில் நீர்ப்பாசன அமைப்புகள் கடுமையாகச் சேதமடைந்தன. அரேபியர்கள் கால்நடைகளை அதிகம் நம்பி, பெடோயின்களுடன் நெருங்கிய உறவுகளை ஏற்படுத்திக்கொண்டனர். சில சமயங்களில் அவர்களது பழங்குடியினருடன் இணைந்தனர். பெடோயின் வீட்டுத் திருமணங்களும் சுவாரஸ்யமானவை. பெரும்பாலும் அவர்கள் குழுக்களுக்குள் திருமணங்கள் நடக்கும். மிக அரிதாகவே குழுக்களுக்கு வெளியே நடக்கும்.

வீட்டின் மூத்த பெண் சரியான வரன் தேடுவதில் ஈடுபடுவார். மணமகன் வீட்டில் இருக்கும் மூத்த அண்ணன் கொடுக்கல் வாங்கலில் ஈடுபடுவார். எப்படித் திருமணம் நடத்தலாம் என்று பேச்சுவார்த்தை நடக்கும். பெடோயின்கள் இஸ்லாமைத் தழுவியபின் இஸ்லாமிய முறையில் திருமணங்கள் இருந்தன. பெண் பிடித்து இருந்தால் ஒட்டகங்களை வரதட்சணையாகப் பெண்ணின் குடும்பத்தாருக்குக் கொடுத்திருக்கிறார்கள். பெண் வயதில் குறைந்தவளாக இருந்தால் அதிகமான ஒட்டகங்களைக் கொடுப்பது வழக்கம். இப்படிப் பார்த்து ஆலோசித்து நடக்கும் திருமணத்தில் கடைசி நேரத்தில் மணமகனோ மணமகளோ, 'இல்லை எனக்குப் பிடிக்கவில்லை' என்று சொல்லிவிட்டால் அப்படியே திருமணம் நிறுத்தப்படுமாம். காதல் இல்லாமல் எப்படி?

காதல் செய்யத் தகுதி, குறைந்தபட்சம் பன்னிரண்டு வயதாவது நிரம்பி இருக்க வேண்டும். அப்புறம் காதல் செய்ய எந்தத் தடாவும் இல்லை. இருவருக்கும் பிடித்துப்போனால் தனியாகப் பேச அனுமதியுண்டு. அது உறுதியானபின் பையனின் தோழன் பெண்ணின் அப்பாவிடம் சென்று செய்தியைச் சொல்லி அனுமதி கேட்பான். இதையெல்லாம் படித்துவிட்டு, 'சே, நாமும் பெடோயினாகப் பிறந்திருக்கலாம்' என்று நினைப்பவருக்கு... வாய்ப்பில்லை ராஜா! ஒருநாள் பாலைவனத்தில் ஒட்டகம் மேய்ப்பதற்குள்ளாகவே உயிர் போய்விடும்.

பெண்களின் பங்கு என்னவாக இருந்திருக்கும் என்று பலமாக யோசிக்கத் தேவையில்லை. இன்றும் நம் கிராமங்களில் இருக்கும் அதே நிலைமைதான். என்ன வித்தியாசம் என்றால்

கொளுத்தும் வெயிலில் தண்ணீருக்கும் வழியில்லாமல் அவர்கள் இருந்திருக்கிறார்கள். ஆடு, கழுதை போன்ற சிறிய கால்நடைகளைப் பார்த்துக்கொள்ளும் வேலையும் இருந்திருக்கிறது. ஒரு நபருக்கு இத்தனை மனைவிதான் என்று கணக்கேதும் இல்லை. ஆனால் ஒன்றுக்கு மேல் இருக்கும். கூடுதலாக வரும் பெண்ணையும் ஒழுங்காகப் பார்த்துக்கொள்ளவேண்டும்.

பெடோயின் சமூகம் ஆணாதிக்கமானது. பலதார மணம் கொண்ட குடும்பங்களைக் கொண்டது. தங்கள் குழுவில் இருக்கும் பெரியவரை, பழங்குடிக் கட்டமைப்பை உருவாக்கும் இடத்தில் உள்ளவரை, ஷேக் என்று அழைப்பார்கள். ஷேக் பெரும்பாலும் பழங்குடியினரின் பணக்கார உறுப்பினராக இருப்பார். அவர்கள் பாஷையில் பணக்காரர் என்றால் ஆயிரத்திற்கும் மேற்பட்ட ஒட்டகங்களை வைத்திருப்பவர் என்று அர்த்தம். அதுமட்டுமின்றி ஒரு ஷேக்கைத் தேர்ந்தெடுக்க அவரது வயது, மத பக்தி, தனிப்பட்ட குணங்கள், பெருந்தன்மை மற்றும் விருந்தோம்பல் ஆகியவை அனைத்தும் பார்க்கப்படும்.

ஷேக் தனக்கான குழுவை வைத்திருப்பார். அதுவொரு சங்கிலி போல் அதிகாரத்தின் அடிப்படையில் இருக்கும். மேய்ச்சல் உரிமைகளை விநியோகிப்பதற்கும், சச்சரவுகளைத் தீர்ப்பதற்கும் பொறுப்பாக இருக்கும் நபர்கள் குழுவில் இருப்பார்கள். ஒரு ஷேக் தன் தார்மீக அதிகாரத்தைக் குழுவின் பிரச்சினைகளைத் தீர்க்கப் பயன்படுத்துவார்.

இவ்வளவு நேரம் பெடோயின்கள் என்ற அரேபிய நிலத்தின் நாடோடி சமூகத்தைப் பற்றிப் பார்த்தோம். இப்போதும் இவர்கள் இருக்கிறார்களா?

முதலாம் உலகப் போரைத் தொடர்ந்து, பெடோயின் பழங்குடியினர் அலைந்து திரிந்த இடங்கள் அரசாங்கங்களின் கட்டுப்பாட்டிற்கு அடிபணிய வேண்டியிருந்தது. இது பெடோயின்களின் உள் சண்டை மற்றும் வெளியூர்க் கிராமங்களைத் தாக்குவது போன்ற செயல்களிலிருந்து அவர்களைத் தடுத்தது. அவர்களும் மற்ற ஊர் மக்கள் போல் இருக்க, பல சட்டதிட்டங்கள் வகுக்கப்பட்டன. முக்கியமாக எண்ணெய்க் கண்டுபிடிப்புக்குப் பின் அவர்கள் கூடாரங்கள் வீடுகளாக மாறின. பேரீச்சமும் ஒட்டகப் பாலும் மட்டுமே இருந்த தட்டுகளில் பலவிதமான உணவுகள் வந்தன.

இன்று மத்தியக் கிழக்கில் வாழும் நாடோடி பெடோயின்களின் எண்ணிக்கையைக் கண்டறிவது கடினம். ஆனால் அவர்கள் இருக்கும் நாடுகளில் உள்ள மொத்த மக்கள்தொகையில் ஒரு சிறிய பகுதியினர் மட்டுமே உள்ளனர் என்பது பொதுவாகப் புரிந்துகொள்ளப்படுகிறது.

பெடோயின் மக்களின் வாழ்க்கை முறையின் தூய்மையின் காரணமாக 'சிறந்த அரேபியர்களாக' அரபுக் கலாசாரத்தில் இன்றும் வாழ்ந்துகொண்டு வருகிறார்கள்.

7. பனி யாஸ்

அரேபிய நிலத்தில் நீண்ட வகிடு ஒன்று எடுத்தால் வடக்கு அரேபியா தெற்கு அரேபியா என்று இரண்டு வகையான மக்கள் கிடைப்பார்கள். தென்னிந்திய மற்றும் வடஇந்திய மக்களிடத்தில் நிறம் குணம் வேறுபாடு எந்தளவுக்கு இருக்கின்றனவோ அதைவிடக் கொஞ்சம் தூக்கலாக இவர்களிடையேயும் இருந்தன.

இஸ்லாம் வருவதற்கு முன்பிருந்தே அவ்வப்போது இரண்டு நில மக்கள் இடையில் வாய்க்கால் தகராறு நடந்துகொண்டிருந்தது. அரேபியர்கள் நேரம் போக்க அல்லது அவர்கள் குலத்தின் பெருமையைக் காட்ட சண்டையிட்டுக்கொண்டிருந்தார்கள் என்று முன்பே பார்த்து இருக்கிறோம்.

ஆதி காலத்திலிருந்த பழங்குடியினர் ஒன்றிரண்டாகவோ அல்லது அதற்கும் மேற்பட்ட குழுக்களாகவோ சேர்ந்தும் இருந்திருக்கிறார்கள். அப்படி வாழ்ந்த சில குழுக்களின் மூதாதையராகக் கருதப்படுபவர் நிசார் பின் மயித் பின் அட்னான். அவர் வடக்கு அரேபியர். வடக்கு அரேபியர்களுக்கும் தெற்கு அரேபியர்களுக்குமிடையில் திருமணங்கள் நடந்திருக்கின்றன. இஸ்லாம் பரவியதற்கு முன்பும் இது நடந்திருக்கிறது. இப்படியாக நிசார் பின் மயித் பின் அட்னான் தெற்கு அரேபியர்களுக்கும் மூதாதையராக இருக்கிறார். இங்கு நாம் நிசார் அவர்களை விட்டுவிடலாம்.

தெற்கு அரேபியாவின் மிகவும் உயர்ந்த பழங்குடியினரில் பானி யாஸ் ஒன்றாகும். நிசார் பின் மயித் பின் அட்னான் கோத்திரத்தில் இருந்து வந்த யாஸ் பின் அமர் என்பவரிடமிருந்து இது ஆரம்பமாகியுள்ளது. பானி யாஸ் என்பது ஒரு பழங்குடி மட்டும் அல்ல. அதில் பல பிரிவுக் குழுக்கள் இருக்கின்றன. கிட்டத்தட்ட இருபது வெவ்வேறு குழுக்கள் பானியாஸ் என்ற ஒரு குடைக்குக் கீழ் வருவார்கள். இன்று மத்தியக் கிழக்கில் சக்கைப்போடு போட்டுக் கொண்டிருப்பவர்கள் பானி யாஸ் சமூகம்தான்.

இன்றைய ஓமான் மற்றும் அபு தாபியின் எல்லையில் புராமி என்ற சோலை *(oasis)* இருந்தது. இது நம்மூர்ச் சோலைகள் போல் அல்ல. பாலைவனச் சோலை. அதாவது வறண்டு கிடக்கும் பாலைவனத்தின் மத்தியில் குளம், செடி என்று குளுகுளு என்று இருக்கும். புராமி சோலையில் பானி யாஸ் சமூகத்தைச் சேர்ந்த பல குழுக்கள் வாழ்ந்து வந்தார்கள். பானி யாஸ் என்றாலே மிக வலிமையான குழு. சண்டை போடுவதில் மட்டும் அல்ல, மற்றவர்களுக்குப் பாதுகாப்பு கொடுப்பதிலும் விசுவாசமாக இருப்பது இவர்களின் தனிச் சிறப்பு.

இவர்கள் ஆதியில், இன்றைய அபுதாபியில் இருக்கும் லிவா சோலையில் வாழ்ந்து வந்தார்கள். பானி யாஸின் பழங்குடியான அல் பு ஃபலாஹ் குளிர்காலத்தில் தங்கள் ஒட்டகங்களுடன் பாலைவனத்தில் கழித்தனர். மேலும் அவர்களில் பலர் கோடையில் மற்ற பங்காளிக் குழுக்களுடன் சேர்ந்து படகுகளில் முத்து குளிக்கச் சென்றார்கள். அல் பு ஃபலாஹ் குழு புரைமி சோலையில் முதன்முதலில் சொத்துக்களைச் சேர்க்க ஆரம்பித்தது. இன்றும் உலகெங்கும் இவர்கள் பல சொத்துக்களை வாங்கி வருகிறார்கள். பானி யாஸில் மிகவும் மதிக்கப்படும் அல் பு ஃபலாஹ்*(Al Bu Falah)* பிரிவின் ஒரு பகுதியான அல் மக்தூம் குடும்பம் இன்றுவரை துபாயை ஆட்சி செய்து வருகிறது.

மக்தூம் நில மக்கள் தங்கள் தலைவர்களின் தலைமையில் நிம்மதியடைந்தார்கள். அதைப் போலவே வெளியுலகத்துடன் வர்த்தகம் செய்வதற்கான ஒப்பந்தங்களில் அவர்களிடம் எந்த ஒளிவுமறைவும் இருந்ததில்லை.

பானி யாஸ் பழங்குடியினரில் பெடோயின்களும் இருந்தார்கள். ருமைதாத் *(Rumaithath)* குழுவும் அல் பு மஹைர் *(Al bu Mahair)*

குழுவும் மீன் பிடித்தல் மற்றும் முத்து எடுக்கும் தொழில்களில் ஈடுபட்டு வந்தார்கள். லிவா சோலையில் குடியேறிய மிகப் பெரிய பழங்குடியினராக குபைசாத் *(Qubaisayat)* பிரிவினர் இருந்தார்கள். அவர்களோடு பானி யாஸின் முக்கிய பெடோயின் பிரிவான மஸ்ருய் *(Mazrui)* உறுப்பினர்களும் லிவாவின் குடியிருப்புகளில் வாழ்ந்தனர். அவர்களும் தங்கள் வாழ்வாதாரத்திற்கு ஒட்டகங்களை மேய்த்து வந்தார்கள். ஹவாமில் போன்ற சில பழங்குடியினர் சிறிய கால்நடைகளை வளர்த்து வந்தார்கள். இப்படி லிவா சோலைவனத்தில் பல குழுக்கள் சேர்ந்து வாழ்ந்து வந்தார்கள்.

முக்கியமாக அல் பு முஹைர் பிரிவின் துணைப் பிரிவான அல் மிஷாகின் துபாயில் பரவலாக இருந்தார்கள். இது பெடோயின் குடும்பங்களின் சிறிய குழுவாகும். அனைவரும் தனித்தனியாக லிவா சோலையில் வாழ்ந்து வந்திருக்கிறார்கள். ஒருவருக்கொருவர் தொழிலில் உதவி செய்ய ஆரம்பித்து இருக்கிறார்கள். ஒரு பிரிவின் ஒட்டகங்களை மற்றக் குழு பராமரித்து வந்துள்ளது. படகு இல்லாதவர்களுக்கு வேறுவிதமான வேலைகள் தந்து உதவி இருக்கிறார்கள். மேலும் ஒன்றுகூடி வாழக் குழுக்களுக்கிடையே திருமணங்கள் நடந்து இருக்கின்றன.

பானி யாஸின் பெரும்பாலான குடும்பங்கள் அபுதாபி நகரத்தில் நிரந்தரமாக வசித்து வந்திருக்கிறார்கள். இதனால் எல்லாப் பிரிவினரும் எல்லா நேரங்களிலும் எளிதாக ஒன்று கூடியிருக்கிறார்கள். அதுமட்டுமில்லை... பானி யாஸ் மக்களும் அவர்கள் முன்னோர்களைப் போலவே, பெருந்தன்மை, விருந்தோம்பல் மற்றும் வீரம் ஆகியவற்றிற்கும் புகழ் பெற்றவர்கள்.

பானி யாஸ் பழங்குடியினர் இலக்கியக் கலைகளில் கவிதைகளுக்காக நன்கு அறியப்பட்டவர்கள். இந்தப் புத்தகம் முழுக்க இன்றைய பானி யாஸ் பற்றித்தான் பார்க்கப் போகிறோம். அதற்கு முன் அவர்களுடைய கவித்திறமை எப்படிப்பட்டது என்பதைத் தெரிந்து கொள்ளலாம்.

16–ஆம் நூற்றாண்டிலிருந்து மத்தியக் கிழக்கில் நபதி வகைக் கவிதைகள் அரேபியர்கள் வாழ்க்கையின் ஒரு அம்சமாக இருந்து வருகிறது. சில காலங்களின் வரலாற்று நிகழ்வுகளின் பதிவாக, இந்தக் கவிதை மட்டுமே இருந்தது. வரலாற்றாசிரியர்கள் சில பண்டைய நிகழ்வுகளை இந்தக் கவிதைகளை வைத்துத் தெரிந்து

கொண்டார்கள். ஏனெனில் நபதி கவிதைகள் தலைமுறை தலைமுறையாக எழுதப்படுகின்றன.

நபதி கவிதைகள் வளைகுடாவாசிகளின் இயல்பான படைப்பாற்றலைக் காட்டுகின்றன மற்றும் அந்த நிலத்தின் வேர்களைப் பிரதிபலிக்கின்றன. அவர்களின் அன்றாடப் பேச்சுவழக்கு. வலுவான பேச்சுவழக்கிலிருந்தும் கிளாசிக்கல் அரபியிலிருந்தும் சற்றே மாறுபட்டது.

நபதி கவிதை ‘மக்கள் கவிதை’ மற்றும் ‘பெடோயின் கவிதை’ என்றும் சொல்லலாம். இன்று துபாயை ஆண்டுகொண்டிருக்கும் ஹிஸ் ஹைனஸ் ஷேக் முகமது அல் மக்தூம் தனது சிறிய வயதில் புனைபெயரில் நபதி கவிதைகள் எழுதிப் பரிசுகள் வாங்கியிருக்கிறார். ‘அரசர் பரிசு வாங்குவதெல்லாம் பெரிய விஷயமா?’ என்று நீங்கள் கேட்கலாம். அரசர் என்ற அடையாளம் எதுவும் இல்லாமல் கவிதை நிஜத்தில் நன்றாக இருக்கிறதா என்று பார்க்க அவர் புனைபெயரில் எழுதியதாக அவர் புத்தகத்தில் பதிவு செய்து இருக்கிறார். இதைவைத்து அரசர் போன்ற மேல்குடி மக்களால் மட்டுமே நபதி எழுதப்படுகிறது என்று நினைத்துவிட வேண்டாம். இதன் எளிமைத் தன்மை பலரைக் கவிஞர்களாக மாற்றியுள்ளது. அரசாங்கமே நபதிக் கவிஞர்களைப் பாராட்டிச் சீராட்டி கலாசாரத்தைப் போற்றி வருகிறது. கவிதையும் அரேபியர்களும் ஒன்றுக்குள் ஒன்று என்பதை உணர்த்த இவ்வளவு சொல்ல வேண்டியதாயிற்று.

8. பதினெட்டாம் நூற்றாண்டு

பதினெட்டாம் நூற்றாண்டின் நடுப்பகுதியில் கீழ்வளைகுடாவின் நுழைவாயிலில் நாம் முன்பு பார்த்த சதுப்பு நிலம் மீனவ கிராமமாக மாறி இருந்தது. கடலில் இருந்து பாலைவன மணலில் நடந்தால் மக்கள் தெரிய ஆரம்பிப்பார்கள். மீன் கூடைகளையும் வலைகளையும் கரை நெடுகப் பார்க்கலாம்.

ஆண்கள் கந்தூரா *(kandura)* என்று சொல்லப்படும் நீல அங்கியை அணிந்து இருந்தார்கள். வீசும் மணல் காற்றில் இருந்து முகத்தைப் பாதுகாத்துக் கொள்ள குத்ரா*(Ghutra)*வைத் தலையில் போட்டுக் கொண்டார்கள். குத்ரா என்றால் தலையில் போடும் துணி. அது பறக்காமல் இருக்க கறுப்பு நிறத்தில் வட்டமான வடிவில் சணலால் பின்னி இருக்கும் அகலை *(Agal)* வைத்துக்கொண்டார்கள். அடிக்கும் வெயிலுக்கும் பதறவைக்கும் பாலைவனக் குளிரில் இருந்து தப்பிக்கவுமே நீல அங்கியைத் தேர்ந்தெடுத்திருக்க வேண்டும்.

பெண்களும் அதேபோல் நீள அங்கியை அணிந்து தலையையும் துணியால் மூடிக்கொண்டார்கள். இதற்கு அபாயா என்று பெயர். கந்தூராவைவிட இந்த உடை நமக்கு அதிகம் பரிச்சயமானதுதான்.

கடற்கரையில் இருந்த மக்களைக் கடந்து, ஊர் நோக்கி நடந்தால் மணலாலான இரண்டு கோட்டைகளைக் காணலாம். ஆனால் கோட்டையென்று சொன்னவுடன் பெரிதாக நினைக்க வேண்டாம்.

அப்பொழுது அங்கு இருந்த வீடுகளுடன் ஒப்பிடுகையில் பெரியது, அவ்வளவே. அந்தக் காவல் கோபுரங்கள் போர்த்துக்கீசியர் காலத்தில் கட்டப்பட்டன. பாலைவனத்தில் குத்திய குண்டூசியைப் போல் பேரீச்சை மரங்கள் பார்க்குமிடமெல்லாம் தெரிந்தன.

இன்றைய ஐக்கிய அரபு எமிரேட்ஸில் ஆட்சி செய்யும் பானி யாஸ் பழங்குடி மற்றும் அல் குவாசிம் குடும்பத்தின் தோற்றம் ஓரளவு தெளிவாக உள்ளது. பானி யாஸ் மத்திய அரேபியாவில் தோன்றி 1700–இல் அபுதாபியின் கடற்கரையில் தங்களை நிலைநிறுத்திக் கொண்டார்கள்; பின்னர் அவர்கள் தங்கள் செல்வாக்கைத் துபாய் வரை நீட்டினர்.

துபாயின் பதிவு செய்யப்பட்ட வரலாறு 1800–ஆம் ஆண்டு தொடங்குகிறது. பின்னர், அதன் பவளக் கோட்டையுடன் கூடிய சிறிய நகரம் ஓமானுடன் தொடர்புடையதாக இருந்தது. அது தொலைதூரப் பாரசீக வளைகுடாவில் ஒரு புறக்காவல் நிலையமாக இருந்தது. ஆனால் எந்த அங்கீகரிக்கப்பட்ட மாநிலத்தின் பகுதியாகவும் இருக்கவில்லை. கரையில் இருந்தது குடிசைகள் என்றால் ஊருக்குள் சின்ன மண் வீடுகளும் கொஞ்சம் பெரிய வீடுகளும் இருந்தன. அந்தப் பெரிய வீடுகள் ஷேக்குகளின் வீடாக இருந்தன.

அந்த மீனவ கிராமத்தைச் சுற்றிச் சில பழங்குடியினர் ஆட்சி செய்து வந்தார்கள். இன்று நாம் குறிப்பிடும் ஐக்கிய அமீரகம் என்பது ஏழு வெவ்வேறு ஆட்சியாளர்களின் சங்கமம். அபுதாபி (Abudhabi), துபாய் (Dubai), ஷார்ஜா (Sharjah), ராஸல் கைமா (Ras-Al-khaima), உம் அல் குயின் (Um Al Quwain), அஜ்மான் (Ajman), புஜேரா (Fujairah). ஆனால் நாம் பார்க்கும் பதினெட்டாம் நூற்றாண்டில் இவர்களில் சிலர் மட்டுமே இருந்தார்கள்.

எப்படி இவர்கள் ஒன்று சேர்ந்தார்கள் என்பது வேறு கதை. அதைப் பற்றி ஒரு அத்தியாயமே இருக்கிறது. ஆகையால் இப்பொழுதைக்கு இந்தத் தகவலை மட்டும் நினைவில் வைத்துக் கொள்ளுங்கள்.

அபுதாபியில் உள்ள ஐக்கிய அரபு எமிரேட்ஸின் கூட்டாட்சி அரசாங்கத்தில் இப்போதிருப்பது போல, மத்திய அதிகாரம் எதுவும் அப்பொழுது இல்லை. ஷேக்டாம்களின் எல்லைகளை வரையறுக்கும் எல்லைகள் எதுவும் இல்லை. மாறாக, பிரதேசம்

பழங்குடித் தலைவர்கள் மற்றும் அவர்கள் கட்டுப்படுத்தக்கூடிய பகுதிகளை அடிப்படையாகக் கொண்டிருந்தது.

பானி யாஸ் பழங்குடியினரின் பரந்த பகுதியின் வடகிழக்கு நங்கூரமாக துபாய் இருந்தது. பானி யாஸின் பழங்குடியான அல் பு ஃபலாஹ் பழங்குடியைச் சேர்ந்த அல் நஹ்யான் குடும்பத்தைச் சேர்ந்த ஷேக் ஷக்புத் பின் தியாப் ஆட்சி செய்து வந்தார். அவர்கள் செல்வாக்கு கரையோரம் இருக்கும் இடங்கள் மற்றும் மேற்கு கத்தார் வரை இருந்திருக்கிறது. அப்படியே துபாய், அபுதாபியின் கட்டுப்பாட்டில் இருந்தது. அதே நேரத்தில் துபாய் இன்னொரு பக்கம் குவாசிம் குலத்தின் எல்லையில் இருந்தது. அதாவது இந்தப் பக்கம் அபுதாபி அந்தப் பக்கம் இன்றைய ஷார்ஜா. நிற்க! பெயர்கள் படித்தவுடன் சிறிய தலைச்சுற்றல் வந்திருக்கும். ஒன்றை ஞாபகம் வைத்துக்கொள்ளுங்கள். அல் நஹ்யான் அபுதாபி அரச குடும்பத்தின் பெயர். அல் குவாவிசிம் இன்றைய ஷார்ஜா அரச குடும்பத்தின் பெயர். அல் மக்தூம் துபாய். இப்ப மேலே படிக்கலாம்.

அபுதாபியைத் தலைநகரமாகக் கொண்ட அல் நஹ்யான் ஓமானியக் கூட்டத்துடன் சேர்ந்து, இன்னொரு குலம் அதாவது இன்றைய ராஸல் கைமா இடத்தில் ஆட்சி செய்துகொண்டிருந்த அல் குவாசிம் *(al Quwasim)* பழங்குடியினரை எதிர்த்து வந்தனர். கடல் பகுதியில் ஆதிக்கம் செலுத்துவதற்கான போராட்டம் அது.

குவாசிமின் செல்வாக்கும் கொஞ்சநஞ்சமானதில்லை. அல் குவாசிம் இஸ்லாமுக்கு முந்தைய காலத்திலிருந்து வளைகுடாவில், வணிகம், முத்து போன்ற வணிகங்களில் ஈடுபட்டதாகவும் வரலாற்றுச் சான்றுகள் குறிப்பிடுகின்றன. இன்றைய ஓமன் நாட்டில் உள்ள மிக அழகான இடமான முசண்டம் *(Musandam)* வரை அவர்களின் ஆதிக்கம் இருந்துள்ளது. அவர்கள் வலுவானவர்கள் என்பதற்கு ஆதாரமாக லிங்க் மற்றும் அல்- மஹ்ரா துறைமுகங்கள் இருந்தன. இவர்களின் ஆதிக்கம் இன்னொரு பக்கம் துபாயிலிருந்து சில மைல்கள் தொலைவில் இருக்கும் ஷார்ஜா வரை இருந்தது. குவாசிம் குடும்பங்கள் மிகவும் சக்திவாய்ந்த குடும்பங்களாக இருந்தன. அவர்களின் நகரங்கள் மிகப் பெரியவை. துபாய் மற்றும் அபுதாபியின் பானி யாஸ் குடியிருப்புகளை விடவும் பெரிதாக இருந்துள்ளன.

குவாசிம்கள் கிட்டத்தட்ட ஆயிரம் கப்பல்கள் மற்றும் படகுகளை வைத்திருந்தார்கள். ராஸ் அல்-கைமா, ஷார்ஜா மற்றும் துபாயின் வடக்கே உள்ள மற்ற துறைமுகங்கள் மற்றும் இப்போது ஈரானில் உள்ள பந்தர் லெங்கே ஆகியவற்றில் இருபதாயிரம் பேரைக் கொண்ட தளமாக இருந்தது. அவர்களின் கப்பல்கள் கிழக்கு ஆப்பிரிக்கா, இந்தியா மற்றும் வளைகுடா முழுவதும் உள்ள துறைமுகங்களுக்குப் பொருட்களைக் கொண்டு சென்றன.

துபாய் என்ற சின்ன நிலப்பகுதி ஒரு பக்கம் குவாசிம் ஆட்சிக்கும் மறுபக்கம் அல் நஹ்யான் ஆட்சிக்கு நடுவில் இருந்தது. அவர்கள் இருவரும் சண்டையிட்டுக்கொள்ள இதுவும் ஒரு காரணமாக இருந்திருக்கிறது. துபாய் மக்தூம் தலைவர்களின் முயற்சியால் காப்பாற்றப்பட்டுக் கொண்டிருந்தது.

௯. கிழக்கிந்தியக் கம்பெனி மற்றும் குவாசிம்

1800-களின் முற்பகுதியில், பாரசீக வளைகுடாவின் வளர்ச்சி ஐரோப்பியர்கள் மற்றும் ஒட்டோமான்களை அச்சுறுத்தத் தொடங்கியது. குறிப்பாக, பிரிட்டனுக்கு வயிற்றில் புளி கரைக்க ஆரம்பித்தது. எல்லாம் காரணமாகத்தான். பிரிட்டிஷ், இந்தியாவை ஆட்சி செய்துகொண்டிருந்த காலம் அது. 1750-களில் இந்தியாவின் வர்த்தகத்தில் பிரான்ஸ் கோலோச்சி இருந்தது. பிரான்ஸின் வர்த்தக நிலையங்களான வங்காளம், பீகார் மற்றும ஓரிசாவை பிரிட்டன் கைப்பற்றியது.

கைப்பற்றிய இடங்களில் ராணுவத்தை உயர்த்தும் பிராந்தியச் சக்தியாக மாறியது. பம்பாய்க்கும், பாஸ்ராவுக்கும் இடையே அதிக லாபம் தரும் கடல் பாதைகளை நிறுவி வர்த்தகம் செய்ய ஆரம்பித்தது. இந்தியாவில் இருந்து மற்ற இடங்களுக்குச் செல்வதைவிட வளைகுடா அரபிக் கடற்கரை சில நூறு மைல்கள் தொலைவில் இருந்தது. அந்த நாட்களில், வளைகுடா கடற்கொள்ளையர்களையும், அலைந்து திரியும் வஹாபி வீரர்களையும் சமாளிப்பது வெள்ளைக்காரர்களுக்குப் பெரும் பாடாக இருந்தது.

வஹாபி முஸ்லிம்கள் என்றால் வானத்தில் இருந்து வந்தவர்கள் என்று நினைக்க வேண்டாம். அவர்கள் மத அடிப்படைவாத நம்பிக்கைகளைக் கொண்டிருந்தார்கள். அதாவது வஹாபிகள் ஆங்கிலேயர்களுக்கும் அவர்களுடன் நட்புறவு கொண்ட முஸ்லிம்களுக்கும் தலைவலியானார்கள். இதற்கிடையில் சிலர் ஏற்கனவே வளைகுடாவிற்குள் தங்கள் கூடாரங்களைப் போட ஆரம்பித்து இருந்தார்கள்.

ஒட்டோமான்களிடம் ஈராக் இருந்தது. வளைகுடாத் துறைமுகமான பாஸ்ரா உட்பட, இப்போது இருக்கும் சவுதி அரேபியாவின் சில பகுதிகளும் அவர்களுக்குக் கீழ் இருந்தன. இந்தியாவிற்கு லாபகரமான வர்த்தகம் அமைய வேண்டும் என்றால், கடல் வழியைக் கட்டுப்படுத்த வேண்டும். அதைச் செய்யாமல் லாபகரம் மட்டுமில்லை, வர்த்தகம் செய்வதும் கடினம் என்பதை பிரிட்டன் உணர்ந்தது.

அதனடிப்படையில் கிழக்கிந்தியக் கம்பெனி தங்களுடைய முதல் பெரிய நகர்வை மேற்கொண்டது. இது வளைகுடாத் துறைமுகங்களுக்குப் புதிய வர்த்தக வழிகளை அறிமுகப்படுத்தியது. கீழ் வளைகுடாவில் அதாவது மேலே பார்த்த துபாய், அபுதாபி, குவாசிம் கோட்டையில் ஆட்சி நிறுவ வேண்டும் என்று எந்த எண்ணமும் பிரிட்டிஷுக்கு இல்லை. இந்தியாவிற்கும் லண்டனுக்கும் போகும் கப்பல்கள் பத்திரமாகப் போக வேண்டும். அவ்வளவே.

இதற்காக பெர்சியாவுடன் பிரிட்டிஷார் ஒப்பந்தம் போட்டார்கள். அதில் கப்பல் வடக்கு எல்லைகளில் பாதுகாப்பாகச் செல்ல வேண்டும் என்பதுதான் அடிநாதம். ஆனால் பெர்சியாவிற்கு குவாசிம் முன் மல்லுக்கு நிற்க விருப்பமில்லை. ஆள் யாரென்று தெரிந்து, ஆடவேண்டாம் என்பதைப் பெர்சியர்கள் நன்றாகப் புரிந்து வைத்து இருந்தார்கள். வளைகுடாவில் மிகச் சிறந்த மாலுமிகள் என்று பழங்காலத்திலிருந்தே குவாசிம் மக்களின் பேர் இருந்தது. அதிலும் சிலர் கடற்கொள்ளையில் ஈடுபடும் மாலுமிகளாக இருந்தார்கள். குவாசிம்க்கும் பிரிட்டிஷாருக்கும் இடையே ஆட்டம் ஆரம்பமானது.

இந்தியாவிலிருந்து செல்லும் கப்பல் வர்த்தக ரசீதுகள் குறைந்து வருவதை கிழக்கிந்தியக் கம்பெனி கண்டுபிடித்தது.

இவர்களைச் சும்மா விடக்கூடாது என்று முடிவு செய்து முதலில் ஒட்டுமொத்த 'கடற்கொள்ளையர் கடத்தல்' பற்றிய ஆதாரங்களைச் சேர்க்கத் தொடங்கியது. காலப்போக்கில், பாம்பேயிலிருந்து லண்டனுக்கு நூற்றுக்கணக்கான கடிதங்கள் அனுப்பப்பட்டன. அவற்றில் பெரும்பாலானவை பிரிட்டிஷ் இந்திய வர்த்தகக் கப்பல்கள் சேதமடைந்த அல்லது காணாமல் போன அனைத்து நிகழ்வுகளுக்கும் குவாசிம்தான் பொறுப்பு என்று முடித்திருந்தார்கள். அதன் விளைவாகக் கீழ் வளைகுடா பேரரசு முழுவதும் 'பைரேட் கோஸ்ட்' என்று குறிப்பிடப்பட்டது.

பயங்கரமான சூழ்ச்சியில் கடல்கொள்ளையர்கள் ஈடுபட்டார்கள். இதுவரை பொருள்களைக் கொள்ளையடித்துக்கொண்டிருந்த வர்கள், துணிந்து கொலை செய்தார்கள். 1805-ஆம் ஆண்டில், பாஸ்ராவில் உள்ள பிரிட்டிஷ் அரசியல் குடியிருப்பாளருக்குச் சொந்தமான இரண்டு கப்பல்களில் கடற்கொள்ளையர்கள் புகுந்தார்கள். புகுந்தவர்கள் சுற்றி வேடிக்கை பார்க்கவில்லை. பெரும்பாலான பணியாளர்களை வெட்டிக் கொன்றார்கள். கப்பல் கேப்டன்களில் ஒருவரின் கையை வெட்டினார்கள். கடத்தப்பட்ட கப்பல்களைக் கொள்ளையர் கப்பல்களாக மாற்றினார்கள்.

படுகாயமடைந்த தளபதி தனது கைக்குட்டையை நெய்ப் பானையில் திணித்து காயத்தைக் காயவைத்து தமது உயிரைக் காப்பாற்றிக் கொண்டார் என்று வரலாற்று ஆசிரியர்கள் குறிப்பிடுகிறார்கள். முக்கியமான தகவல்களை விட்டுவிட்டு அவர் நெய்ப் பானையில் எப்படிக் கையை விட்டார் என்று ஆராயாமல் அடுத்து என்ன நடந்திருக்கும் என்று பார்க்கலாம்.

இந்தக் களேபரத்துக்குப் பின் கிழக்கிந்தியக் கம்பெனி சும்மா இருக்குமா? ஒன்றிரண்டு விஷயத்தை நாங்கள்தான் செய்தோம் என்று பொறுப்பேற்ற குவாசிம் தலையில் எல்லாப் பழி மூட்டைகளையும் சுமத்தியது. வளைகுடா கடற்கொள்ளையின் பெரும்பகுதி பாரசீகப் பேரரசின் அராஜகச் சிதைவிலிருந்து உருவானது. ஆனால் இந்த உண்மையை ஒப்புக்கொண்டால் அப்புறம் எப்படி குவாசிமைப் பழிவாங்குவது? ஆகையால் கொடுத்த ஆதாரங்களைப் புறக்கணித்தது.

1809-இல், ஆங்கிலேயர்கள் குவாசிம் அதிகாரத்தின் இடமான ராஸ் அல்-கைமாவைத் தாக்கினார்கள். அது பெரிதாக எடுபடவில்லை.

1816-ஆம் ஆண்டில், பிரிட்டிஷ் போர்க் கப்பல்களின் ஒரு கடற்படை மீண்டும் ராஸ் அல்-கைமாவில் நிறுத்தப்பட்டு, நகரத்தின் மீது குண்டு வீசியது. ஷெல் தாக்குதல் மிகவும் பயனற்றதாக இருந்தது. 'என்னடா இவங்க பூச்சாண்டி காட்றாங்க' என்று ராஸ் அல் கைமா மக்கள் கேலி செய்தார்கள். ஆங்கிலேயர்கள் புறப்படுவதற்கு நங்கூரத்தை எடுத்தபோது, நகரவாசிகள் கரையில் வெற்றி நடனம் மூலம் அவர்களைக் கேலி செய்தனர். இது போதாதா, அவர்கள் மீண்டும் வர.

1819-ஆம் ஆண்டில், ஆங்கிலேயர்கள் பலமாகத் திரும்பினார்கள். HMS லிவர்பூல் என்ற போர்க் கப்பலின் தலைமையில் பன்னிரண்டு போர்க் கப்பல்கள் வந்தன. போர்க் கப்பல்களெனில் காலியாகவா வரும்? கப்பல்களில் மூவாயிரம் கடற்படையினர் நிரம்பியிருந்தனர். பெரும்பாலும் பிரிட்டிஷாரின் கட்டளையின் கீழ் இந்தியர்கள். நம்மை வைத்து பிரிட்டிஷ்காரர்கள் பொம்மலாட்டம் நடத்தியிருக்கிறார்கள்.

ராஸ் அல்-கைமா மீதான அவர்களின் தாக்குதல் வரலாற்றின் முதல் பெரிய தாக்குதல்களில் ஒன்றாகும். இம்முறை குவாசிம் சண்டையிடத் தயாரானார்கள். ஷார்ஜா கலை அருங்காட்சியகத்தில் இந்தியப் போராளிகளின் கைகளில் ரத்தம் இருந்தது. பிரிட்டிஷ் படையினர் பந்தர் லெங்கே மற்றும் ஷார்ஜாவில் உள்ள குவாசிம் கோட்டைகளை அடித்து நொறுக்கினர். ராஸ்-அல்-கைமா கடற்கரையில், பிரிட்டிஷ் ராணுவப் படை தரையிறங்கியது. அதே நேரத்தில் ராயல் கடற்படை கோட்டைகளின் சுவர்களில் ஷெல் வீசியது.

அருகிலுள்ள ஜாயா மற்றும் லிங்கத் துறைமுகம் உட்பட சந்தேகத்திற்குரிய கடற்கொள்ளையர்களின் பிற தளங்கள் மீதும் ஒரே நேரத்தில் தாக்குதல்கள் தொடங்கப்பட்டன. பிந்தையது அதாவது லிங் தவறுதலாகத் தாக்கப்பட்டதால், பிரிட்டன் பின்னர் லிங்காவின் ஆட்சியாளர்களுக்குச் சேதங்களுக்கான இழப்பீடு வழங்கியதாகத் தெரிகிறது. உம் அல்-குவைன், அஜ்மான் மற்றும் இறுதியாக ஷார்ஜாவில் உள்ள கரையோரத் தளங்கள் துடைத்தெறியப்பட்டன. மேலும் பல மணிநேர கைப் போருக்குப் பிறகு குவாசிம் ஷேக்குகள் சரணடைந்து சமாதான ஒப்பந்தப்

பேச்சுவார்த்தைகளில் ஈடுபட்டனர். ஷார்ஜா வரை வந்த படை அதற்கு மேல் செல்லவில்லை.

ஷார்ஜாவிற்கு அடுத்து இருந்த துபாய் எந்தச் சேதமும் இல்லாமல் தப்பித்தது. பிரிட்டிஷ் இராணுவ உறுப்பினர்கள் ஷார்ஜாவிற்கு அப்பால் ஆய்வு செய்தபோது, அவர்கள் துபாயின் பானி யாஸ் கவர்னரான ஷேக் முஹம்மது பின் ஹஸ்ஸா அல்-நஹ்யானை சமாதானமாகச் சந்தித்ததாகவும், உடனடியாக அவரது மாமா ஷேக் சயீத் பின் சைஃப் அல்-நஹ்யானுடன் சமாதான ஒப்பந்தத்தில் கையெழுத்திட்டதாகவும் கூறப்படுகிறது.

எனவே, துபாயைப் பொறுத்தவரை, வளைகுடாவில் பிரிட்டிஷ் சக்தியின் வருகை ஒரு நேர்மறையான வளர்ச்சியாகும் என்று நம்பினார்கள். துபாய் புதிய வெளிப்புறச் சக்தியுடன் ஒரு ஆக்கபூர்வமான உறவைத் தொடங்கக் காத்துக்கொண்டிருந்தது.

10. ஷேக்டம்கள் (ராஜியம்)

அந்தச் சமயத்தில் அபுதாபியின் தலைவர்கள் மற்றும் பெரிய பானி யாஸுக்குள் ஒரு பிளவு ஏற்பட்டது. அப்பொழுது அபுதாபியை ஆட்சி செய்துகொண்டிருந்த ஷேக் ஷக்புத் பின் தியாப் அல்-நஹ்யான் அவரது மூத்த மகன்களான ஷேக் முஹம்மது பின் ஷக்புத் அல்-நஹ்யானுக்கு முதலில் மகுடம் சூட்டி அழகு பார்த்தார். அதற்குப் பின்னர் மிகவும் பிரபலமான மற்றும் அழகனான ஷேக் தஹ்னுன் பின் ஷக்புத் அல்-நஹ்யானுக்கும் நீண்ட காலமாக அதிகாரம் வழங்கப்பட்டது.

நிற்க.... அரேபியர்களின் பெயர்கள் சென்னையில் ஆரம்பித்து கேரளாவில் முடியும். ஒரே பெயர்களைப் போல் தெரியும். பெயரில் வரும் 'பின்' என்ற வார்த்தைக்குப் பின் வருவது அவர்களின் அப்பாவின் பெயர். நாம் அப்பாவின் பெயரை ஓர் எழுத்தில் சுருக்கிவிடுகிறோம் ஆனால் இவர்கள் அப்படி அல்ல. இன்னொரு விஷயம் அப்பாவின் பெயருக்குப் பின் எந்தப் பழங்குடியை அல்லது குலத்தைச் சேர்ந்தவர்கள் என்று இருக்கும். வரலாறு என்பதால் சுருக்கித் தர முடியாது. இவர்கள் பெயர்களைச் சுருக்கினால் எல்லாம் ஒன்றுபோலவே இருக்கும் காரணத்தினால் சிரமம் பாராமல் அப்படியே வாசித்துவிடுங்கள். இப்போது நாம் தொடரலாம்.

தஹ்னூன் நமது மணிரத்னம் படத்து ராஜராஜ சோழன் போல மக்களின் பேரன்புக்குரிய ராஜாவாக இருந்திருக்கிறார். ஷேக் ஷக்புத் பின் தியாபுக்கு எத்தனை மனைவிமார்கள் என்று தெரியவில்லை. ஆனால் அத்தனை மனைவிமாருக்கும் பிள்ளைகள் இருந்திருக்கிறார்கள். அப்படித்தான் அவருடைய மற்றைய மகன்கள், ஷேக் கலீஃபா பின் ஷாக்புத் அல்-நஹ்யான் மற்றும் ஷேக் சுல்தான் பின் ஷாக்புத் அல்-நஹ்யான், இருவரும் தஹ்னூனின் அதிகாரத்திற்கு அழுத்தம்தர ஆரம்பித்துள்ளார்கள். இதற்கிடையில் ஷேக் தஹ்னூன் இறந்துவிட்டார். எப்படி இறந்தார்? என்ன ஆனது? என்று தேடினால், ஊருக்குள் பேசும் புரளியைப் போல பல கதைகள் கிடைக்கின்றன. அதில் ஒன்று அவர் கொலை செய்யப்பட்டார் என்பது.

ஷேக் கலீஃபா இறுதியில் தனது தந்தையின் ஆதரவையும் மேலும் பக்கத்தில் இருக்கும் மஸ்கட் சுல்தானிடமிருந்து அங்கீகாரத்தையும் பெற்று ஆட்சிக்கு வருகிறார். இருந்தாலும் மக்கள் மனதில் சிறிது காலத்திற்கு ஷேக் தஹ்னூனின் நினைவுகள் இருந்துகொண்டு தானிருந்தன.

ஷேக் கலீஃபா பதவியேற்ற சில மாதங்களுக்குள், இரண்டு சதிப் புரட்சிகளை அடக்க வேண்டிய கட்டாயம் ஏற்பட்டது. அதில் முதலாவது தஹ்னூனின் சகோதரர்களைச் சமாளிப்பது. அதை ஒரு மாதிரி சமாளித்துக் கொள்ளலாம். ஆனால் இரண்டாவது மிகவும் சிக்கலானது. பல உறவினர்கள், வணிகர்கள் மற்றும் பானி யாஸ் குழுவில் பலமான மக்தும பின் புட்டி உட்பட அனைவரும் ஆட்சியாளருக்கு எதிரும் புதிருமாக நின்றார்கள். அதன் விளைவு அந்த ஆண்டின் கோடையில் அபுதாபியிலிருந்து கிட்டத்தட்ட ஆயிரம் பழங்குடியினர் ஒன்றுகூடினார்கள். பெரும்பாலானவர்கள் பானி யாஸின் குபைசாத் மற்றும் ருமைதி பிரிவுகளைச் சேர்ந்தவர்கள். அபுதாபி ஷேக்டமில் (அரசாட்சியில்) இருக்கும் மக்கள் தொகையில் ஐந்தில் ஒரு பங்கைக் குறிக்கும். அவர்கள் கிளம்பிப் பக்கத்தில் இருக்கும் துபாயில் குடியேறினார்கள்

இவர்கள் மட்டுமின்றி மக்தூம் பழங்குடியினர் சிலர் புரைமி சோலையில் இருந்தார்கள். மக்தூம், அவரது மாமா உபைத் பின் சைத் அல்-ஃபலாசியுடன் சேர்ந்து அவர்களது குழுவைக் கடற்கரைக்கு அழைத்துச் சென்று துபாயில் குடியேறினார். இதன்

மூலம் நகரத்தின் மக்கள் தொகை இரட்டிப்பானது. மாமாவும் மாப்பிள்ளையும் சேர்ந்து துபாயில் கூட்டாட்சி செய்தார்கள். சிறிது காலத்தில் உபைத் பின் இறந்துவிடுகிறார். மக்தூம் ஒரே தலைவரானார். அதன் மூலம் அல்-மக்தூம் வம்சத்தை நிறுவினார். இன்றுவரை துபாயை ஆட்சி செய்பவர்கள் மக்தூம் வம்சாவளியினர்.

மக்தூம் துபாயை ஷேக்டமாக முறைப்படுத்த முயன்றார். அல் மக்தூம் தைரியமாக ஒரு காயை நகர்த்தினார். வயதான ஷக்புத்தின் முத்திரையைப் பயன்படுத்தி கலீஃபாவுக்கு ஒரு கடிதத்தை அனுப்பினார். அதில் ஷக்புத் மற்றும் ஓமனின் ஆட்சியாளர் மக்தூமின் இறையாண்மையை அங்கீகரித்ததாக எழுதப்பட்டு இருந்தது.

சும்மா இருந்த சங்கை ஊதிய கதையாகிப் போனது. கோபமடைந்த கலீஃபா, துபாயை மீண்டும் கைப்பற்றி மக்தூமை அதிகாரத்தில் இருந்து அகற்ற முயன்றார். ஆனால் குவாசிம் ஆட்சியாளர் ஷேக் சுல்தான் பின் சக்ர் அல்-குவாசிமியின் தனிப்பட்ட தலையீட்டால் முறியடிக்கப்பட்டது.

பிரிட்டிஷாரால் வலுவிழந்த போதிலும், அபுதாபியில் இருந்து வந்த சவால்களை எதிர்கொள்ள குவாசிம் இன்னும் தயாராகவே இருந்தனர். அதுமட்டுமில்லாமல் துபாய் ஒரு தன்னாட்சி மாநிலமாகச் செயல்படுவதையே குவாசிம் விரும்பினர்.

புதிதாகப் பெற்ற இந்தச் சுதந்திரத்தை எப்படியாவது பாதுகாக்க வேண்டும் என்று மக்தூம் முடிவு செய்தார். உடனடியாகத் துபாயின் பாதுகாப்பை மேம்படுத்தத் தொடங்கினார். புதிய நகரச் சுவர்கள் கட்டப்பட்டன. சமீபத்திய தொல்பொருள் அகழ்வாராய்ச்சிகள் உறுதிப்படுத்தியபடி, சிற்றோடையின் நுழைவாயிலில் புதிய காவல் கோபுரங்கள் கட்டப்பட்டன.

1820-களின் பிற்பகுதியில், பிரிட்டனின் மிக மூத்த அரசியல் பிரதிநிதி ஒருவர் கீழ் வளைகுடாவிற்குத் தமது முதல் வருகையை மேற்கொண்டார். அப்பொழுது துபாய் கவர்னர் கோட்டையைச் சுற்றி ஆயிரத்து இருநூறு வீடுகள் இருந்தன. ஊருக்குள் நுழையும் போது முக்கிய வழித்தடங்களைப் பீரங்கிகள் பாதுகாத்தன என்று வரலாற்று ஆசிரியர் கிரிஸ்டோபர் தனது நூலில் குறிப்பிட்டுள்ளார்.

அதன் பயனாக, வந்த பிரிட்டன் அதிகாரி, தனது அறிக்கைகளில் துபாயில் அதிகாரபூர்வ வர்த்தகக் கிளையை உருவாக்குவோம் என்று உறுதியளித்தார்.

புதிய அல்-மக்தூம் ஷேக்குகள் விரைவில் சாதுரியமான பேச்சுவார்த்தையாளர்களாகவும் பிராந்தியக் கூட்டணிகளின் எஜமானர்களாகவும் உருவெடுத்தார்கள். தங்கள் வலப்பக்கம் இருக்கும் குவாசிமுக்கும் இடப்பக்கம் இருக்கும் அல் நஹ்யானுக்கும் இடையே அவ்வப்போது சமாதானப் பேச்சுவார்த்தைகள் நடத்த ஆரம்பித்தார்கள். இப்படிச் செய்வதன் மூலம் பெரிய தாக்குதல்களைத் தடுக்க முடிந்தது. ஆனால் சிறிது காலம் மட்டுமே எல்லாம் சுபமாகச் சென்றது. பழைய நிலைக்கு குவாசிம் மற்றும் அல் நஹ்யான் திரும்பினார்கள்.

1830-களின் பிற்பகுதியில் குவாசிம்-அபுதாபி பதற்றம் பழங்குடிப் போராக வெடித்தது. ‘அடித்துக் கொள்ளாதீங்க, ரெண்டு பேரும் நல்லவர்கள் வல்லவர்கள்’ என்று இரண்டு பக்கமும் நடுநிலைமையாக துபாய் நின்றது. அப்படிச் செய்வதால் இருவருக்கும் நடுவில் சிக்கிச் சின்னாபின்னமாகாமல் அவர்கள் சேப் ஜோனில் இருந்தார்கள்.

இரண்டு முக்கிய ஷேக்கான அல் நஹ்யான் மற்றும் குவாசிமிக்கு இடையே யார் வெற்றி பெறுவார்கள் என்று யோசிக்கவே இடம் கொடுக்கவில்லை. போர் நிறுத்த ஒப்புக்கொண்ட குவாசிம் ஒரு டிவிஸ்ட் வைத்தார் “சரிப்பா இந்தச் சண்டையையெல்லாம் நான் நிறுத்திக்கறேன். ஆனா அதுக்குக் கைமாறா எனக்கு ஒண்ணு செய்ய வேண்டும்” என்று குவாசிம் தூது அனுப்பினார்.

அதாவது ஷேக் கலீஃபா பின் ஷக்புத் அல்-நஹ்யான் துபாயிலிருந்து பிரிந்ததை முறையாக அங்கீகரிக்க வேண்டும் என்பதுதான். “என்னவோ போடா குமாரு...” என்று சொல்வதுபோல் 1837 முதல் 1838 வரை துபாய் நிம்மதியாக வேலையைப் பார்க்க ஆரம்பிக்க, விஷயம் அங்கேயே நின்றது. ஆனால் ‘குடிகாரன் பேச்சு விடிந்தால் போச்சு’ என்பதைப்போல எல்லாம் தற்காலிகமானதாக மாறியது.

1839-ல் அபுதாபி கலீஃபா துபாய் மீதான தனது அதிகாரத்தை மீண்டும் நிலைநாட்ட பிரிட்டிஷாரின் ஆதரவைப் பெற முயற்சித்தார். இது மீண்டும் குவாசிம் எதிர்ப்பைச் சம்பாதிக்க

வேண்டியதாயிற்று. இவ்வளவு முயன்றும் அபுதாபி ஷேக்கின் எண்ணம் ஈடேறவில்லை.

யாரும் எதிர்பார்க்காத, முக்கியமாக துபாய் நிம்மதியாக இருந்த நேரத்தில், அதாவது 1840-ஆம் ஆண்டில் அது நடந்தது. அபுதாபியும் குவாசிமும் தங்களுடைய சில வேறுபாடுகளைப் பேசித் தீர்த்துக் கொண்டார்கள். எல்லாம் ஜாலியாக இருக்கலாம் என்று துபாய் நினைத்தது. ஆனால் அவர்கள் பேசித் தீர்த்த விஷயங்களின் முடிவில் இன்னொரு டிவிஸ்ட் இருந்தது. துபைக்கு நடுவே ஒரு வெட்டு வெட்டலாம். (சிற்றோடையின் மேற்குப் பகுதியில் பர் துபாய் இருக்கும் நிலம் அபுதாபிக்கு உட்பட்டது.) மற்றும் குவாசிம் கட்டுப்பாட்டின் கீழ் சிற்றோடையின் கிழக்குப் பகுதியில் உள்ள டெய்ராவை எடுத்துக் கொள்ளலாம் என்று முடிவானது.

சும்மா இருப்பாரா துபாய் ஷேக் மக்தும் பின் புட்டி? மூளையைக் கசக்கிப் பிழிந்து பல எதிர் உத்திகளைச் செய்தார். முதலாவதாக அருகிலுள்ள ஷார்ஜாவின் கவர்னர் ஷேக் சக்ர் பின் சுல்தான் அல்-குவாசிமைச் சந்தித்தார். அவர் குவாசிமின் வாரிசு. முதலில் ஷார்ஜாவைச் சுற்றிச் சுவர் எழுப்பலாம், அப்படிச் செய்வதால் அவர்கள் எடுத்த முடிவு அமலில் வருவதற்கு ஒரு முட்டுக்கட்டை போடலாம் என்று நினைத்தார் அல் மக்தூம்.

இந்த நேரத்தில் இன்னொரு ட்விஸ்ட் என்று சொன்னால் நம்புவீர்களா? நம்பித்தானாக வேண்டும். மக்தூம் அந்த நல்லவரான ஷார்ஜா கவர்னரிடம் பேச்சுவார்த்தை நடத்திக்கொண்டிருந்த சமயம் குவாசிம்களுக்குள் மன வருத்தங்கள் வர ஆரம்பித்தன.

முன்பொரு அத்தியாயத்தில் ஏழு எமிரேட் என்று சொன்னதை ஞாபகப்படுத்திக்கொள்ளுங்கள். ராஸ் அல் கைமா, உம்முல் குவைன் இவர்களெல்லாம் குவாசிமின் கீழ் பாதி உரிமையில் தன்னாட்சி நடத்திக்கொண்டிருந்தார்கள். கவர்னர் சக்ர் கொல்லப்பட்டார். இவர் நல்லவர்தான் என்றாலும் இப்போது இவர் கொலைக்குப் பின்னால் நாம் செல்லப்போவதில்லை. துபாய் அடுத்து என்ன செய்யப்போகிறது என்று பார்க்கலாம். ஷேக் அப்துல்லா பின் உடன், உம்முல்-குவைனில் ஆட்சியாளரைக் கொண்டுவர மக்தூமின் முயற்சிகள் மிகவும் வெற்றிகரமாக இருந்தன.

ரஷீத் அல்-முஅல்லா துபாய்க்குப் பக்கபலமாக இருந்தார். துபாயை எதிர்த்து யார் வந்தாலும் போராட உதவுவதற்காக

ஒரு பெரிய குழுவை அனுப்பினார். ஆனால் அப்படி எந்தத் தாக்குதலும் நடக்கவில்லை. அதற்குக் காரணம் அப்பொழுது துபாயில் பரவிய பெரியம்மை நோயாகவும் இருக்கலாம். மக்தூமின் விரைவான அணி திரட்டலின் விளைவாகவும் பெரியம்மையின் காரணமாகவும் துபாய்க்குக் கொஞ்சம் சுவாசம் விட இடம் கிடைத்தது. இப்படியே காலம் கடந்தது.

ஷேக் கலீஃபா ஆட்சியில் இருக்கும் வரை சாத்தியப்படவே முடியாத விஷயத்தை ஷேக் மக்தூம் முயன்றார். அபுதாபியுடன் கைகோக்க நேரம் பார்த்துக்கொண்டிருந்தார். ஷேக் தஹ்னூன் ஞாபகமிருக்கிறதா? ஆணழகன், ஒரு காலத்தில் அபுதாபியை ஆட்சி செய்தார் என்று பார்த்தோமல்லவா? அவருடைய இரண்டாவது மகனான ஷேக் சைத் பின் தஹ்னூன் அல்-நஹ்யானுக்கு ஆட்சி அமைக்க ஆதரவைப் பெறத் தொடங்கியது துபாய். அதைப் போலவே ஷேக் சையத் அபுதாபியைக் கைப்பற்றினார். சில ஆண்டுகளுக்கு முன்பு நினைத்துப் பார்க்க முடியாததாக இருந்த அபுதாபி-துபாய் கூட்டணி ஆரம்பமானது.

1852-இல் மக்தூம் இறந்தபோது, அபுதாபியுடனான வலுவான உறவு அவரது வாரிசான இளைய சகோதரனால் மேலும் வலுப்படுத்தப்பட்டது. 1859-இல் ஷேக் சைத் பின் புட்டியின் மரணத்தைத் தொடர்ந்து, ஷேக் மக்தூமின் மூத்த மகன், ஷேக் ஹாஷர் பின் மக்தூம் அல்-மக்தூம், ஆட்சி செய்வதற்கு மிகவும் இளமையானவர் என்று கருதப்பட்டார்.

துபாயின் மூன்றாவது சுதந்திர ஆட்சியாளரானார். அவரது இரண்டு முன்னோடிகளைப் போலவே, ஹாஷர் ஏற்கெனவே உள்ள கூட்டணிகளை மேம்படுத்துவதன் மூலம் துபாயின் நிலையை வலுப்படுத்துவதில் வெற்றி பெற்றார். துபாயின் பாதுகாப்பிற்கு உத்தரவாதம் அளிப்பது மட்டுமின்றி, தேவைப்படும்போது ஏராளமான ஆயுதமேந்திய ஆட்களை உயர்த்தி, தேவைப்படும்போது அவர்களுக்கு மானியம் அளித்து, வரலாற்று ரீதியாகப் பிரச்சினைக்குரிய துரு உட்பட பல பெரிய பழங்குடியினருடன் ஒப்பந்தங்களை வைத்துக்கொண்டார்.

அவரது நீண்ட ஆட்சி 1880-களில் துபாயின் பல கோட்டைகளைக் கட்டியது. குறிப்பாக ஹட்டா என்ற மலைப்பகுதியில் மூன்று பெரிய கண்காணிப்புக் கோபுரங்களைக் கட்டினார். 1890-களில்

அபுதாபியுடனான நல்லுறவு மீண்டும் துபாயின் பாதுகாப்பிற்கு ஓர் ஆதாரமாக மாறியது. ஏனெனில் இரு ஷேக் அரசுகளும் வஹாபி ஊடுருவல்களின் அச்சுறுத்தலை எதிர்கொண்டன.

குறிப்பாக புரைமி சோலையைச் சுற்றியுள்ள பகுதி - கடல்வழி வர்த்தகப் பாதைகளுக்கான முக்கிய மையமாகும். ஷேக் ஹாஷரின் வாரிசும் இளைய சகோதரருமான ஷேக் ராஷித் பின் மக்தும் அல்-மக்தூம், அபுதாபியின் பாதுகாப்பிற்கு அந்தக் காலகட்டத்திற்குக் குறிப்பிடத்தக்க பெரிய படையாக முந்நூறுக்கும் மேற்பட்ட ஆட்களை அனுப்பி வைத்தார். துரு என்னும் பழங்குடிக்கு எதிராக நடந்த போரில் அல் மக்தூம் துபாயின் பங்காக மீண்டும் ஒரு படையை அனுப்பினார்.

இது துபாய்க்கு லேசான காரியமில்லை. இருந்தாலும் அபுதாபிக்காகச் செய்தார்கள். ஏனெனில் இது துருவுடன் அவரது தாத்தா மக்தூம் செய்த ஒப்பந்தங்களை மீறுவதாக இருந்தது. அபுதாபி-துபாய் கூட்டு நடவடிக்கைகளால் 'துரு' மிகவும் மோசமாக பலவீனமடைந்தது. துபாய் மீதான அவர்களின் எதிர்த்தாக்குதல் சொத்துகளைத் திருடுவதைவிடச் சற்று மோசமாக இருந்தது.

1939-இல் ஷேக் அல் மக்தூம் தனது மூத்த மகன் ஷேக் ராஷித் பின் சயீத் அல்-மக்தூம் அவர்களுக்கு அபுதாபியின் ஆட்சியாளரான ஷேக் ஹம்தான் அல் நஹ்யான் மகளான ஷேக்கா லதிஃபா பின்ட் ஹம்தான் அல்-நஹ்யானை மணம் முடித்து வைத்தார்கள். இந்தக் கல்யாணம் பற்றியும் வரும் அத்தியாயங்களில் தெளிவாகப் பார்க்கலாம்.

அபுதாபியின் மிகவும் மரியாதைக்குரிய முன்னாள் ஆட்சியாளர்களான ஷேக் ஹம்தான் பின் சயீத் அல்-நஹ்யான், கீழ் வளைகுடாவின் பெரும்பாலான பழங்குடி மக்களின் அடையாளமாக இருந்தார். இரண்டு பெரிய பானி யாஸ் சமூகங்களுக்கிடையிலான பரஸ்பர உதவிகள் நீண்ட வரலாற்றை உறுதிப்படுத்தியது. துபாய் தனித்த ஷேக்டமாக உருவானது.

11. பிரிட்டிஷார் வருகை

அந்தக் காலகட்டத்தில் பிராந்திய உறவுகளைத் துபாய் வெற்றிகரமாக நிர்வகித்து வந்தது. அல்-மக்தூம் குடும்பமே அதனைத் திறம்படச் செய்வதில் சிறந்தவராகத் திகழ்ந்தார்கள். துபாய் தொடர்ந்து நகரமாக வளரத் தேவையான உள்நாட்டு அரசியல் ஸ்திரத்தன்மையைப் பாதுகாத்துக்கொண்டுவந்தார்கள். இதில் மிக முக்கியமானது அல்- மக்தூம் குடும்பத்தின் ஆரம்பகால பிரிட்டனுடனான உறவு.

கீழ் வளைகுடாவில் கிழக்கிந்திய கம்பெனியின் சார்பாக ராயல் கடற்படையின் தலையீடு ஆரம்பமானது. மற்றும் குவாசிம் மீதான அதன் லேசான அழுத்தம் பிரிட்டிஷ் சாம்ராஜ்யத்தை மற்றொரு பரிணாமத்திற்குக் கொண்டு சென்றது. ஆனால், இந்தியாவில் இருப்பது போலவோ மற்ற நாடுகளில் இருப்பது போலவோ காலனித்துவ நிர்வாகத்திற்குக் கீழ் வளைகுடா சரிப்பட்டு வராது என்று பிரிட்டிஷார் நினைத்தார்கள். விலையுயர்ந்த துருப்புக்களை அனுப்புவதற்கும் தகுதியற்ற இடமாகப் பார்த்தார்கள்.

ஒரே குறிக்கோள் தங்கள் கப்பல்கள் பாதுகாப்பாக இந்தியாவிலிருந்து லண்டனுக்கும் அதைப் போலவே லண்டனிலிருந்து இந்தியாவிற்கும் செல்ல வேண்டும். அந்தச் சமயத்தில் மற்ற வளைகுடா நாடுகளில் அயல்நாட்டவர் ஆக்கிரமிப்பு ஆரம்பமாகியிருந்தது. ‘என்னடா

தலைவலி இது' என்று நினைத்தார்கள். மூளையைக் கசக்கிப் பிழிந்து ஒரு முடிவுக்கு வந்தார்கள்.

உள்ளூர் ஆட்சியாளர்கள் கடற்கொள்ளை எதிர்ப்பு மற்றும் அமைதி ஒப்பந்தங்களில் கையெழுத்திட வேண்டும். சிறிய பிரிட்டிஷ் குடியிருப்புகளின் அதிகாரத்தை ஏற்க வேண்டும். அந்த ஒப்பந்தங்களில் இருந்து சொல்லிக் கொண்டு போவதற்கு சின்னச் சின்னதாக நிறைய விஷயங்கள் இருந்தன. கீழ் வளைகுடாவில் பிரிட்டிஷ் முகவர்கள் அதாவது பிரிட்டிஷ் ஏஜண்ட்கள் வர ஆரம்பித்தார்கள். உள்நாட்டுக் கிளர்ச்சி நடந்தால், அதாவது மீண்டும் உள்ளுக்குள் சிண்டை பிடித்துக் கொண்டால் நாங்க பாதுகாப்பு தருகிறோம் என்று காலரைத் தூக்கி விட்டார்கள்.

இவர்கள் வந்தபின் ஷேக்குகளின் ஓட்டம் குறைந்துபோனது. 'நாங்கள் ஜிகிரி தோஸ்தாக இருக்க வேண்டுமெனில் ஒப்பந்தங்களில் கையெழுத்திட வேண்டும்' என்று அன்பாகச் சொன்னார்கள். 'நீ கையெழுத்தை மட்டும் போடு, மற்றவற்றை நாங்கள் பார்த்துக் கொள்கிறோம்' என்று தோளில் கைபோட்டு 'முஸ்தபா, முஸ்தபா' பாட ரெடி ஆனார்கள்.

போன அத்தியாயத்தில் ஷேக்மார்களின் விதவிதமான ட்விஸ்ட்களைப் பற்றிப் பார்த்தோம் அல்லவா? அதில் அவர்களை விட வல்லவர்களாக பிரித்தானியர்கள் இருந்தார்கள். ஒப்பந்தங்களில் கையெழுத்திடும் போது அவர்கள் அடுத்து வரும் சந்ததிக்கும் சேர்த்துக் கையெழுத்திட வேண்டும். சுலபமாகச் சொல்ல வேண்டுமென்றால் நாளை ஷேக்காக வரப் போகிறவர்களுக்கும் சேர்த்து இவர்களே கையெழுத்திட வேண்டும்.

1820-இல் பிரிட்டனுடனான முதல் அமைதி ஒப்பந்தங்களுக்குப் பிறகு, இறுதியில் ஐக்கிய அரபு எமிரேட்ஸாக மாறிய ஷேக்டாம்கள்(ராஜியம்) ட்ரூசியல் ஓமன், ட்ரூசியல் கோஸ்ட் அல்லது ட்ரூசியல் ஸ்டேட்ஸ் (Trucial States) என்று அழைக்கப்பட்டது. ட்ரூசியல் ஸ்டேட்ஸ் என்பது சரியான பெயரா என்பது சந்தேகம்தான். அந்தக் குழுவில் உள்ள ஏழு மற்றும் சில சமயங்களில் எட்டு ஷேக்டாம்கள்(ராஜியம்) பழங்குடி நிலங்களாக இருந்தன. அவை தேசிய அரசுகளாக ஒழுங்கமைக்கப்படவில்லை. இந்த ஒப்பந்தங்களுக்குப் பின் ட்ரூசியல் ஸ்டேட்களுக்கு தலைமை தாங்கும் வலுவான வம்சங்களின் அமைப்பை பிரிட்டிஷ் திறம்பட

உருவாக்கியது. பிரிட்டிஷ் பாதுகாப்பு மற்றும் சார்புநிலையின் முதல் நிலையில் குறிப்பாக துபாய் சேர்க்கப்படவில்லை. இரண்டாவது முறை நடந்த ஒப்பந்தத்திற்கும் முதல் ஒப்பந்தத்திற்கும் பெரிய வித்தியாசம் இருக்கவில்லை. பல்வேறு ஆட்சியாளர்கள் ஒருவருக்கொருவர் கடல்சார் மோதலில் இருந்து விலகி இருக்க ஒப்புக்கொள்வது மட்டுமே கூடுதல் ஷரத்து ஆக இருந்தது.

அந்தச் சமயத்தில், துபாய் நிச்சயமாகச் சுதந்திரமாக இருந்தது. முதலில் போட்ட ஒப்பந்தங்களில் துபாய் மற்றும் அஜ்மானைப் புதிய ஷேக்டாம்களாக பிரிட்டன் அறிமுகப்படுத்தி இருக்கலாம். உம் அல்-குவைன் போன்ற மற்றொரு குடியேற்றம், குவாசிமிடமிருந்து சுயாட்சியைப் பெறுவதில் வெற்றி பெற்றது.

அதற்குப்பின் புதிய ஷேக்டோம்களை ஒப்பந்தங்களில் கையெழுத்திட பிரிட்டிஷ் சேர்த்துக் கொண்டது. குவாசிம் மற்றும் அபுதாபி ஆட்சியாளர்கள் இந்தப் புதிய கையொப்பமிட்டவர்களைச் சேர்ப்பதில் குறைந்த ஆர்வத்துடன் அப்போது இருந்திருக்கிறார்கள். உள்ளூர் அரசியலைப் பொறுத்தவரை, அபுதாபியிடமிருந்து துபாய் பிரிந்தது. அதைத் தொடர்ந்து பிரதேசங்களைப் பிரிக்க வேண்டும் என்று பிரிட்டிஷ் அதிகாரிகள் கூறியது ஷேக்குகளின் தயக்கத்துக்கு முக்கிய காரணமாக இருந்தது.

அமைப்பின் பரஸ்பர பலன்களைக் கருத்தில் கொண்டு, 1835 உடன்படிக்கைகள் 1853 வரை ஆண்டுதோறும் ஒப்பந்தங்கள் புதுப்பிக்கப்பட்டன அது போதாதென்று ஒரு பொது 'நிரந்தர ஒப்பந்தம்' அனைத்து ஆட்சியாளர்களாலும் கையெழுத்திடப்பட்டது.

1892-ஆம் ஆண்டில், இந்தத் தொடர்ச்சியான உடன்படிக்கையில் இரண்டாவது அடுக்கு ஒப்பந்தங்கள் சேர்க்கப்பட்டன. இது பிரிட்டன் ஆட்சியாளர்களின் வெளிநாட்டு விவகாரங்களின் அனைத்து அம்சங்களையும் நேரடியாகக் கட்டுப்படுத்த வழி செய்தது. ஆட்சியாளர்கள் பிரிட்டிஷ் அல்லாத கட்சிகளுடன் ஒப்பந்தம் செய்துகொள்வதைத் தடுத்தது. பிரிட்டிஷ் அல்லாத கட்சிகள் கீழ் வளைகுடாவிற்குச் செல்ல அனுமதிக்கவில்லை. பிரிட்டிஷ் ஏஜெண்டுகளுக்குத் தவிர, பிரதேசத்தின் எந்தப் பகுதியையும் விற்கவோ அல்லது அடமானம் வைக்கவோ தடை விதிக்கப்படுவதாக மூன்று கனமான ஷரத்துக்கள் வரையப்பட்டன. இவ்வளவு கெடுபிடி ஒப்பந்தங்களில் ஆட்சியாளர்கள்

கையெழுத்திட மட்டுமே வழி இருந்தது. இந்த ஆவணங்களில் கையொப்பமிடுவதன் மூலம், உண்மையான ஆட்சியாளர்கள் என்று அக்மார்க் முத்திரை குத்தப்பட்டார்கள். கையெழுத்திட்டவர்கள் பிரிட்டனின் கண்களுக்கு உசத்தியானவராகத் தெரிந்தார்கள்.

கீழ் வளைகுடாவின் அரசியலில் அதிகம் பிடித்துத் தொங்கக் கூடாது. வர்த்தகம் செய்ய அந்தக் கடலை பத்திரப்படுத்த வேண்டும். அதற்கு மேல் அங்குத் தேவையில்லாத ஆணியில் கைவைக்க அவசியமே இல்லை என்ற ஆரம்பகால விருப்பத்திற்கு முரணாகத்தான் எல்லாம் நடந்துகொண்டிருந்தது. அல்-மக்தூம் குடும்பம் மற்றும் பிற ஷேக்குகள் உண்மையாகத்தான் இருந்தார்கள். பிரித்தானியா தனது வாடிக்கையாளர் ஆட்சியாளர்களை மற்ற வெளிநாட்டு அரசாங்கங்கள் அரவணைக்க வழிகொடுக்காமல் ஜாக்கிரதையாக இருந்தது.

அப்பொழுது பிரான்ஸ் ஏற்கெனவே ஓமானில் செல்வாக்குப் பெற்றிருந்தது. ஓட்டோமான்கள் அரேபியாவில் ஆழமாகத் தங்கள் பேரரசை விரிவுபடுத்தினார்கள். ஜெர்மனியர்கள் பாக்தாத் ரயில் பாதையை உருவாக்கத் தொடங்கி இருந்தார்கள். மிகவும் கவலையளிக்கும் வகையில், சோவியத் ரஷ்யா, பாரசீகத்தில் துறைமுகத்தைக் கட்டுவதற்குத் திட்டமிட்டுள்ளதாக நம்பப்பட்டது.

கீழ்வளைகுடாவிற்குள் மற்ற நாடுகளை இறங்க அனுமதித்தால், அவர்கள் இந்தியாவிற்குள் ஊடுருவ வாய்ப்புள்ளது என்பதில் பிரிட்டிஷார் மிகக் கவனமாக இருந்தார்கள். அதன்படி, கீழ் வளைகுடாவில் உள்ள பிரிட்டிஷ் ஏஜெண்டின் (ஆரம்பத்தில் ஒரு அரேபியர், பின்னர் ஒரு பிரிட்டிஷ் ராஜதந்திரி) கூட்டில் ஆட்சியாளர்களை நெருக்கமான கட்டுப்பாட்டில் வைத்திருக்கும் வகையில் கட்டமைத்தார்கள். துபாய் மற்றும் பிற ஷேக் டோம்களில் வசிக்கும் பிரித்தானிய இந்தியக் குடிமக்களைக் கவனிப்பதற்காக ஏஜெண்டுகள் இருந்தார்கள்.

எந்த ஷேக்குகளுக்கு ஆங்கிலேயர்களிடமிருந்து நட்பின் அடையாளப் பரிசுகள் வழங்கப்பட வேண்டும், எந்த ஷேக்குகளுக்கு இனி எதையும் கொடுக்கக் கூடாது என்பதைத் தீர்மானிப்பதற்காகவே ஏஜெண்டுகள் கடுமையாக உழைத்தார்கள். அதற்குப்பின் மனவியல் இருக்கிறது. நோக்கம் என்னவென்றால் உள்ளூர் மக்களின் பார்வையில் ஷேக்குகளின் அந்தஸ்தைக் குறைக்க வேண்டும்.

இப்படிப் பல பிம்பங்களை உருவாக்கி ஆட்சியாளர்களுக்கு அழுத்தத்தைக் கொடுத்தார்கள்.

ஷேக் யாராவது இவர்கள் போட்ட கட்டத்தில் இருந்து சிறிது வெளியே செல்ல எத்தனித்தாலும் முடிந்தது கதை! ‘சாரி, இனி இப்படி நடக்காது மொதலாளி’ என்று எழுதிக் கையொப்பமிட்டு அனுப்ப வேண்டும். அதுவரை பரிசும் இல்லை ஒன்றும் இல்லை. ‘என்னடா பெரிய பரிசு?’ என்று தூக்கிப் போடவும் முடியாது. மக்கள் முன் ஸ்கெட்ச் போட்டு டம்மி ஆக்கிவிடுவார்கள்.

இந்தச் சார்பு அரசியல் இருபதாம் நூற்றாண்டு வரை அதிகமாகவோ அல்லது குறைவாகவோ மாறாமல் இருந்தது. பிரிட்டிஷ் ஏஜெண்டுகள் திறமையிலும் அல்லது வில்லத்தனத்திலும் கில்லியாக இருந்தாலும் பாலைவனச் சூட்டின் அசௌகரியங்களையும் மக்களின் புகார்களையும் அரிதாகவே பொறுத்துக்கொண்டார்கள்.

நீண்ட காலத்திற்குப் பின் ஏஜெண்டு பணி நீங்கினால் துப்பாக்கி வணக்கத்தைப் பெற்றார்கள். ஷேக் எவ்வளவு திறம்பட ஆட்சி செய்தாலும் ஒப்பீட்டளவில் ஏஜெண்டுக்குத்தான் மவுசு அதிகமாக இருந்திருக்கிறது.

உண்மையில், மதிப்பிற்குரிய ஷேக் ரஷித் பின் சயீத் அல்-மக்தூம் 1960-களில் ஐந்து துப்பாக்கி சல்யூட்களை மட்டுமே பெற்றார். ஏஜெண்டிற்கு ஏழு துப்பாக்கி சல்யூட்டுகள் கிடைத்தன. இதுவே பரவாயில்லை என்று சொல்லும் அளவு அரசியல் குடியிருப்பாளர் துபாய்க்கு வரும்போதெல்லாம் நீடித்த பதினேழு துப்பாக்கி சல்யூட்டுகள் கொடுக்கப்பட்டன.

ட்ரூசியல் கோஸ்ட்டில் பிரிட்டன் கொண்டு வந்த ஸ்திரத்தன்மை, முதல் நூறு ஆண்டுகளுக்கு, தேக்கநிலையில் இருந்தது. 1930களில் லெப்டினன்ட் கர்னல். டி.சி. ஃபோல், ஈரானில் தனது தளத்திலிருந்து ட்ரூசியல் ஸ்டேட்ஸை மேற்பார்வையிட்டு வந்தார். ஏழாம் நூற்றாண்டில் சிக்கித் தவிக்கும் மக்களை நாகரிகப்படுத்துவதாகக் கூவிக்கொண்டிருந்தார். உண்மையில் இதற்கு நேர்மாறானதுதான் நடந்தது. ஃபோல் மற்றும் அவரது சமகாலத்தவர்கள் வளைகுடா அரபு சமுதாயத்தை முன்னேற்றுவதற்கு எதுவும் செய்யவில்லை, சுகாதாரம், கல்வி அல்லது அரசியல் சீர்திருத்தங்களுக்கு எந்த ஊக்கமும் அளிக்கவில்லை.

1971-இல் ஆங்கிலேயர்கள் வெளியேறிய நேரத்தில், கல்வியறிவின்மை 70 சதவீதத்திற்கு மேல் இருந்தது. ஆயுட்காலம் ஐம்பது ஆண்டுகளுக்கு மேல் இல்லை. ஒரு பல்கலைக்கழகம் கூட இல்லை. அவர்கள் வெளியேறிய பிறகு வாழ்க்கை வியத்தகு முறையில் மேம்பட்டது. துபாயின் உலக இணைப்புகள் பிரிட்டிஷ் பிரசன்னத்தின் காரணமாக அல்ல. ஆனால் பிரிட்டனின் போர் நிறுத்தம் செயல்படுத்தப்பட்ட ஸ்திரத்தன்மை முக்கியமானது.

ஆயிரம் குறை சொன்னாலும் இவர்கள் வந்தபின் வளைகுடாவில் உள் சண்டைகள் அரிதாகிப் போயின. கடற்கொள்ளையர்கள் காணாமல் போனார்கள். அரேபிய வஹ்ஹாபிகள் சிறிய ஷேக்டாம்களை விழுங்குவதையும் ஆங்கிலேயர்கள் தடுத்தனர். பிரிட்டிஷாருக்கு ஒரு ஷேக்கைப் பிடித்துவிட்டால் அவர்கள் பலமாகும் வரை பக்கபலமாக இருந்திருக்கிறார்கள். ஷேக்குகளை ஏழு வலுவான முடியாட்சிகளை உருவாக்க அனுமதித்தார்கள்.

12. கீழ்வளைகுடாவின் அன்றைய பொருளாதாரம்

பத்தொன்பதாம் நூற்றாண்டில் கீழ்வளைகுடா பல்வேறு பொருளாதார நடவடிக்கைகளின் தாயகமாக இருந்தது. அவற்றில் மீன் பிடித்தல், கால்நடை வளர்ப்பு, ஏற்றுமதி வர்த்தகம் மற்றும் வரையறுக்கப்பட்ட விவசாயமும் அடங்கும். இவையனைத்தும் வாழ்வாதாரத்தைப் பூர்த்தி செய்யும் மட்டத்தில் இருந்தன. மிகஅரிதாகவே போதுமான அளவை விட உபரி கிடைத்துக் கொண்டிருந்தது. இதனால் பெரியளவில் வளர்ச்சியை எட்ட முடியவில்லை. ஆனால் துபாயின் முத்துத் தொழில் மற்றும் அதனுடன் தொடர்புடைய வர்த்தகங்கள்... அதாவது, படகு கட்டுதல் மற்றும் கயிறு உற்பத்தி உட்பட சில தொழில்கள் அமோகமாக இருந்தன.

கீழ்வளைகுடாவில் கடல்களின் ஆழமற்ற தன்மை- முந்நூறு அடி ஆழத்திற்கு மேல் இல்லை. நீரின் மேற்பரப்பு 75 முதல் 90 டிகிரி பாரன்ஹீட் வரையிலான வெப்பநிலையுடன் இருக்கும். இது சிப்பிக்குச் சரியான வாழ்விடமாக இருந்தது. அந்த மக்களுக்கு இவையனைத்தும் சாதகமாய் இருந்தன. காரணம், அரபியில் லுலு எனப்படும் விலைமதிப்பற்ற உலகின் மிகப்பெரிய முத்துக்கள் ஏராளமாக துபாயில் கிடைத்தன.

முத்துக்குளிப்பவர்கள் எந்த இயந்திரங்களும் தொழில்நுட்பமும் இல்லாமல் கடலுக்குள் சென்றார்கள். அவர்களுக்குத் துணையாக மூக்கு கிளிப் மற்றும் தோல் பை மட்டும் இருந்தன. மூழ்குபவர்கள் முத்தைச் சேகரிக்க, கழுத்தில் தோல் பையைக் கட்டிக் கொண்டார்கள். ஒரு நாளைக்கு முப்பது முறை கடற்பரப்பில் மூழ்கினார்கள். அதுவும் இரண்டு நிமிடங்கள் மட்டுமே மூச்சைப் பிடித்துக்கொண்டு இருக்க இயலும்.

மங்கலான இளஞ்சிவப்பு மற்றும் பால் நிறத்துடன் கூடிய வளைகுடா முத்துக்கள் பிரபலமானவை. இந்தியாவின் மஹாராஜாக்கள் முதல் பாரிஸ் மற்றும் நியூயார்க்கின் பேஷன் உயரடுக்கு வரை உலகின் பணக்காரர்களின் ஆபரணப் பெட்டியில் கட்டாயமாக இருக்க வேண்டியவையாக வளைகுடா முத்துக்கள் இருந்தன. முத்துக்கள் பிரிட்டிஷ் இந்தியா மூலம் சந்தைப்படுத்தப்பட வேண்டும்.

ஷேக்டமின் வணிகர்கள் அந்த விலையுயர்ந்த முத்துக்களை எடுத்துக்கொண்டு பம்பாய், விக்டோரியன், பிரிட்டன் மற்றும் பிற பணக்காரச் சந்தைகளில் விற்றார்கள். இந்தத் தொழிலால் அவர்களின் பொருளாதாரத்தின் நிலை அடுத்த கட்டத்துக்குச் சென்றது. பத்தொன்பதாம் நூற்றாண்டின் பிற்பகுதியில், பிரிட்டனின் *Gazetteer of the Gulf* -இன் ஆசிரியர் ஜான் கார்டன் லோரிமர் முத்துத் தொழிலின் ஏற்றத்தின் அளவைக் கணிக்க முயன்றார். வணிகர் சமூகத்துடனான தொடர்புகள் அவருக்கு உதவியாக இருந்தன. அதனடிப்படையில் மதிப்பீடுகளைப் பயன்படுத்தி, வர்த்தக ரசீதுகளை ஆராய்ந்து ஒரு முடிவுக்கு வந்தார். அதாவது 1870-களில் துபாயில் ஆண்டுக்குப் பத்து லட்சம் மதிப்புள்ள முத்துக்கள் ஏற்றுமதி செய்யப்பட்டிருப்பதாகப் பதிவு செய்தார். 1890-களின் பிற்பகுதியில் 100 லட்சம் அல்லது ஆண்டுக்கு ஒரு கோடியாக ஏற்றுமதி உயர்ந்து இருக்கிறது.

இதைப் பார்த்துக்கொண்டிருந்த வெளிநாட்டுத் தொழிலதிபர்கள் பலர் புதிய தொழில்நுட்பங்களை அறிமுகப்படுத்த முயன்றனர். அப்படிப் புதிய தொழில் நுட்பம் கொண்டுவந்தால் முத்துத் தொழிலின் உற்பத்தித்திறன் அதிகரிக்கும் என்று எதிர்பார்க்கப்பட்டது. நீண்ட காலத்துக்கு அந்தத் தொழில் சந்தேகத்திற்கு இடமின்றி வளர்ந்திருக்கும். இதெல்லாம் நடக்க வாய்ப்பு இருந்தது. ஆனால் நடக்கவில்லை.

கீழ்வளைகுடா பல ஒப்பந்தங்களில் கையொப்பமிட்டு பிரிட்டிஷ் ஏரியாவாக மாறி இருந்தது. அப்படியிருக்க வெளிநாட்டவர்களை அவ்வளவு எளிதில் உள்ளே அனுமதிக்க அரேபியர்களால் இயலவில்லை. ஒப்பந்தத்தின் அடிப்படையில் பொருளாதாரம் மற்றும் அரசியல் விஷயங்களில் தலையிடுவதைத் தவிர பிரிட்டனுக்கு வேறு வழியில்லை. இப்படிச் செய்தால் மட்டுமே வளைகுடாவின் முத்துப் படுகையை வெளியாட்களின் ஊடுருவலில் இருந்து காக்க முடியும் என்று பிரிட்டன் நம்பியது.

பரம்பரை பரம்பரையாக முத்துத் தொழிலில் தேர்ந்தவர்கள் போன்று சில விதிகளை ஆங்கிலேயர்கள் கொண்டுவந்தார்கள். முத்து எடுக்கச் செல்லும் படகுகளின் அளவு ஆறு அல்லது ஏழு பேரை மட்டுமே ஏற்றிச் செல்லக்கூடிய வகையில் இருக்க வேண்டும் என்பது முதல் விதி.

அடுத்து முத்து வியாபாரத்துக்குத் தேவையான கருவிகளை இறக்குமதி செய்யத் தடை என்று இன்னொரு விதி போடப்பட்டது. மத்திய தரைக்கடல் மற்றும் கடலில் ஏற்கெனவே உபயோகத்தில் இருக்கும் முத்துக் கருவிகள் (ப்ளீச்சிங் மற்றும் துளையிடுதல் தொடர்பானவை) அரபு கைகளிலேயே இருக்க வேண்டும் என்று மற்றொரு விதியும் வந்தது. சுயநலத்தின் அடிப்படையிலேயே எல்லா விதிகளும் இருந்தன. யாராவது உள்ளே புகுந்து ஆட்டத்தைக் கலைத்துவிட்டால் என்னாவது என்கிற பயம்தான் முக்கியக் காரணம்.

மூன்று மைல் எல்லைக்குள், பிராந்தியமாகக் கருதப்படும் கடலில் மட்டும் பழங்குடியினர் பாரம்பரிய முத்து மீன்வளத்தை பிரத்தியேகமாகப் பயன்படுத்த உரிமை உண்டு. 1920-களின் பிற்பகுதியில், பிரிட்டிஷ் அறிக்கை மேலும் கறாராக வந்தது. அதாவது பல ஐரோப்பிய வணிகர்கள்... முக்கியமாக, முத்து உத்திகளை மேம்படுத்த உதவிய நபர்கள் யாரும் துபாய்க்குத் திரும்பி வரக்கூடாது.

இறக்குமதிப் பொருள்களிலும் விதவிதமான தடைகள் வரத் தொடங்கின. ஆனால் போனால் போகட்டும் என்று ரா’ஸ் அல்-கைமாவின் ஆட்சியாளருக்கு ஒரு ஆட்டோமொபைல் மற்றும் துபாய் ஆட்சியாளருக்கு ஒரு மோட்டார் படகு மட்டுமே விதிவிலக்காகத் தரப்பட்டன.

இந்தக் கட்டத்தில் துபாய் மற்றும் பிற ட்ரூசியல் மாநிலங்கள் அதிக மூலோபாய மதிப்பைக் கோரத் தொடங்கின. எண்ணெய் இருப்புகள் மற்றும் விமானம் எரிபொருள் நிரப்பும் கிடங்குகளாகத் தற்காலிகமாக அங்கு இருந்தன. இதற்குப் பெருந்தொகையை வாடகையாக ஆட்சியாளர்களுக்குத் தர பிரிட்டன் ஒத்துக்கொண்டது. இப்படி நேரடியாகச் செலுத்தப்பட்டால், அது பிரிட்டனுடன் அவர்களது வாடிக்கையாளர் நிலையை வலுப்படுத்தும் என்று நம்பப்பட்டது.

இத்தகைய மூலோபாய மானியங்கள் அசல் ஒப்பந்தங்களின் சுய-அமலாக்கத்தை நீட்டிக்க வழிசெய்தது. அதே நேரத்தில் ஆட்சியாளர் கள் தங்கள் வணிக உயரடுக்கினரிடமிருந்து வரிவிதிப்புகளை நம்பியிருப்பதைக் குறைத்தது. பிரிட்டிஷ் கட்டுப்பாட்டிற்கு வெளியே அர்த்தமுள்ள தன்னாட்சி மேம்படும் என்று எதிர்பார்க்கப்பட்டது.

1939-ல் ஆங்கிலேயர்களுக்கும் ஆட்சியாளர்களுக்கும் இடையிலான நல்லுறவுக்கு ஒரு பயன் கிடைத்தது. ஆட்சியாளர்களுக்கு ஒரு சதுர ஒப்பந்தத்தை *(square deal)* வழங்கியது பிரிட்டன்.

பொருளாதார வாடகை மற்றும் அதனுடன் தொடர்புடைய 'வாடகையாளர் கட்டமைப்பு'களில் இருந்து ஆட்சியாளர்களுக்கு நல்ல வருமானம் கிடைக்க ஆரம்பித்தது. மீன்பிடி உரிமங்களை வழங்குதல் குவானோ சேகரிப்பு சலுகைகள் மற்றும் ரெட் ஆக்சைடு சுரங்க அங்கீகாரங்களிலும் வாடகை முறையில் ஆட்சியாளர்கள் செல்வத்தைச் சேர்க்க ஆரம்பித்தார்கள். சதுர ஒப்பந்தம் மூலம் பணம் வரும் வழிகள் அதிகரித்தன.

1920களின் பிற்பகுதியிலும் விமானம் தரையிறங்கும் கட்டணத்துடன், இந்த வாடகைதாரர் செல்வம் ஒரு புதிய நிலைக்கு உயர்த்தப் பட்டது.

பாஸ்ராவிலிருந்து பம்பாய் மற்றும் கெய்ரோவிலிருந்து கராச்சிக்குச் செல்லும் பெரிய ராணுவ விமானங்களுக்கு இன்னும் விரிவான வசதிகள் தேவைப்பட்டன.

ட்ரூசியல் மாநிலங்களில் இதற்குச் சாத்தியமான இடம் இருப்பது கடினம் என்று பிரிட்டிஷார் முடிவு செய்தார்கள். பக்கத்திலிருக்கும் ஓமன் எல்லைக்குள் இருந்த சலாலாவிலும், பக்கத்துத் தீவிலும்

விமானத் தளங்களை ஆரம்பித்தார்கள். அப்படியே இன்னொரு தீவான மசிராவிலும் வேலைகள் ஆரம்பமாயின.

இந்தக் காலகட்டத்தில் ரா'ஸ் அல்-கைமா, ஷார்ஜா ஒரு சுதந்திர ஷேக்டமாக இருந்தது. ராணுவ விமானங்களுக்கு இடங்கள் மாறிப்போனாலும் துபாய் சிறந்த மாற்று எரிபொருள் நிரப்பும் இடமாக இருந்தது.

குவாசிமி கொஞ்சம் முரண்டு பிடித்தார். ஆங்கிலேயர் குரல் சற்றே மிரட்டல் தாங்கி உயர, மீண்டும் சில ஒப்பந்தங்களில் மற்ற ஆட்சியாளர்களுடன் சேர்ந்து குவாசிமும் கையெழுத்திட்டார். ஆயுதம் ஏந்திய முப்பத்தேழு காவலர்களை குவாசிம் வழங்கவும், அதற்கு ஈடாக அவர் ஏற்றுக்கொண்ட பொறுப்புகளுக்காக மாதத்திற்கு 500 ரூபாய் தனிப்பட்ட வருமானம் கிடைக்கும் என்றும் முடிவு செய்யப்பட்டது. மேலும் ஷார்ஜாவில் தரையிறங்கும் ஒவ்வொரு விமானத்திற்கும் மேலும் ஐந்து ரூபாய் கூடுதலாகக் கிடைக்கும்.

1932-ஆம் ஆண்டில் மற்றொரு உடன்பாடு எட்டப்பட்டது. அதில் ஷார்ஜா தாராளமான ஊதியத்திற்கு ஈடாக, குரோய்டனிலிருந்து பம்பாய்க்குச் செல்லும் வழியில் இம்பீரியல் ஏர்வேஸ் சிவிலியன் பயணிகள் விமானங்களுக்கும் இதேபோன்ற தரையிறங்கும் வசதிகளை வழங்க வழி செய்தது. 1937- இல் துபாய் ஆட்சியாளருடன் மேலும் சில ஒப்பந்தங்கள் கையொப்பமிடப்பட்டன. இம்பீரியல் ஏர்வேஸ் துபாய் க்ரீக்கில தரையிறங்க அனுமதித்தது. முதல் ஆண்டில் மட்டும், இந்த ஒப்பந்தத்தின் மூலம் ஷேக் சயீத் பின் மக்தும் அல்-மக்தூமுக்கு கட்டணமானது ஐந்தாயிரம் ரூபாய்க்கும் அதிகமாக இருந்ததாகக் கூறப்படுகிறது.

மேலும், ஒத்துழைக்கத் தயாராக இருக்கும் பழங்குடியினத் தலைவர்களுக்குப் பெரிய பாதுகாப்பை பிரிட்டிஷ் வழங்கியது. அவர்களின் ஒத்துழைப்பின் விளைவாக அவர்கள் எதிர்கொள்ளக்கூடிய எந்த ஆபத்துகளிலிருந்தும் அவர்களைப் பாதுகாக்கவும் துணை நின்றது. 'கையில் காசு, வாயில் தோசை' என்பது போல, கையொப்பம் போடு பாதுகாப்பு உறுதி என்றானது. ஒப்பந்தங்கள், வருமானங்கள் என்று நாலாபக்கமும் வளைகுடா துளிர்விட ஆரம்பித்திருந்தது.

துபாயிலிருந்து வெளியூர் செல்லும் விமானங்களில் இருக்கைகளுக்கான தேவை மிகக் குறைவாக இருந்தது. இதனால், விமான நிறுவனங்கள் தங்கள் மனதை மாற்றக் கூடாது என்று சயீத் அல் மக்தூம் நினைத்தார். அதற்காக ஒரு முறை தனது சொந்த நிதியில் அனைத்துக் காலி இருக்கைகளையும் வாங்கியதற்கான சான்றுகள் உள்ளன. இப்பொழுது பரபரப்பாக இருக்கும் துபாய் விமான நிலையத்துக்குப் பின் இப்படியும் நடந்திருக்கிறது.

மீண்டும் அந்தக் காலத்திற்குச் செல்வோம். இதெல்லாம் ஒருபுறம் நடந்துகொண்டிருக்க எண்ணெய் என்ற ஜீனி எங்கு தோண்டினால் கிடைக்கும் என்ற பேச்சுவார்த்தையும் ஆரம்பித்திருந்தது.

1922- ஆம் ஆண்டில், கீழ் வளைகுடாவின் பொருளாதார நெட்வொர்க்குகள் மீது பிரிட்டிஷ் கட்டுப்பாட்டை அதிகரிப்பதற்கான மற்றொரு விஷயம் ஆரம்பமானது. வளைகுடா நாடுகளில் எண்ணெய் வர்த்தகத்தில் ஈடுபட்டிருந்த அமெரிக்க எண்ணெய் நிறுவனங்களை ஆட்சியாளர்கள் கண்டுகொள்ளாமல் இருந்தனர்.

குவைத் மற்றும் பஹ்-ரெயின் ஆட்சியாளர்கள் மீது ஏற்கெனவே இதேபோன்ற ஒப்பந்தங்களை பிரிட்டிஷ் சுமத்தியுள்ளது. முழு வளைகுடாவையும் ஒரே அமைப்பில் பூட்டுவது நடைமுறையில் சாத்தியம் என்று அவர்களுக்குத் தோன்றியிருக்க வேண்டும். எனவே, 1935-ஆம் ஆண்டில் லண்டனைத் தளமாகக் கொண்ட மற்றும் பிரிட்டிஷ் அரசாங்கத்தின் ஆதரவுடன் ஈராக்கிய பெட்ரோலியம் நிறுவனம் (IPC) உருவானது. பெட்ரோலியம் கன்செஷன்ஸ் லிமிடெட் என்ற முழு உரிமையாளரான துணை நிறுவனத்தையும் உருவாக்கியது. இது கீழ் வளைகுடாவில் சலுகைகளை வழங்கும் ஒரே ஆபரேட்டராக இருந்தது.

அடுத்து நடந்தது எதிர்பார்த்த ஒன்றுதான். அரசியல் குடியுரிமையாளர் விரைவில் உள்ளூர் ஆட்சியாளர்களுக்கு ஓர் இறுதி எச்சரிக்கையை வெளியிட்டார். அப்போது பிரிட்டனுக்கு ஏற்கெனவே ஏராளமான எண்ணெய் விநியோகம் இருந்தது. பிராந்தியத்தில் எண்ணெய் வைப்புகளைக் கண்டுபிடிப்பதில் பிரிட்டிஷ் மற்ற வெளிநாட்டுக் கட்சிகளை உள்ளே விடமுடியாது என்பதில் கறாராக இருந்தது.

சில சந்தர்ப்பங்களில், விமானம் தரையிறங்கும் கட்டணத்தைக் குறைத்தது. 1937-இல் இருபத்தைந்து ஆண்டு சலுகை ஒப்பந்தத்தில் துபாய் கையெழுத்திட்டது. அதன் அடிப்படையில் ஹம்ரியா மாவட்டத்தின் ஒரு பகுதியை ஐ.பி.சி. குத்தகைக்கு எடுத்துக் கொண்டது. சும்மா எடுத்துக்கொள்ளவில்லை, ஷேக் சயீத் மக்தூம் அவர்களுக்கு அறுபதாயிரம் ரூபாய் கொடுக்கப்பட்டது. கையொப்பமிட்டால், கணிசமான ஆண்டு வருமானம் முப்பதாயிரம் ரூபாய் வரும். பின்னர் எண்ணெய் நிறுவனம் இரண்டு லட்சம் ரூபாய் கொடுப்பதாக ஒப்பந்தம் போடப்பட்டது. எந்த எண்ணெயையும் கண்டுபிடித்தால், எதிர்பார்க்கும் செயல்பாட்டின் போது பிரித்தெடுக்கப்படும் ஒவ்வொரு பீப்பாய்க்கும் மூன்று ரூபாய் செலுத்தப்படும் என்றும் ஒப்பந்தத்தில் இருந்தது.

1945-களில், ஷேக் சையத்தின் மகன் மற்றும் பட்டத்து இளவரசர் ஷேக் ராஷித் பின் சையத் அல்-மக்தூம், இந்தச் சூழலை சாதகமாக எடுத்துக் கொண்டார். அதன் விளைவாக IPC மற்றும் அல்-மக்தூம் குடும்பத்திற்கு இடையே லாபத்தில் சரிபாதி என்று முடிவு செய்தனர். IPC-இன் பெருந்தன்மைக்குப் பின் ஒரே குறிக்கோள்தான். எக்காரணத்தைக் கொண்டும் அமெரிக்கர்களை உள்ளேவிடக் கூடாது.

1939-ஆம் ஆண்டில் சுப்பீரியர் ஆயில் நிறுவனம் துபாயில் அங்கீகரிக்கப்படாத வான்வழி ஆய்வுகளை மேற்கொண்டது. நாங்கள் உதவுகிறோம் எண்ணெய் கிடைத்துவிட்டால் ஐந்து மில்லியன் ரூபாய் கொடுக்கிறோம் என்று சொன்னது. இது எதுவும் காதில் விழாதது போல ஆட்சியாளர்கள் ப்ரிட்டிஷ் பக்கம் திரும்பிக் கொண்டார்கள். 1944-இல் மீண்டும் அமெரிக்கா முயற்சித்தது. பிரிட்டன் ஒரு மோசமான ஒப்பந்தத்தில் உங்களைச் சிக்க வைத்துள்ளது என்று கூவியது. செவிடன் காதில் சங்கூதிய கதையாகிப் போனதுதான் மிச்சம்.

குறிப்பிடத்தக்க வகையில், இருபதாம் நூற்றாண்டின் நடுப்பகுதியில், ஒவ்வொரு ஷேக்டமும் குறைந்தபட்சம் ஒரு வகையான வாடகை வருமானத்தைப் பெற்றிருந்தது. அஜ்மான்கூட எண்ணெய்ச் சலுகைகள் அல்லது விமானம் தரையிறங்கும் ஒப்பந்தங்கள் மூலம் பயனடையவில்லை. ராணுவ நிலத்தை நடத்துவதற்குத் தேர்ந்தெடுக்கப்பட்ட தளமாக இருந்தது. அந்த ஊர் ஷேக் ரஷித்

பின் ஹூமைத் அல்-நுஜமி, ஆண்டு வாடகையாகப் பத்தாயிரம் ரூபாயை வசூலிக்கத் தொடங்கினார்.

சில சந்தர்ப்பங்களில், ஏற்கெனவே இருக்கும் ஷேக்டாம்களின் குறிப்பிட்ட சில பகுதிகள் தங்கள் சொந்த உரிமையில் கணிசமான வாடகை நடவடிக்கைகளை ஈர்க்கக்கூடியவையாக இருந்தன. அதனால், பிரிட்டன் சுதந்திரமான ஷேக்டாம்களை உருவாக்கவும் புதிய வம்சங்களை நிறுவவும் முயன்றது. இதன் மூலம் அசல் பிராந்திய அமைப்பை ஆதரித்தது. இதுபோன்ற புதிய சிறிய ஷேக்டம்களை உருவாக்கிக் கட்டுப்பாட்டுக்குள் வைப்பதால் பிரிட்டனுக்கு அதிக நன்மை இருந்தது.

முக்கியமாக வெளிநாட்டுத் தலையீட்டை முறியடித்தல். இந்த மூலோபாயத்தின் சிறந்த உதாரணம் இந்தியப் பெருங்கடல் கடற்கரையில் உள்ள புஜைரா மாகாணமாகும். இது பெயரளவிற்குக் கீழே விழுந்தாலும் குவாசிம் கட்டுப்பாட்டில் இருந்தது.

1951-ல் உண்மையில் அமெரிக்க மற்றும் சவுதி எண்ணெய் நிறுவனமான ARAMCO, புஜைராவின் ஆதிக்க ஷர்கியின் பழங்குடியினரின் முக்கிய உறுப்பினர்களை அணுகத் தொடங்கி இருந்தார்கள். அவர்கள் எண்ணெய்ச் சலுகைகளுக்கு வாடகை செலுத்த முன்வந்தாலும், ARAMCO உண்மையில் அந்தக் பகுதியில் எண்ணெய்க்கான வாய்ப்பை எதிர்பார்க்கவில்லை. மாறாகக் கீழ் வளைகுடாவில் கால் பதிக்கவே கட்டம் போட்டார்கள்.

இதைப் பார்த்து அதிவேகமாக பிரித்தானியர்கள் ஒரு முடிவுக்கு வந்தார்கள். 1952-இல் ஷேக் முஹம்மது பின் ஹமத் அல்-ஷர்கி அவர்களை 1835-இல் போடப்பட்ட பழைய ஒப்பந்தத்தைத் தூசி தட்டிக் கையெழுத்திட வைத்தார்கள். மேலும் புஜைரா ஒரு தனித்துவமான உண்மையான ஷேக்டமாக அறிவிக்கப்பட்டது. அதன் பிரிட்டிஷ் அங்கீகாரத்திற்குப் பிறகும், புஜைராவின் ஆட்சியாளர்கள் அமெரிக்க ராஜதந்திரிகளுடன் குறிப்பாக நெருங்கிய தொடர்புகளைப் பேணி வந்தனர். ஒருவேளை வெவ்வேறு எண்ணெய் நிறுவனங்கள் வந்து எண்ணெய் கண்டுபிடிக்கப்பட வேண்டும் என்ற நோக்கத்துடன் இருக்கலாம்.

1950-களில் ஃபுஜைரா அரசாங்கத்தால் வெளியிடப்பட்ட உள்ளூர் தபால் தலைகளில் அமெரிக்க ஜனாதிபதிகள், விண்வெளி வீரர்கள் மற்றும் பிற பிரபலங்கள் தொடர்ந்து இடம்பெற்றனர்.

மற்றொரு ஷேக்டம்(ராஜ்யம்) சில ஆண்டுகளுக்கு முன்பு அதே கடற்கரையில் உருவாக்கப்பட்டது. ஃபுஜைரா பக்கத்தில் இருக்கும் கடலோரக் கிராமமான கல்பா நமக்கு முன்பே அறிமுகமான இடம்தான். இயற்கைத் துறைமுகத்தைச் சுற்றியுள்ள நகரமும் பகுதியும் ஓமானின் எல்லைக்கு முன்னர் ட்ரூசியல் மாநிலங்களின் தெற்குப் பகுதியில் இருந்த நகரமாக இருந்தது. இதுவும் ஒரு ஷேக்டமாக அங்கீகரிப்பட்டது. இந்த அங்கீகாரம் பிரிட்டனின் மற்றொரு விமானத் தளத்திற்கான தேவையுடன் நேரடியாக இணைக்கப்பட்டது.

ஆனால் கல்பாவின் சுதந்திர நிலை பதினைந்து ஆண்டுகள் மட்டுமே நீடித்தன. அந்த நேரத்தில் கிழக்கு விமானத்தளத்திற்கான திட்டங்கள் கைவிடப்பட்டன.

13. முத்து மறைந்தது

1900-களின் முற்பகுதியில், வளைகுடா பொருளாதாரத்தின் *95* சதவீதத்தை முத்து வியாபாரம் பிடித்திருந்தது. துபாயிலும் வளைகுடாவின் மற்ற பகுதிகளிலும் முத்து ஏற்றுமதி தொடர்ந்து வளர்ந்து கொண்டிருந்தது. சும்மா அசுர வளர்ச்சியில் ஓடிக் கொண்டிருந்தது என்றும் சொல்லலாம். இந்த வளர்ச்சி நிலையற்றது என்று பல எச்சரிக்கைக் குரல்கள் வந்தன.

ஆனால், துபாயின் அரபுப் பூர்வீகவாசிகள் தங்கள் முத்து வியாபாரத்தைப் பற்றிப் பெருமிதம் கொண்டனர். ரியல் எஸ்டேட் அல்லது கடை வைத்தல் போன்ற தொழில்கள் தங்களுக்குக் கீழே இருப்பதாக அவர்கள் நினைத்தார்கள். அதன் விளைவு துபாயின் சில்லறை வணிகத் துறை புலம்பெயர்ந்த இந்தியர்களுக்குச் சாதகமாக அமைந்தது. இவையெல்லாம் முன்பே சரிசெய்து இருந்தால் முத்து மங்கியபோது, அவர்கள் பற்றிக்கொள்ள வேறு தொழில் இருந்திருக்கும்.

1929-இல் வளைகுடாவின் வளர்ந்து வரும் தொழிலில் பெரும் இடி விழுந்தது. நியூயார்க் பங்குச் சந்தை வீழ்ச்சியடைந்ததுதான் அதற்குக் காரணம். அதுமட்டுமா? அமெரிக்கா, ஐரோப்பா என்று வரிசையாகப் பல நாடுகளில் பொருளாதார மந்தநிலை கோவிட் போலப் பரவியது. மேற்கில் வாழ்க்கை கடினமாக மாறியது. அதன் பிரதிபலிப்பு துபாயையும் விட்டுவைக்கவில்லை.

நேரம் கடினமாக இருக்கும்போது, முத்து போன்ற ஆபரணங்கள் வாங்குவதைப் பற்றி நீங்களும் நானும் மட்டுமில்லை. அப்போது துரைமார்களும் யோசிக்கவில்லை. இன்றைக்கு விழுந்த பொருளாதாரம் நாளைக்கு சரியாகிவிடும். அதுபோலவே மீண்டும் முத்து தன் இடத்தைப் பிடிக்கும் என்று எதிர்பார்க்கப்பட்டது. ஆனால் முத்தின் கதை கிட்டத்தட்ட இறுதி மூச்சை சுவாசித்துக் கொண்டிருந்தது. அதற்கு ஜப்பானியர்கள் காரணமாக இருந்தார்கள். என்ன திடீரென்று வளைகுடாவிலிருந்து ஜப்பானுக்கு என்று நீங்கள் யோசிக்கலாம். உலகத்தில் சிறந்த முத்து எது என்று நீங்கள் இன்று கூகிளிடம் கேட்டால், ஜப்பான் என்று வரும்.

ஆனால் அந்தக் காலகட்டத்தில் ஜப்பானிய ஆராய்ச்சியாளர்கள் ஒரு மாபெரும் சம்பவம் செய்தார்கள். ஆம் அதை இந்தக் கெடுபிடி நேரத்தில் செய்ததால் அப்படிச் சொன்னால்தான் சரியாக இருக்கும். பல வருடங்கள் முயன்று இயற்கையானவற்றைப் போலவே தோற்றமளிக்கும் முத்துக்களைச் செய்யும் வழியைக் கண்டுபிடித்தனர்.

சிப்பிக்குள் ஒரு புள்ளி அளவு கிரிட்டை (கல்போன்ற வஸ்து) முதலில் வைத்தார்கள். முத்துக்களைக் கடினமாக்கும் கால்சியம் கார்பனேட் மற்றும் சிப்பியின் புரதத்தின் கலவையான நாக்ரேயின் சுரப்புகளால் அது மூடப்பட்டது. ஆனால் அந்த ஆரம்ப வளர்ப்பு முத்துக்கள் பொதுவாக ஷெல்லில் பொருத்தப்பட்ட 'கொப்புள முத்துகளாக' மாறின. அவை துண்டிக்கப்பட்டு பயன்படுத்தப்படலாம். அது மோதிரங்கள் அல்லது அரை முத்துக்கள் பதிக்கும் நகைகளில் மட்டுமே பயன்படுத்த முடிந்தது.

இருபதாம் நூற்றாண்டின் முற்பகுதியில், ஜப்பானிய ஆராய்ச்சியாளர்கள், சிப்பிகளின் பிறப்புறுப்புகளில் கிரிட்டை வைத்தார்கள். உயிரினங்கள் நாக்கரை வெளியேற்றி, தங்களுக்குள் வட்டமான முத்துக்களை உருவாக்கும் என்பதைக் கண்டறிந்தனர். இப்படிச் செயற்கையாகச் செய்யப்பட்ட முத்துக்கள் வளைகுடாவின் மொத்த முத்துச் சந்தையையும் காலி செய்தன.

துபாய் மற்றொரு தொழிலையும் செய்திருந்தால், இந்த நேரத்தில் தப்பித்து இருப்பார்கள். இப்பொழுதுவரை எண்ணெய், ஜீனி எங்கு கிடைக்கும் என்று அவர்களுக்குத் தெரிந்திருக்கவில்லை என்பதை மனத்தில் கொள்ளவேண்டும்.

1929 விபத்துக்கும் 1945 ஆம் ஆண்டு இரண்டாம் உலகப் போர் முடிவதற்கும் இடைப்பட்ட பதினேழு ஆண்டுகள் துபாயின் வரலாற்றில் சோதனைக் காலம் என்று சொல்லலாம். 1930-களிலும் 1940-களிலும் துபாயில் ஊட்டச்சத்துக் குறைபாடு பரவிக்கொண்டிருந்தது.

முத்து வியாபாரம் செய்தவர்கள் உணவுகளைத் தேடி அலைந்தார்கள். இந்திய வணிகர்கள் தங்கள் குடும்பங்களையும் பொருட்களையும் கூட்டிக்கொண்டு பம்பாய்க்கு நீராவிக் கப்பலில் ஏறினார்கள். இனி உணவளிக்க முடியாத எஜமானர்களை அடிமைகள் கைவிட்டனர். இப்படி ஒன்றா இரண்டா? அடிபட்ட காலில் மேலும் மேலும் அடிபடும் என்பது போல் துபாய் துவண்டு கொண்டிருந்தது.

1920-களில் திறக்கப்பட்ட துபாயின் முதல் பள்ளிகள் இடிந்து விழுந்தன. பள்ளிகள் இல்லாதபோது ஆசிரியர்கள் எப்படி இருப்பார்கள்? அதுவும் வெளிநாட்டு ஆசிரியர்கள்! அவர்கள் தங்கள் நாட்டுக்குத் திரும்பினார்கள்.

இரண்டாம் உலகப்போர் நிலவும்போது, பஞ்சம் தீவிரமடைந்தது. அரிசி, மீன் அல்லது பேரீச்சம்பழம் இல்லாதபோது, மக்கள் இலைகள் அல்லது எங்கும் நிறைந்த துபை, ஒரு முள்ளந்தண்டு பல்லியைச் சாப்பிட்டனர். சில பக்கங்களுக்கு முன் துபாய் என்ற பெயருக்குப் பின் காரணங்கள் சொன்ன அந்தத் துபைதான் இது.

வெட்டுக்கிளிகளின் வருகை ஒரு ஆசீர்வாதமாக மாறியது. மக்கள் வாணலியில் போட்டு வறுத்து, நறுக் முறுக் என்று சாப்பிட ஆரம்பித்தார்கள். அதென்ன நறுக் முறுக் என்றால், அதற்கும் காரணம் இருக்கிறது. துபாயைச் சேர்ந்த வரலாற்றுப் பேராசிரியர் ஃபாத்மா அல்-சயேக் சிறுமியாக இருந்தபோது வெட்டுக்கிளிகளைச் சாப்பிட்டுள்ளார். “அவை பிரஞ்சு ப்ரைஸ் போல சுவையாக இருந்தது” என்று பதிவு செய்து வைத்திருக்கிறார். பூச்சிகள், இலைகள் மற்றும் பல்லிகளால் ஒரு நகரம் வாழ முடியாது. தவிர்க்க முடியாமல், சில துபாய் மக்கள் பட்டினியால் இறந்தார்கள்.

போன அத்தியாயத்தில் வாடகை வருமானம் பற்றிப் பார்த்தோம் அல்லவா? ஆட்சியாளர்கள் பெட்டியில் மட்டும் பணம் சேர்ந்து கொண்டிருந்தது. அதை அவர்கள் பெரும் பகுதியைத் தங்களுக்காவே என்று நம்பினார்கள். ஆனால் அந்தச் சமயத்தில் முத்தைத் தவிர்த்து

பெரும்பாலான மக்களுக்கு வேறு தொழில் இருக்கவில்லை. மேலும் இதனால் கீழ் வளைகுடா பிரித்தானியாவின் ஏழ்மையான மற்றும் குறைந்த வளர்ச்சியடைந்த ஒன்றாக நலிந்துபோனது. மற்ற எந்தத் தொழில்களிலும் முயற்சிகள் நடைபெறவில்லை. எதிர்கால பிராந்திய வளர்ச்சிக்கான எந்த அடித்தளமும் நிறுவப்படவில்லை.

இது ஒருபுறம் இருக்க உள்ளுக்குள் சில சிக்கல்கள் நடந்து கொண்டிருந்தன. பொருளாதார நெருக்கடியின் போது, ஷேக் சயீத் பின் மக்தூம் அல்-மக்தூமுடன் துபாய் ஆட்சியில் இருந்தார். அவர் 1912 முதல் 1958-இல் அவர் இறக்கும் வரை தலைமை தாங்கினார். துபாயின் தற்போதைய ஆட்சியாளரான ஷேக் முகமது பின் ரஷீத்தின் தாத்தாதான் ஷேக் சயீத். ஷேக் சயீத்தின் ஆட்சியைவிட அவர் மகன் ரஷீத் மற்றும் அவரது பேரன் முகமது ஆகியோரின் வழி சிறந்தது என்று வரலாற்று ஆசிரியர்கள் பதிவு செய்து இருக்கிறார்கள். அதை அப்படியே ஏற்க முடியுமா? அதையும் கொஞ்சம் அலசிப் பார்த்துவிடலாம்.

ஷேக் சயீத்தின் நீண்ட வெள்ளைத் தாடியில், திரைச்சீலை போன்ற ஆடைகளின் மடிப்பில் அவரது உடல் மறைந்திருந்தது. ஒரு மனச்சோர்வடைந்த போர்வீரனைப் போலத் தோற்றமளித்தார். ஒரு வெள்ளி கைப்பிடி கஞ்சர் (குறுவாள்), ஒரு சடங்குக்காக இடுப்பில் தொங்கியது. சயீத்தின் சோர்வான கண்கள் குமிழ் மூக்கைச் சுற்றித் திரண்டிருந்த ஒரு சுருக்கமான முகத்தில் தங்கியிருந்தன. சயீத் பின் மக்தூம் ஒருமுறை அவரது வேலைக்காரன் ஒரு கம்பளத்தைத் திருடுவதைப் பார்த்துவிடுகிறார். திருடியதைத் திருப்பித் தருமாறு எச்சரிக்கிறார். ஏனெனில் ‘காவலர்கள் நிச்சயமாக உன்னைப் பிடிப்பார்கள். அதற்கு முன் என்னிடம் கொடுத்துவிட்டு ஓடிவிடு’ என்ற சம்பவம் பதிவு செய்யப்பட்டுள்ளது. இதன் மூலம் இன்றும் துபாய் மக்கள் அவருடைய மென்மையான மனதை நினைவில் வைத்துள்ளார்கள்.

ஆனால் அவரது அதிகாரத்தை இழிவுபடுத்த உறவுக்காரர்களும் ஒரு கரடுமுரடான கூட்டமும் வெளிப்படையாகத் திட்டமிட்டு, ஆட்சியாளரைக் கேலி செய்தனர். முத்துத் தொழில் விழுந்து மக்கள் பஞ்சத்தில் இருக்கும்போது அதாவது 1929-ல் ஷேக் சயீத் அல் மக்தூமைப் பதவி நீக்கம் செய்வதற்கான முதல் முயற்சி நடந்தது. அவரது உறவினர் மணி பின் ரஷீத் தலைமையிலான ஒரு இசைக்குழு அவரை ராஜினாமா செய்யும்படி கட்டாயப்படுத்தியது.

மணி தன்னை துபாயின் ஆட்சியாளராக அறிவித்து, நானும் ரவுடிடா என்று சொல்வது போல் நானும் ராஜாடா என்று முழக்கமிட்டார். ஆனால் ஆங்கிலேயர்கள் அவரை ஏற்க மறுத்துவிட்டனர். சயீத் அல் மக்தூம் அதிகாரத்தைத் தக்க வைத்துக் கொண்டார். 1934-இல், கிளர்ச்சியாளர்கள் அவரைக் கொலை செய்ய முயற்சித்திருக்கிறார்கள்.

சைட் பின் புட்டி என்ற மக்தூம் அரசு குடும்பத்தைச் சேர்ந்தவரும் சில கிளர்ச்சியாளர்கள் சேர்ந்ததில் இது அரங்கேறியது. பிரிட்டிஷாருக்கு இந்த மோசமான நிலைமைகளால் ஏற்பட்ட மனக்கசப்பு மிகவும் வலுவாக இருந்தது. அது அல்-மக்தூம் குடும்பத்திற்கு எதிரான வெளிப்படையான எதிர்ப்பாக வெடித்தது. இறுதியாக ஷேக் சயீத்தை எச்சரித்தது. அவர் தனது எதிரிகளிடமிருந்து தன்னை மட்டும் பாதுகாத்துக் கொள்ள வேண்டும் என்பதெல்லாம் சரிதான். ஆனால் துபாயில் உள்ள பிரிட்டிஷ் மக்கள் ஆபத்தில் சிக்கினால், பிரிட்டன் பொறுப்பான அனைவரையும் தண்டிக்கும் என்று அழுத்தமாகச் சொன்னது.

மேலும் 1931-இல், புட்டியின் மகன் ஷேக் சைட் பின் புட்டி அல்-மக்தூம் தனது படகுகளின் மூலம் பிரிட்டிஷ் கப்பலுடன் வேண்டுமென்றே மோதி சேதப்படுத்தினார். கப்பலை சேதப்படுத்தியது மட்டும் இல்லாமல் அங்கு இருந்தவர்களையும் காயப்படுத்தினார்கள். இவர் எண்ணமெல்லாம் ஆட்சியாளரின் செயல்களுக்கு எதிராகவே இருந்தது. சைட் பின் புட்டியின் தேவையெல்லாம் பிரிட்டிஷ் கட்டுப்பாட்டில் இருந்து வெளியேவர வேண்டும். ஒரு முறையான நீதித்துறை அமைப்பை உருவாக்க வேண்டும். மேலும் அந்த ஆண்டின் பிற்பகுதியில் குற்றவாளிகளுக்குத் தண்டனைகளை நிறைவேற்ற ஒரு குழுவை நிறுவினார். பிரிட்டிஷ் ஏஜென்ட்கள் கவலையாக இருந்தார்கள். அது மட்டுமின்றி கமிட்டியைக் கட்டுப்படுத்த சயீத் பின் மக்தூமிடம் அழுத்தம் கொடுத்தார்கள்.

1934 வாக்கில் நிலைமை மேலும் மோசமடைந்தது. ஆட்சியாளரின் உறுப்பினர்கள் மீது சைட்டின் பார்வை சரியில்லை. எப்பொழுது வேண்டுமென்றாலும் எது வேண்டுமென்றாலும் அசம்பாவிதம் எதிர்பார்க்கலாம் என்பதைத் தெரிந்துகொண்டார்கள். ராயல் நேவி கப்பல் துபாய்க்கு அனுப்பப்பட்டது. கரையில் இருந்து

கொண்டே பார்வையை ஊருக்குள் வைத்திருந்தது. ஆட்சியாளர் சயீத் பின் மக்தூம் கப்பலுக்கு அழைக்கப்பட்டார். அவரிடம் இருந்து பிரிட்டிஷ் அரசாங்கம் வாக்குறுதிகளைப் பெற்றது.

தேவைப்பட்டால், ஆங்கிலேயர்கள் ஆட்சியாளருக்கு துப்பாக்கிகள் மற்றும் வெடிமருந்துகளை வழங்குவதாக முடிவு செய்யப்பட்டது. கரைக்குத் திரும்பிய பிறகு, சயீத் பின் மக்தூம் உடனடியாக ஒரு மஜ்லிஸ் (ஒன்றுகூடும் இடம்) குடிமக்களின் மன்றத்தை அழைத்தார். அவர்களின் விசுவாசத்தைக் கோரினார். அதே நேரத்தில் அவரது பழைய பெடோயின் கூட்டாளிகள் சிலரை உதவிக்கு அழைத்தார். அன்று மாலைக்குள் சுமார் எண்ணூறு ஆயுதமேந்திய பழங்குடியினர் நகரின் எல்லைக்கு வந்திருந்தனர்.

குறிப்பிடத்தக்க வகையில், பகலில் பரபரப்பான நேரத்தில் திறந்த மரப்பெட்டிகளில் மோட்டார் ஏவுதல் மூலம் பிரிட்டிஷ் ஆயுதங்கள் அனுப்பியது. மேலும் வலிமையை வெளிப்படுத்தும் வகையில், *RAF* போர் விமானங்கள், எஞ்சியிருக்கும் எதிரிகளை அடக்கும் முயற்சியில் ஷார்ஜா விமானத்தளத்தில் இருந்து துபாய்க்கு மேல் தாழ்வாகப் பறந்தது. சயீத்தின் உறவினர்கள் அவரது இரவுக் காவலர்களைத் தாக்கும் கும்பல்களை ஏற்பாடு செய்து அவரது வருமானத்தில் ஒரு பங்கைப் பறிக்க முயன்றனர்.

1938-இல், அவர் தெரு ஆர்ப்பாட்டங்களை எதிர்கொண்டார். ஷேக் சயீத்தின் மூத்த மகன் ஷேக் ராஷித், தனது கட்டுக்கடங்காத உறவினர்களுக்குப் பதிலடி கொடுக்கத் தயாரானார். இளம் ரஷீத்தின் படங்களைப் பார்த்தால் முழுக்க முழுக்க கறுப்புத் தாடியுடன், உயிர்ப்புடன் இருக்கும் கண்கள் ஓர் உறுதியைக் காட்டும்.

ஒரு இளைஞனாக, ரஷீத் துபாயின் டாக்ஸி சேவையில் ஏகபோக உரிமை வைத்திருந்தார். அவரது உறவினர்களில் ஒருவர் தனது சொந்த டாக்ஸி சேவையைத் திறந்து இவருக்குப் போட்டியானார்.

1938-ஆம் ஆண்டில், ஷேக் ராஷித் ஒரு ஆயுதமேந்திய அணிக்குத் தலைமை தாங்கினார். தொடர்ந்து உறவுக்காரர்களின் இழுபறிகள் அரங்கேறிக் கொண்டிருந்தன. மக்தூமின் போட்டியாளர்கள் துபாயின் செல்வாக்கு மிக்க வணிகர்களுடன் கூட்டணியைப் போட்டார்கள்.

14. வணிகர்களின் மஜ்லிஸ்

சில ஆண்டுகளுக்குப் பிறகு, மிகக் கடுமையான நெருக்கடி வெடித்தது. 1938-இல், சுமார் நானூறு எண்ணிக்கையிலான எதிர்ப்பாளர்களின் ஒரு பெரிய குழு உருவானது. அதில் துபாய் வணிகர்கள் மற்றும் ஷேக் சயீத் பின் மக்தூமின் உறவினர்கள் சிலர் அடக்கம். நகரம் மேம்பட சில சீர்திருத்தமான நடவடிக்கைகள் தேவை என்று எண்ணினார்கள். அதில் குறிப்பாக அல்-குரைர், பின் டால்முக் மற்றும் பின் தானி குடும்பங்கள் இருந்தனர். இவர்களில் சிலர் இன்றும் சக்தி வாய்ந்த தொழிலதிபர்களாக உள்ளனர்.

அப்பொழுது நாடு கடத்தப்பட்ட ஈசா பின் ஹுரைஸ் மற்றும் ஆட்சியாளரின் செல்வாக்குமிக்க இரண்டாவது ஷேக் சயீத் பின் மக்தூமின் பங்காளியான ஷேக் மணி பின் ரஷீத் அல்-மக்தூம் இருவராலும் ஆதரிக்கப்பட்டது. அவர்கள் அனைவரும் ஒன்று சேர்ந்து தங்கள் எதிர்ப்பை ஒரு ஜனநாயகச் சீர்திருத்த இயக்கமாக மாற்றினர்.

குழுவின் நோக்கம் ஒருபுறம் சீர்த்திருத்தமாக இருந்தாலும், மறுபுறம் ஷேக் சயீத்தின் அதிகாரங்களைத் துண்டித்து அவர் ஆட்சியை கிட்டத்தட்ட முடித்துவிட வேண்டும் என்று நினைத்தார்கள். ஆங்கிலேயர்கள் இந்த ஜனநாயகக் குழுவிற்கு எதிராக இருந்தார்கள்.

ஷேக் தனது உறவினரான ஹஷர் பின் ரஷீத் தலைமையில் பதினைந்து பேர் கொண்ட மஜ்லிஸை அமைக்க வணிகர்களை அனுமதித்தார். இதன் மூலம் சில பல நல்லவைகளும் நகரத்தில் நடக்கத் தொடங்கின.

முதலில் இந்த இயக்கம் கல்வி முறைக்குக் கணிசமான பங்களிப்பைச் செய்தது. முத்துத் தொழில் செழிப்பாக இருந்த காலத்தில் இருந்தது போலவே பள்ளிகளை மீண்டும் திறக்கப் பாடுபட்டது. கல்வித் துறையை நிறுவி, துபாயின் முதல் பள்ளிகளின் இயக்குநராக ஷேக் மணியை நியமித்தனர். மேலும் மஜ்லிஸின் ஆவணங்களில் குறிப்பிடப்பட்டுள்ளபடி, உள்ளூர் மக்களிடமிருந்து பெரும்பான்மையான ஆசிரியர்களை நியமித்தனர். அவர்களில் பலர் வயதான துபாய் ஆண்கள். எனவே, இந்த முயற்சிகள் மற்றும் அவர்களின் பல புதுமைகள் மற்றும் பரிந்துரைகளைத் துபாய் முழுவதும் வரவேற்றது.

இளவரசர் ஷேக் ராஷித் பின் சயீத்திடம் இருந்த ஏகபோகமான *(monoploy)* டாக்ஸி தொழிலுக்கும் ஆப்பு வைக்க முடிவும் செய்யப்பட்டது. ஹஷர் தலைமை என்றாலும் மஜ்லிஸ் மக்கள் ஷேக்கைத் தலைவராக இருக்க அனுமதித்தனர். அதற்கு ஈடாக அரசரின் மொத்த வருவாயில் எண்பத்தைந்து சதவீதத்தைப் பகிர்ந்துகொள்ளவேண்டும். பகிரப்பட்ட வருமானம் அரசின் பெயரில் செலவழிக்கப்பட வேண்டும். அதாவது அரசின் வருவாயில் வெறும் 10,000 ரூபாயை 'தனிப்பட்ட பயன்பாட்டிற்காக' மட்டுமே அவர் செலவழிக்க முடியும். இப்படிப் புதிய புதிய திட்டங்கள் தீட்டப்பட்டன.

ஷேக் பங்கு போட்டுக் கொள்ளத் தயாராக இல்லை. கோரிக்கை களைப் புறக்கணித்தார். மஜ்லிஸ் மக்கள் கிளர்ச்சியாளர்களாக மாறினார்கள். துபாய் இரண்டுபடும் அளவுக்குக் குழப்பங்கள் முளைத்தன.

துபாயைச் சுற்றியுள்ள வீடுகளின் கூரைகளை ஆக்கிரமித்தனர். நகரம் துப்பாக்கிச் சூடு நடத்தும் ஆயுத முகாம்களாகப் பிரிக்கப்பட்டது. ஆளும் குடும்பம் தெற்கு பர் துபாய்*(Bur Dubai)* பக்கத்தின் கட்டுப்பாட்டை வைத்திருந்தது மற்றும் கிளர்ச்சியாளர்கள் வடக்கு க்ரீக் கரையில் உள்ள வணிக மையமான டெய்ராவை *(Deira)* வைத்திருந்தனர். அப்போதுதான் ஷேக் சயீத், மஜ்லிஸை

அழிக்க முடிவு செய்தார். அவர் தனது மூத்த மகனால் அவ்வாறு செய்யத் தள்ளப்பட்டாரா என்பது தெளிவாகத் தெரியவில்லை.

ஷேக் சயீத்தின் சகோதரர் ஷேக் ஜுமா பின் மக்தூம் அல்-மக்தூம் கிளர்ச்சியாளர்களுடன் பேச அனுப்பப்பட்டார். முன்னர் அல்-மக்தூம் குடும்பத்தினரிடம் ஏகபோகமாக இருந்த சில வர்த்தக நடவடிக்கைகளுக்கு அனுமதி வழங்கப்பட்டது. இருபக்கமும் இருந்த பதற்றம் சற்றுத் தணிந்தது. படகுகள் மற்றும் கார்களின் செயல்பாடுகள் முன்பு போல் ஆரம்பித்தன. டெய்ரா வாசிகள் பலர் இதனால் மகிழ்ச்சியடைந்து தங்கள் கோபுரங்களிலிருந்து காவலர்களை அகற்றினர்.

இருப்பினும், ஆட்சியாளரின் நோக்கங்களில் சிலர் அவநம்பிக்கை யுடன் இருந்தனர். தற்போதைய நிலையை மேலும் சீர்குலைப்பது பிரித்தானியர்களை துபாயின் உள்விவகாரங்களில் இன்னும் ஆழமாக இழுக்கும் என்று ஹஷர் பின் ரஷீத் மற்றும் சிலர் கவலை கொண்டிருந்தனர்.

இந்தக் குழப்பங்களுக்கு இடையில் கெட்டி மேளம் ஒன்று நடக்க அரசக் குடும்பம் தயாராகிக் கொண்டிருந்தது. இளவரசர் ஷேக் ராஷித் பின் சயீத்அல்-மக்தூம் மற்றும் ஷேக்கா லதிஃபா பின்த் ஹம்தான் அல்-நஹ்யானுடன் டெய்ராவில் திருமண நிகழ்ச்சியை முடிவு செய்தனர். ஷேக்காவின் வீடு, அதாவது ஷேக்கின் பெண்பால் ஷேக்கா, தேராவில் இருந்தது. வணிகர்கள் கொஞ்ச நேரத்திற்கு எல்லாம் மறந்து தற்காப்பு மற்றும் ஆயுதங்களைக் கீழே போட்டார்கள்.

இதுதான் சந்தர்ப்பம் என்று நினைத்த ஆட்சியாளர் மிகப் பெரிய போராட்டத்தைத் திருமணத்திற்கு முன் நடத்தத் திட்டமிட்டிருக்க வேண்டும். அந்தப் போராட்டத்தில் கிட்டத்தட்ட பத்துப் பேர் உயிரிழந்தனர் என்று வரலாற்றாசிரியர்கள் பதிவு செய்திருக்கிறார்கள். இதனால் திருமணம் தள்ளிப்போகவில்லை. ஷேக் ராஷித் மற்றும் ஷேக்கா லத்தீஃபாவின் திருமணமானது இனிதே நடந்து முடிந்தது.

1940-களின் முற்பகுதியில் ஷேக் சயீத் ஓய்வு பெற்றார். ரஷீத் தனது தந்தையின் கடமைகளை ஏற்கத் தொடங்கினார். அவர் ஆட்சி தனி வழியாக இருந்தது. திருமண பந்தம் வலுவடைந்தது. இது

அபுதாபியில் அல்-நஹ்யான் ஆட்சியாளர்களுடன் அவர்களின் பிணைப்பை இறுக்கியது. லத்தீபா மற்றும் ரஷீத்தின் குழந்தைகள் அபுதாபி அரச குடும்பத்தின் உறவினர்கள் ஆனார்கள்.

கிளர்ச்சியாளர்கள் உருவாக்கிய மஜ்லிஸ் அழிக்கப்பட்டிருக்கலாம். ஆனால் அது தோற்றுவித்த கருத்துகள் தகுதி வாய்ந்தவை என்பதை ரஷீத் உணர்ந்தார். அவர் ஆட்சிக்கு வந்ததும் அரச ஊதியக் குறைப்பைத் தவிர - அவை ஒவ்வொன்றையும் சட்டமாக்கினார். ஆனால் ரஷீத் வியாபாரிகளின் யோசனைகளை மட்டும் ஒப்புக் கொள்ளவில்லை. இறுதியில் அவர் வணிகர்களையே இணைத்துக் கொண்டார். துபாய் வளர்ந்தவுடன், வணிக ஒப்பந்தங்கள் மற்றும் பிரத்தியேக வர்த்தக உரிமங்களுக்கு ஈடாக ரஷித் அவர்களின் விசுவாசத்தைப் பாதுகாத்தார்.

15. கூட்டுக் குருவிகளான அரபு தேசியம்

1940-களில் மற்றும் 1950-களில் துபாய் ஆட்சியாளர் - வணிகர் போராட்டங்களிலிருந்து விடுபட்டு முன்னேறத் தொடங்கி இருந்தது. கீழ் வளைகுடாவில் பிரிட்டிஷ் ஆட்சிக்கு எதிர்ப்பின் மையப் புள்ளியாக துபாய் மாறியது. வளைகுடா முழுவதும் அராபிய தேசியவாதம் உருவாக ஆரம்பித்திருந்தது.

துபாயில் பொருளாதார நிலைமைகள் மேம்படத் தொடங்கும்முன் நாலாபக்கமும் வந்த அச்சுறுத்தலைக் கட்டுப்படுத்த பல உத்திகள் பயன்படுத்தப்பட்டன. கீழ் வளைகுடாவில் காலனி ஆதிக்கம் என்ன என்பதைப் பலர் உணரத் தொடங்கியிருந்தார்கள். எல்லா விஷயங்களிலும் பிரிட்டிஷார் மூக்கை நுழைப்பது மக்களை எரிச்சலுக்கு உள்ளாக்கியது. இந்த நேரத்தில் இதேபோன்ற, ஆனால் மிகவும் சக்திவாய்ந்த ஒழுங்கமைக்கப்பட்ட இயக்கங்கள் எகிப்து மற்றும் சில வளைகுடாப் பிரதேசங்களில் மழையில் முளைத்த காளான்களைப் போல் உருவாகியிருந்தன.

உண்மையில், பிரிட்டிஷ் கட்டுப்பாட்டிற்கும் அல்-மக்தூம் குடும்பத்திற்கும் எதிரான எதிர்ப்பலையும் எட்டிப் பார்க்க ஆரம்பித்திருந்தது. பெரும்பாலான கிளர்ச்சியாளர்கள் இறக்குமதி செய்யப்பட்ட சித்தாந்தங்கள், வெளிநாட்டுச் செய்தித்தாள்கள்

மற்றும் பலவற்றால் பெரிதும் பாதிக்கப்பட்டனர் என்பதற்கு ஏராளமான சான்றுகள் உள்ளன.

1939-இல் சில வெளிநாட்டு அரபு செய்தித்தாள்கள் ஏற்கனவே துபாயில் செல்வாக்குடன் இருந்தன. அல்லது குறைந்தபட்சம் வளைகுடாவில் நடக்கும் பிரிட்டிஷ்- எதிர்ப்பு நிகழ்வுகளைப் பரப்புவதை முதல் நோக்கமாகக் கொண்டிருந்தன. வளைகுடா ஷேக்டாம்களை பிரிட்டன் சுரண்டுவதாகச் செய்தித்தாள்களில் விமர்சனங்கள் வந்தவண்ணம் இருந்தன.

1945-ஆம் ஆண்டில், இரண்டு முக்கிய லெபனான் செய்தித்தாள்கள் (அல்-ஷரா மற்றும் அல்-நஹாரா) வளைகுடாவின் அரபுக் கூட்டமைப்பை பற்றிய செய்திகளால் குழப்பங்கள் அதிகரித்தன. அதாவது கீழ் வளைகுடா மட்டுமில்லாமல் எந்தெந்த இடங்களில் பிரிட்டிஷ் சப்பணமிட்டு அமர்ந்து இருக்கிறதோ அங்கு மனாமா வரும் என்று முடிவு செய்தார்கள்.

மனாமா நகரம் பஹ்ரைனில் உள்ளது. மொத்த வளைகுடாவிற்கும் பொதுவான கொள்கையை வழிநடத்தும் இடமாகும் என்று முதலில் முடிவெடுக்கப்பட்டது. அனைத்து பாஸ்போர்ட் கட்டுப்பாடுகளையும் நீக்க முடிவு செய்தார்கள். அனைத்து எமிரேட்டுகளுக்குமான ஒரு கவுன்சிலை உருவாக்கினார்கள். கவுன்சில் இறுதியில் வளைகுடாவின் பிரிட்டிஷ் செல்வாக்கிலிருந்து எகிப்துக்கு மாறும் என்று அப்போது எதிர்பார்க்கப்பட்டது.

1952-இல் எகிப்தின் மன்னர் கமல் அபதெல், நாசர் என்ற ராணுவ கர்னலிடம் அதிகாரத்தை இழந்தார். 1958-இல் அவரது அரண்மனையைக் கைப்பற்றிய பின்னர் ஈராக் ராணுவம் இரண்டாம் பைசல் மன்னரைத் தூக்கிலிட்டது. ஏமெனின் மன்னர் முஹம்மது அல்-பத்ர் 1962-இல் புரட்சியாளர்களால் தூக்கியெறியப்பட்டார். 1969-இல் லிபியாவில், ஒரு சதி நடந்தது. கர்னல் முயம்மர் கடாபிக்கு ஆதரவாக மன்னர் இட்ரிஸ் நின்றார். வளைகுடா முழுவதும், இஸ்லாமியப் புரட்சியாளர்கள் அதகளம் செய்துகொண்டிருந்தார்கள். 1979-இல் ஈரானின் ஷாவை விரட்டியடித்தனர். வளைகுடா முடியாட்சிகள், அவர்களின் காலமற்ற ஷேக்குகளுடன், தத்தளிக்கும் டோமினோக்களைப் போலத் தோற்றமளித்தனர். இங்கே நான் குறிப்பிட்ட பெயர்களோ, நடந்த ஆண்டோ உங்கள் மனதில் நிற்காது. இருந்தாலும் கீழ்

வளைகுடாவைச் சுற்றிப் புரட்சி, புரட்சி, புரட்சி மட்டுமே நடந்து கொண்டிருந்தது என்பதை மட்டும் மனதில் நிறுத்துங்கள்.

மக்கள் செல்வந்தர்களாகவும், கல்வியறிவு பெற்றவர்களாகவும் வளர்ந்திருந்தார்கள். பழமையான அல்லது பாரம்பரியமான ஷேக்டாம்களை நவீனமயமாக்க வேண்டும் என்ற கருத்தும் மக்களிடையே பரவலாக இருந்தது. இது பல பகுதிகளில் குடிமக்களுக்கு ஆட்சியில் அதிக உரிமையைக் கொடுத்தது.

1950-கள் மற்றும் 1960-கள் வளைகுடாவை ஆளும் குடும்பங்களுக்கு சோதனையான காலமாக இருந்தன. எகிப்தில் நாசர் போன்ற அரபு தேசியவாதிகள் அரபு ஒற்றுமை மற்றும் சுயராஜ்யத்திற்கு அழைப்பு விடுத்தனர்.

நாசரின் செய்தி துபாய் மற்றும் வளைகுடாவில் ஆழமாக எதிரொலித்தது. முதலில் ஆங்கிலேயர்களுக்கு எதிர்ப்பைத் தூண்டியது. இரண்டாவதாக ஆளும் ஷேக்குகள், சோவியத் யூனியன் தீவிரவாதிகளுக்கு முட்டுக்கட்டை போட்டது. காலனியப் பேரரசுகள் வாடின. குறிப்பாக ஆப்பிரிக்காவில் பல சுதந்திர அரசுகள் தோன்றின. ட்ரூசியல் ஸ்டேட்ஸ் புரட்சிக்கான சூழலில் சிக்கியது.

வளைகுடா அரேபியர்கள் அரேபிய லீக்கை சந்திக்கவும், காலனித்துவ ஆட்சியை அகற்றவும் எகிப்துக்குச் சென்றனர். ஈராக் மற்றும் சிரியாவில் இருந்து தேசியவாத ஆசிரியர்களை இறக்குமதி செய்து ஷார்ஜாவில் லீக் அலுவலகத்தை திறந்தனர். தீவிரவாதிகள் ஆங்கிலேயர்களை வெளியேற்றி முழுமையான பழங்குடியினரின் ஆட்சியை உயர்த்துவதைத் தங்கள் இலக்காகக் கொண்டார்கள்.

பான்-அரபு மற்றும் பிரிட்டிஷ் எதிர்ப்பு எல்லா இடங்களிலும் முளைத்தது. பல எகிப்தியச் செய்தித்தாள்கள் (அல்-ஹிலால் மற்றும் அல்-ரிசாலா உட்பட) துபாயின் பட்டத்து இளவரசர் ஷேக் ராஷித்துடன் பிரிட்டிஷ் முகவர் நட்புடன் உரையாடும் (வழக்கமான) படங்களை வெளியிடத் தொடங்கின.

சில எகிப்திய வானொலி நிலையங்கள் (குறிப்பாக கெய்ரோ வானொலி மற்றும் சாட் அல்-அரப்) ஷார்ஜாவில் உள்ள பிரிட்டிஷ் தளத்தின் தளபதி கொல்லப்பட்டதாக அடிக்கடி

அறிவித்தது. ஒரே ஆண்டில், இதே அறிவிப்பு மூன்று முறை வெளியிடப்பட்டது. வேடிக்கையாக இருந்தாலும், மக்களை நம்பவைக்கப் பொய்களை மெய்யாக்கும் கலையைப் பத்திரிகைகள் சமர்த்தாகச் செய்திருக்கின்றன.

அதன் விளைவு துபாயில் வெள்ளம் போல் எகிப்தியர் சித்தாந்தம் முதலில் அரேபியப் பள்ளி ஆசிரியர்கள் மூலம் பரவ அரம்பித்தது. ஆசிரியர்கள் மாணவர்களைத் தூண்டி, நாசரிசம்-நாசரின் கொள்கைகள், பாலஸ்தீனியப் பிரச்சினை மற்றும் பிரிட்டிஷ் அல்லது பிரஞ்சுக்கு எதிராகப் போட்டியிடும் பிற அரபு இயக்கங்கள் பற்றிய விழிப்புணர்வை ஏற்படுத்தியதற்கு ஏராளமான எடுத்துக்காட்டுகள் உள்ளன.

மேலும், துபாயில் ஒரு எகிப்தியக் கல்வி இயக்கம் நிறுவப்பட்டது. அதைத் தொடர்ந்து, பல நடவடிக்கைகளை ஒருங்கிணைக்கும் பொறுப்பைப் பள்ளி ஆசிரியர்கள் எடுத்துக்கொண்டார்கள். ஆசிரியர்களாக எகிப்திய உளவுத்துறை அதிகாரிகள் ஊடுருவியதாகக் கூறப்படுகிறது.

ஒழுங்கமைக்கப்பட்ட மதச்சார்பற்ற தேசியவாதத்தின் முதல் நிகழ்வாக 1950-களின் முற்பகுதியில் துபாயில் உள்ள ஈராக்கிய பணியாளர்கள் அதிகம் உள்ள அல்-பலாஹ் பள்ளியில் மாணவர் குழு அமைக்கப்பட்டது. நேரில் கண்ட சாட்சிகள் விவரித்தபடி, இந்தப் பள்ளி ஆசிரியர்கள் தங்கள் மாணவர்களில் பலரை நகரத்தின் குறுகிய தெருக்களில் அணிவகுக்கச் செய்தார்கள். மாணவர்கள் கொடிகளை ஏந்தி, அரபு தேசியவாதப் பாடல்களைப் பாட, அவர்களது பெற்றோர் மற்றும் குடிமக்கள் நெகிழ்ந்து போயிருக்கிறார்கள்.

ஆக்கிரமிக்கப்பட்ட - பிரிட்டிஷ் காலனித்துவத்தை முடிவுக்குக் கொண்டு வரவும், ஆளும் தன்னலக் குழுவைத் தூக்கி எறியவும் வன்முறையை ஆதரித்த ஒரு தேசியவாதக் குழு அமைந்தது. அதற்குக் கிழக்கு அரேபியாவின் விடுதலை (FLOEA) என்று பெயரிடப்பட்டது. பிரிட்டிஷ் தளத்திற்குத் தீ வைக்க முயன்ற மாணவர்கள் பிடிபட்டனர். ஷார்ஜாவில் எதிர்ப்புச் செயலாக, அவர்கள் FLOEA உறுப்பினர்களாக இருந்திருக்கலாம் என்ற சந்தேகம் வந்தது. இப்படித் திரும்பும் இடமெல்லாம் கலவரம் என்று துபாய் இருந்தது.

பின்னர், 1953-ஆம் ஆண்டில், துபாயின் பள்ளிகளில் மீண்டும் பதற்றம் ஏற்பட்டது: ஒரு நேர்காணல் வெளிப்படுத்தியபடி, பல இளம் சிறுவர்கள் ஜமால் அப்துல் நாசரின் பதாகைகள் மற்றும் புகைப்படங்களை ஏந்தியபடி தெருக்களில் ஆர்ப்பாட்டத்தில் கலந்துகொண்டார்கள். அவர்களுடன் மூத்த மாணவர்கள் மற்றும் சில ஆசிரியர்கள் போராட்டத்துக்குத் துணை நின்றார்கள்.

மாணவர்களைக் கலைக்க ஷேக் ரஷீதின் காவலர்கள் அழைக்கப்பட்டனர். 1959 வாக்கில் துபாயின் பள்ளிகள் வெளிப்படையாக அரபு தேசியவாதமாக மாறியது. பிரிட்டிஷ் முகவர் நாசரின் படங்களைச் சுவர்களில் தொங்கவிட்டதையும், சிறுவர்கள் (சிரியர்களின் வழிகாட்டுதலின் கீழ்) 'காலனித்துவம் ஒழிக, ஜமால் வாழ்க' என்று கூச்சலிடுவதையும் அவரிடம் விவரிக்கப்பட்டது.

அதேபோல் 1960-இல், பள்ளிக் கலைக் கண்காட்சியில் துபாய் மற்றும் எகிப்தியக் கொடிகள் எல்லா இடங்களிலும் இருந்தன. ஆனால் யூனியன் கொடிகள் இல்லை. அதாவது ஆங்கிலேயர்கள் சம்பந்தப்பட்ட எதையும் மக்கள், முக்கியமாகக் கிளர்ச்சியாளர்கள் இடது கையால் தள்ளினார்கள். ஏறக்குறைய அனைத்துக் கலைத் திட்டங்களும் தேசியவாதத்தால் பெரிதும் பாதிக்கப்பட்டன. குறிப்பாக, மறக்க முடியாத ஒரு கண்காட்சி அரபுக் கொடியை ஏந்தியபடி பாலஸ்தீனத்திற்குள் நுழைய முயற்சிப்பதைச் சித்தரித்தார்கள்.

மாணவர்களை வைத்துப் போராட்டங்கள் தொடர்ந்து செய்து கொண்டிருந்தார்கள். விளையாட்டு தினமா? பேருக்கு இரண்டு மாணவர்களை ஓடவிட்டு, நாசரைப் பற்றிப் பேசுவதில் கவனம் செலுத்தினார்கள்.

ஒருபுறம் பள்ளி மாணவர்களை வைத்து ஆசிரியர்கள் பிரிட்டிஷை எதிர்த்துக் கிளர்ச்சியில் ஈடுபட, மற்றொரு புறம் துபாயின் பெரிய வணிகர்களான, மாஜித்- அல் -புதைம், தானி குடும்பம், அல்-குரைய்ர் போன்றவர்களும் பிரிட்டிஷாரை எதிர்த்து நாசர் சித்தாந்தத்தின் பக்கம் சென்றுகொண்டிருந்தார்கள்.

ஆங்கிலேயர்களுக்கு அவர்களின் நூற்றி ஐம்பத்திரண்டு ஆண்டுகால 'மலிவான காலனி' முடிவு நெருங்கிவிட்டது என்பது தெரியும்.

காற்றில் கிளர்ச்சியின் வாடை வீசியது. துபாயின் முக்கியக் குடும்பங்களில் பலர் நாசரின் கூட்டாளிகளாக மாறினார்கள்.

'நாசரின் விளைவை மிகைப்படுத்துவது சாத்தியமில்லை' என்று நாசரின் காலத்தில் எகிப்து மற்றும் சூடானில் இருந்த பிரிட்டிஷ் தூதர் அந்தோனி ஹாரிஸ் ஐக்கிய அரபு எமிரேட்ஸ்க்குத் தூதராக வந்தார். "அரேபியத் தலைவர் ஒருவர் மேற்கத்திய நாடுகளுக்கு எதிராக நிற்பது இதுவே முதல் முறை. அவருக்குத் தேன் குரல் இருந்தது. அவர் பேசும்போது மக்கள் மயங்கி விழுந்தனர். நாசரிசம் தங்களை அரபு உலகில் இருந்து துடைத்துவிடுமோ என்று ஆங்கிலேயர்கள் பயந்தனர்," என அவர் நேர்காணல் ஒன்றில் குறிப்பிட்டிருக்கிறார்.

16. பிரிட்டன் எடுத்த தீர்வுகள்

பத்தொன்பதாம் நூற்றாண்டின் மலிவான உடன்படிக்கைகளின் ஆயுளை பிரிட்டன் நீடிக்க விரும்பியது. ஆனால் கீழ் வளைகுடாவில் நடந்துகொண்டிருக்கும் களேபரங்கள் பின்னடைவைக் கொடுத்தன.

ஷேக்டமில் போடப்பட்டிருக்கும் பிரிட்டனின் எண்ணெய்ச் சலுகைகள் லண்டனில் அதிக கவனத்தை ஈர்க்கத் தொடங்கியது. காரணம் என்னவாய் இருக்கும் என்று அதிகமாக யோசிக்கவே வேண்டாம். எல்லாம் சுவாஹா டெக்னிக் தான். ஆனால் 1960-களில் தொடர்ச்சியான வன்முறைகள் பிரிட்டிஷாருக்குக் குடைச்சலாக இருந்தன.

துபாய் மக்கள் பெரும்பாலானவர்கள் கோட்டு சூட்டுகளைப் பார்த்துக் கடுப்பாக இருந்தார்கள். காரணம்... கிடைக்கப் போகும் எண்ணெய் முழுமையாகக் கிடைக்க அவர்கள் நடுவில் நிற்பார்கள் என்று எரிச்சலடைந்தார்கள். ஏதோ கிணற்றுக்குள் வாளியை விட்டு எடுக்கும் சமாச்சாரமா? எண்ணெய் எடுப்பது. அவர்கள் துணையின்றி எப்படி எடுக்க முடியும், என்ன கையில் இருக்கு? என்று அரசுக்குத் தெரிந்திருந்தது. எப்ப வேண்டுமென்றாலும் கம்பைச் சுற்ற நாங்கள் தயார் என்ற மனநிலை கந்தூராக்கள் எதிர்பார்த்துக்கொண்டிருந்தார்கள்.

மற்ற வளைகுடா நாடுகளில் எண்ணெய் கண்டெடுக்கப்பட்டு இருந்த சமயம்... சில இடங்களில், தேசிய மயமாக்குதல் நடந்து

கொண்டிருந்தன. இதைப் போன்று எதுவும் கீழ் வளைகுடாவில் நடக்க அனுமதிக்கக் கூடாது என்பதில் பிரிட்டன் கவனமாகக் காய் நகர்த்த ஆரம்பித்தது.

முதலில் துபாயில் நிலவிய அச்சுறுத்தலைக் கட்டுப்படுத்த சில நடவடிக்கைகளை எடுத்தார்கள். ஆளும் அரசுக்குக் கூடுதல் பாதுகாப்பு கொடுக்கப்பட்டது. துபாய் நீதிமன்றங்களை மறுசீரமைக்கத் தொடங்கினார்கள். கல்வித் துறையில் பல மாற்றங்களைக் கொண்டுவர வேண்டும் என்று திட்டமிட்டார்கள். இவை அனைத்தும் கிளர்ச்சியாளர்களைக் கட்டுப்படுத்தும் நோக்கத்தோடு படிப்படியாக நடந்தன. 1958-இல் பிரிட்டிஷ் போர்க்கப்பல்கள் முன்பைவிட அடிக்கடி வரத் தொடங்கின. இதுபோன்ற துப்பாக்கிப் படகு முன்பு இருந்ததைப் போலவே உள்ளூர் மக்களை அடக்குவதில் திறம்படச் செயல்பட்டது என்பதில் சந்தேகமில்லை.

சூடான் பாதுகாப்புப் படையிலிருந்து பிரிட்டிஷ் அதிகாரி துபாய்க்கு வருகை தந்தார். ஷேக் ராஷித்தின் காவலரை மறுசீரமைக்கும் பணிகளை ஆரம்பித்திருந்தார். மேலும், ஷேக்கின் உறவினரான ஷேக் முஹம்மது பின் ஹாஷர் அல்-மக்தூமின் ஒத்துழைப்போடு காவல்துறையில் பெரும் மாற்றம் கொண்டுவரப்பட்டது.

போலீஸ் படையில் தற்போதுள்ள உள்ளூர் மக்களைவிட விசுவாசமான பெடோயின்களே அதிகமாகச் சேர ஆரம்பித்திருந்தார்கள். உண்மையில், சேர்க்கப்பட்டார்கள் என்பதுதான் சரி. வெளிநாட்டவர்களான பாகிஸ்தானியரும் பொறுப்பில் பணியமர்த்தப்பட்டார்கள் என்பது கூடுதல் செய்தி. அடி மேலடி எடுத்து வைத்த பிரிட்டிஷ், பஹ்ரைனில் இருந்து அவர்களது வழக்கறிஞர்கள் மற்றும் நீதிபதிகள் குழுவைத் துபாய்க்கு அழைத்தது.

வந்தவர்கள் வேலைகளை ஜோராக ஆரம்பித்திருந்தார்கள். உள்ளூர் நீதிமன்றங்கள் மீது ஆட்சியாளர்களின் கட்டுப்பாட்டை அவர்கள் வலுப்படுத்த எல்லா வழிகளையும் கொண்டுவந்தார்கள். இதன் மூலம் அரபு தேசியவாதிகளின் முக்கிய அதிகாரத் தளத்தை பிரிட்டன் அழிக்க முயற்சித்தது. பள்ளிகளைச் சீரமைப்பதில் அதிக கவனம் எடுத்தது. அதன் விளைவாகச் சில வெளிநாட்டு ஆசிரியர்களைப் பள்ளிகளில் இருந்து நீக்கினார்கள்.

பிரிட்டிஷ் ஏஜெண்டான சூடான் நாட்டவரான அல்-அமீனைக் கல்வி இயக்குனராக நியமித்தது. முக்கிய இடங்களில் எல்லாம் மாற்றம் தடதடவென நடக்க ஆரம்பித்தது. போராட்டக்காரர்கள் எங்கெங்கெல்லாம் விதை போட்டார்களோ அங்கங்கெல்லாம் தீவிரமாகக் களை எடுக்கும் பணி ஆரம்பமானது.

அல்-அமீனுக்குக் கொடுக்கப்பட்ட வேலை, அரசியல் உணர்வுள்ள இதழ்கள் மற்றும் புத்தகங்கள் பள்ளிகளில் வராமல் பார்த்துக்கொள்ள வேண்டும். துபாயின் நிர்வாகத்தில் வேறுபல பிரிட்டிஷ் சார்பு சூடானியர்கள் மற்றும் ஜான்சிபாரிகளை நியமித்ததன் மூலம் எல்லாம் கொஞ்சம் கொஞ்சமாக பிரிட்டிஷ் கைகளுக்குள் மீண்டு வரும் நிலை வந்தது. கல்வித் துறையை மேம்படுத்த நிதியை வாரி வழங்கியது.

அல்-அமீனின் பதவிக் காலம் சிறிது காலத்திற்கு மட்டும் இருந்தது. குறுகிய காலகட்டத்தில் துபாயின் பள்ளிகள் மீதான அரபு தேசியவாதச் செல்வாக்கு வெகுவாகக் குறைக்கப்பட்டது. மேலும் முக்கியமாக எகிப்து நாட்டிலிருந்து ஒரு காக்கா குருவிகூடக் கீழ்வளைகுடாவில் நுழையத் தடைவிதிக்கப்பட்டது. கட்டளையை மீறி வந்த விமானங்களின் தரையிறங்குதலைத் தடுத்து… ‘போய்யா ராசா… நீ உண்டாக்கின பிரச்சனைகளைச் சரி செய்யவே நாக்கு வெளியே தள்ளுகிறது’ என்று பறக்கவிட்டார்கள்.

குறுகிய காலத்தில் சில பல உத்திகள் செய்து அமைதியின்மையைச் சரிசெய்ய பிரிட்டன் தலைகீழாக நின்று தண்ணீர் குடித்தது.

ஷேக் ராஷித் தனது தந்தையைவிட ஒரு படி மேலே சென்று அனைத்து வகையான வரி விதிப்புகளிலிருந்தும் தனது மக்களை விடுவித்தார். எண்ணெய் ஏற்றுமதியின் வணிக அளவுகள் தளர்த்தப்பட்டன. அதிருக்கட்டும்…. திடீரென்று எப்படி எண்ணெய் சப்ஜெக்ட்டில்..? சொல்லவே இல்லை என்று யோசிக்க வேண்டாம். அதை விளக்க தனியாக ஒரு அத்தியாயமே வருகிறது. இப்பொழுதைக்கு இதை மட்டும் நினைவில் வைத்துக் கொள்ளுங்கள்.

மேலும் பல வணிகர்களால் எந்த தடையுமின்றிப் பொருட்களை இறக்குமதி செய்ய முடிந்தது. சுருக்கமாகச் சொல்லவேண்டும் என்றால் நுகர்வோர் மார்க்கெட் சக்கைப்போடு போட ஆரம்பித்திருந்தது.

துபாய் தேசிய முன்னணியை ஆதரித்த போர்க்குணமிக்க வணிகக் குடும்பங்கள் தங்கள் சத்தத்தைக் குறைத்துக் கொண்டார்கள். அதில் கவனம் செலுத்துவதற்குப் பதிலாக பிராந்தியத்தின் எண்ணெய் ஏற்றத்திற்கேற்பத் தங்களை ஈடுபடுத்திக் கொண்டார்கள். மேலும், ஆட்சியாளர்கள் வணிகப் போராட்டக்காரர்களுக்கு பிரத்யேக இறக்குமதி மற்றும் கட்டுமான உரிமங்களைக் கொடுத்தார்கள். நாட்டிற்கும் தங்களுக்கும் நடக்கும் மாறுதலைப் பார்த்துப் போராட்டக்காரர்களும் மாறினார்கள்.

அப்பொழுது கிடைத்த அங்கீகாரம் இன்றும் பல வணிகர்களிடம் ரோலக்ஸ் இறக்குமதி, மெர்சிடிஸ்-பென்ஸ் கார்களை விநியோகிக்க அல்லது ஐரோப்பியப் பல்பொருள் அங்காடி சங்கிலிகளை இயக்க முழு உரிமை இருக்கிறது. சொல்லப்போனால் 1960-ல் பெற்ற உரிமங்கள் இன்று வரை உயிரோடு இருக்கின்றன.

இதுவரை சொன்னவையெல்லாம் சிறிய தீர்வுகள்தாம். பிரிட்டிஷ் காரர்களின் மண்டைக் குடைச்சல் முழுதாக நின்றபாடில்லை. அதையும் பார்த்துவிட்டால் வரலாறு முழுமை அடையும்.

மழை விட்டாலும் சாரல் விடாது என்பதைப் போல் 1960 முழுவதும் அரபுத் தேசியவாத அச்சுறுத்தல் இருந்து கொண்டிருந்தது. கொஞ்சம் கொஞ்சமாக பிரிட்டிஷ் படைகள் பல இடங்களிலிருந்து விலகிக்கொள்ள ஆரம்பித்திருந்தன.

உண்மையில், பல துபாய் பிரஜைகள் இன்னும் நாசரின் சித்தாந்தத்தைப் பிடித்துக்கொண்டிருந்தார்கள். உள்நாட்டில் தயாரிக்கப்பட்ட தபால் தலைகளில் அவரது உருவப்படம் அச்சிடப்பட்டது. 1970-ஆம் ஆண்டின் பிற்பகுதியில் அவர் இறந்ததைத் தொடர்ந்து துபாய் முனிசிபல் கவுன்சிலில் உள்ள பல தீவிர ஆதரவாளர்கள் சேர்ந்து அவருக்கொரு சிலையை நிறுவ முயன்றனர்.

இவையெல்லாம் ஒருபக்கம் நடந்துகொண்டிருந்தாலும், நிதி ரீதியாக வணிகர்கள் திருப்தியடைந்தார்கள். எண்ணெய்க் காசு கையில் அமுதசுரபியாக மாறியது. எண்ணெய் வருவாய் திசை திருப்பிவிட்டதே என்று முனகிக்கொண்டாலும் துபாய் மீது நம்பிக்கை துளிர்க்க ஆரம்பித்திருந்தது. எல்லாம் ஓய்ந்தது என்று பெருமூச்சு விடும் நேரத்தில் பக்கத்தில் இருக்கும் ஓமானில் இருந்து

பிரச்சினைகள் வர ஆரம்பித்தன. பார்க்கும் இடங்களிலெல்லாம் பிரிட்டிஷ் பாதுகாப்புக்குக் காவலாளிகளை நிற்க வைத்திருந்தது.

ஓமானில் உள்ள தோஃபர் விடுதலை முன்னணியின் தலைவர் முஸ்லிம் பின் நஃப்ல் என்ற கிளர்ச்சியாளர் கம்பு சுற்ற ஆரம்பித்திருந்தார். ஒருவேளை அவர் சுற்றுகிற கம்பு வேலை செய்தால் மஸ்கட்டின் சுல்தான் சைட் பின் தைமூரிடமிருந்து அதிகாரம் அவருக்குக் கிடைக்க வாய்ப்பிருந்தது. அப்படியொன்று நடந்தால் கீழ் வளைகுடா வரை நஃப்ல் பிரச்சாரத்தை விரிவுபடுத்துவதாக அறிவித்தார்.

பிரிட்டிஷ் மீது கடுப்பில் இருந்த விடுதலை முன்னணியின் ஆதரவாளர்கள் துபாயில் ரகசியத் தாக்குதல்களை நடத்தி வந்தனர். அத்துடன் அரபு வளைகுடாவின் விடுதலைக்கான தேசிய ஜனநாயக இயக்கத்தையும் நிறுவினார்கள். இந்த இயக்கம் மிகவும் ஒழுங்கமைக்கப்பட்ட மற்றும் நிச்சயமாக முந்தைய FLOEA-ஐ விட வன்முறையில் முன்னணியில் இருந்தது. பிரிட்டன் தனது பிடியை பலவீனப்படுத்தினால், கீழ் வளைகுடா மற்றும் மேற்கு எண்ணெய் சார்ந்த அனைத்தும் சோவியத் யூனியனால் குறிவைக்கப்படும் என்று நம்பப்பட்டது.

அப்பொழுது பனிப்போர் பதட்டங்கள் அதிகரித்திருந்த நேரம். சோவியத் அத்துமீறலில் இறங்கினால் எல்லாம் 'கோவிந்தா'வாகி விடுமே என்று பிரிட்டன் பீதியடைந்தது.

1950-கள் மற்றும் 1960-களின் முற்பகுதியில் ஷேக்டம்களின் கூட்டமைப்பு நிறுவப்படும் சாத்தியக்கூறுகள் இருந்தன. ட்ரூசியல் மாநிலங்களை ஒன்றிணைக்க முடியாவிட்டால், அரபு லீக் உள்ளே நுழைந்துவிடும் என்று பிரித்தானியர்கள் அஞ்சினார்கள். ஒருவேளை ஆட்சியாளர்கள் லீக்கை தங்கள் பிராந்தியங்களில் அனுமதிக்கத் தயாரானால், அரபு நாடுகள் அனைத்தும் ஒரு குடைகீழ் வரும். ஒரு அரபு அமைப்பை ஆங்கிலேயர்கள் எதிர்ப்பது கடினம், சாத்தியமற்றது என்றுகூட வைத்துக்கொள்ளலாம். இத்தனை அழுத்தங்கள் பிரிட்டிஷ் மீதுவர... அவர்கள் தத்தளிக்க ஆரம்பித்தார்கள். 'சோதனை மேல் சோதனை போதுமடா ஸாமீ' என்று பாட்டுப் பாடாதது ஒன்றுமட்டும்தான் பாக்கி.

1945-ஆம் ஆண்டிலேயே கெய்ரோ ஏற்கெனவே அத்தகைய கூட்டமைப்பை முன்மொழிந்திருந்தது குறிப்பிடத்தக்கது. அதாவது ஏற்கனவே அரபு கூட்டமைப்புக்கான பிள்ளையார் சுழி போடப்பட்டிருந்தது. இந்த அக்கப்போருக்கு நடுவில் - சரியாகச் சொன்னால் - 1964-ஆம் ஆண்டு அரபு லீக்கின் துணைப் பொதுச் செயலாளர் சையத் நோஃபல், இந்தத் திட்டத்தை மீண்டும் தூசி தட்டினார். தூசி தட்டியதைத் தூக்கிக் கொண்டு ஷேக் ராஷித் பின் சையத் அல்-மக்தூமிடம் கொண்டு வந்து கொடுத்தார். அவருடன் அபுதாபி மற்றும் ஷார்ஜாவின் ஆட்சியாளர்கள், ஷேக் ஷக்புத் பின் சுல்தான் அல்-நஹ்யான் மற்றும் ஷேக் சக்ர் பின் சுல்தான் அல்-காசிமி இருந்தார்கள்.

பிரிட்டனுடனான பழைய 1835 அமைதி ஒப்பந்தங்கள் உடைக்கப்பட வேண்டும் என்பதும், ஷார்ஜாவில் உள்ள ஒரு கூட்டாட்சி தலைநகரில் இருந்து நிர்வகிக்கப்படும் என்ற குறிக்கோளும் வைக்கப்பட்டது. லீக் வளர்ச்சி உதவியால் ஒரு புதிய, சுதந்திரமான அரபுக் கூட்டமைப்பு ஆதரிக்கப்படும் என்பதும் நோஃபாலின் நோக்கமாக இருந்தது. அந்த ஆண்டின் பிற்பகுதியில் ஷார்ஜாவிற்கு லீக்கின் பொதுச்செயலாளர் அப்துல் கலெக் ஹசோனா வந்திருந்தார். மக்கள் அவரைத் தோளில் தூக்கிக்கொண்டு ஆரவாரம் செய்ததாக வரலாற்று ஆசிரியர்கள் எழுதி இருக்கிறார்கள். அதாவது விடுதலைக்காக ஒவ்வொருவரின் மனமும் தகித்துக்கொண்டிருந்தது. மேலும் 20 மில்லியன் எகிப்திய பவுண்டுகள் திட்டத்திற்கான விதைப் பணமாக ஷார்ஜா வங்கிக் கணக்கில் டெபாசிட் செய்யப்பட்டது.

வளைகுடாவில் ஏற்கெனவே இருந்த சில கூட்டுறவு நிறுவனங்களை மேம்படுத்தவும் அதிகரிக்கவும் பிரிட்டிஷார் பெரும் அழுத்தத்திற்கு உள்ளானார்கள். அதிர்ஷ்டவசமாக, ஏற்கெனவே செயல்படும் ட்ரூசியல் கவுன்சில், ஒரு ட்ரூசியல் ஆர்மி மற்றும் ட்ரூசியல் ஃபண்ட் ஆகியவை இருந்தன.

1952-ஆம் ஆண்டில், பிரிட்டிஷார் ட்ரூசியல் ஸ்டேட்ஸ் கவுன்சிலை அமைத்தனர். இது ஆரம்பத்தில் பிரிட்டிஷார் ஏஜெண்டால் தலைமை தாங்கப்பட்டது. பிரிட்டிஷ் எண்ணெய் நிறுவனப் பிரதிநிதிகள் மற்றும் அவர்களின் மொழிபெயர்ப்பாளர்கள் கலந்துகொண்டனர். இது எந்த ஷேக்டம்களுக்கும் பிடிப்பை உருவாக்கவில்லை.

வேறுவழியின்றி 1960-களில் பிரிட்டன் தனது கட்டுப்பாட்டைத் தளர்த்தத் தொடங்கியது, இதன் மூலம் தலைவர் பதவியை உண்மையான ஆட்சியாளர்களுக்கு இடையில் சுழற்ற அனுமதித்தது. ஒவ்வொரு ஷேக்டாமிலிருந்தும் இரண்டு பிரதிநிதிகள் அடங்கிய ஒரு ஆலோசனைக் குழுவை உருவாக்கியது. மேலும், ஆட்சியாளர்களுக்கு வெளியே தொடர்புகளை வளர்த்துக் கொள்ளவும் வருகைகளை மேற்கொள்ளவும் அனுமதிக்கத் தொடங்கியது. இதன் மூலம் 1892 பிரத்தியேக ஒப்பந்தங்கள் ஒரு முடிவுக்கு வந்தன.

இதற்காகவே காத்திருந்தது போல் ஷேக் ராஷித் குவைத், தோஹா, டமாஸ்கஸ், கெய்ரோ மற்றும் தெஹ்ரான் உட்பட பல பிராந்தியத் தலைநகரங்களுக்குச் சென்றார். அதுவரை அப்படிச் செல்ல அவர்களுக்கு அனுமதி இல்லை.

மேலும் 1963-ஆம் ஆண்டு அமெரிக்காவிற்குச் சென்ற ஷேக்கிற்கு பலமான வரவேற்பு அளிக்கப்பட்டது. முக்கியமாக கோனோகோ, இன்க் நிறுவனத்தின் தலைமையகத்தைச் சுற்றிப்பார்த்தார் என்பது குறிப்பிடத்தக்கது. ஏனென்றால் அந்த நிறுவனம் பிரிட்டிஷ் ஈராக்கிய பெட்ரோலிய நிறுவனத்திற்குப் போட்டியாக இருந்தது.

17. ஐக்கிய அரபு எமிரேட்

1967-ஆம் ஆண்டின் முற்பகுதியில் வளைகுடாவில் உள்ள ராணுவக் கடமைகளை பிரிட்டன் நிச்சயமாகத் தொடரும் என்று வெளியுறவுச் செயலாளர் ஓர் அறிக்கை வெளியிட்டார். ஆனால் அந்த ஆண்டின் இறுதியில் வெஸ்ட்மின்ஸ்டரின் வெள்ளை அறிக்கையில் பிரிட்டிஷாரைத் திரும்பப் பெற அழைப்பு விடுத்தது.

நான்கு வருடங்களைக் கையில் கொடுத்து, 'போதும் நீங்கள் ஆண்டு கிழித்தது... ஊர் வந்து சேருங்கள்' என்று வளைகுடாவில் இருக்கும் பிரிட்டிஷாருக்குக் காலக்கெடுவும் விதித்தது. 'என்னது... நான்கு வருடங்கள் மட்டுமா?' என்று ஷேக்குகள் மற்றும் பிரிட்டிஷ் நிர்வாகிகள் அதிர்ச்சியானார்கள். அவர்கள் எதிர்பார்த்தது கண்டிப்பாக நான்காண்டுகளுக்கும் மேல்.

ஆனால், அந்தக் காலகட்டத்தில் பிரிட்டனில் பொருளாதார நிலைமை மோசமடைந்து வந்தது. அவசர அவசரமாக அந்த முடிவு எடுக்கப்பட்டதற்குக் காரணம் இருந்தது. மத்திய கிழக்குத் தளங்களைப் பராமரிப்பதற்கு வருடம் முந்நூறு மில்லியன் செலவாகிக்கொண்டிருந்தது. இதைக் காரணம் காட்டி வெளியே போவதுதான் புத்திசாலித்தனம் என்று பிரிட்டன் நினைத்தது.

ஏனெனில் வலுவான உள்ளூர் எதிர்ப்பும் மற்றும் எண்ணெய்ச் சலுகை நலன்களில் விரும்பத்தகாத விளைவுகளை ஏற்படுத்தும் என்று நம்பப்பட்டது. ஆதிகாலத்தில் போட்ட பல ஒப்பந்தங்கள் உங்களுக்கு நினைவிருக்கும். அவற்றை இப்போது தூசி தட்ட வேண்டிய அவசியம் இல்லை. இருந்தாலும் 1835-இல் போடப்பட்ட ஒப்பந்தங்கள்தான் நூறு வருடங்களுக்கு மேல் பிரிட்டன் ஆட்சி செய்ய அச்சாரமாக இருந்தது.

ஆகையால் 1835 ஒப்பந்தங்களை முறையாகத் திரும்பப் பெறுவதும், அதற்குப் பதிலாக மிகவும் தளர்வான 'நட்பு உடன்படிக்கைகள்' செய்வதும் வளைகுடா மக்களுக்கு நிம்மதி உணர்வை கொடுக்கும் என்று நினைத்தார்கள். ஏகாதிபத்தியத்திற்கு முற்றுப்புள்ளி வைத்து ஆட்சியாளர்கள் மீதான அரபு தேசியவாதத்தின் அழுத்தத்தைக் குறைக்க வேண்டும் என்றும் முடிவெடுக்கப்பட்டது.

பிரிட்டனுக்கு உண்மையில் தேவைப்பட்டது கூட்டுப் பாதுகாப்பு-கட்டுமானம். இதை ட்ரூசியல் நிறுவனங்கள் சுதந்திரமான கூட்டாட்சி நிறுவனங்களாக மாறுவதற்கு ஏற்ற தருணமாக பிரிட்டிஷார் நினைத்தார்கள். இத்தனை காலம் கூடாரம் போட்டதற்குப் பரிகாரமாகச் சுமூகமான மாற்றம் கொண்டு வர அதற்கான வேலைகளைச் சிறப்பாகச் செய்ய வேகமாக ஆரம்பித்தார்கள். எனவே, அறிவிப்பின் தருணத்திலிருந்து, ஆட்சியாளர்களை முடிந்தவரை அடிக்கடி ஒன்றிணைக்கும் முயற்சிகள் தொடங்கின. 'வாங்க, பழகலாம்' கதை என்று வைத்துக் கொள்ளுங்கள்.

1963-இல் ஜான்சிபாரின் குழப்பமான காலனித்துவத்தின்போது செய்த தவறுகளை ப்ரிட்டிஷ் தவிர்க்க முயன்றது. ஏனென்றால் அங்கு அதற்கு அடுத்த ஆண்டு சுல்தானின் மீது மக்கள் வன்முறையில் ஈடுபட்டதில் ஆட்சி கவிழ்ந்தது. ஒரு பொதுவான கூட்டமைப்பு கொண்டு வர பிரிட்டன் திட்டமிட்டது. கத்தாருடன் சேர்ந்து ட்ரூசியல் மாநிலங்கள் ஒன்றுகூடப் பரிந்துரைக்கப்பட்டது.

கூட்டாட்சிப் பேச்சுவார்த்தைகளும் ஆரம்பிக்கப்பட்டிருந்தன. முதல் சில முக்கியமான கூட்டங்கள் துபாயால் நடந்தது. ஏனெனில் ஷேக் ராஷித் பின் சயீத் அல்-மக்தூம் அத்தகைய கூட்டமைப்பை ஒன்றாக வைத்திருக்கும் திறன் கொண்டவர் என்பதை பிரிட்டிஷ் ஏற்கெனவே அடையாளம் கண்டிருந்தது.

1960-ஆம் ஆண்டிலேயே, பிரித்தானிய பிரபு ப்ரிவி சீலி லண்டனில் நடந்த ஒரு கூட்டத்தில் ஷேக் ரஷீதிடம், ‘பிரிட்டனுக்கு ஒரு திட்டம் வகுத்துக் கொடுக்க வேண்டுமா? அல்லது உள்ளூர் ஆட்சியாளர்கள் தங்கள் சொந்தத் தீர்வைக் கண்டுபிடிக்க விரும்புகிறீர்களா?’ என்று ஆலோசனையில் கேட்டார். ஒரு வருடத்திற்குள் கூட்டமைப்பை வழிநடத்தத் தேவையானதைச் செய்ய முடியும் என்று உறுதியளித்தார் ஷேக். ஆனால் ஒரு நிபந்தனையோடு... துபாய் வடக்கு மற்றும் கிழக்கில் இருக்கும் ஷேக்டாம்களுக்கு மட்டும் தலைமையாக இருக்க முடியும் என்று ஷேக் தெரிவித்தார். அதற்குக் காரணம் இருந்தது.

அபுதாபியின் எண்ணெய் ஏற்றுமதிக்கான அதிக சாத்தியக்கூறுகள் இருப்பதால் அவர்களுக்கு முக்கியத்துவம் கொடுக்க வேண்டும் என்று துபாய் ஷேக் எண்ணினார்.

1967-வாக்கில் பெரும்பாலான கூட்டாட்சிக் கூட்டங்கள் ஷேக் ராஷித்தின் வீட்டில் நடந்தது. அபுதாபியின் புதிய ஆட்சியாளர் ஷேக் சயீத் பின் சுல்தான் அல் நஹ்யானுடன் துபாயில் உள்ள ஜாபீல் அரண்மனையில் இரண்டு ஷேக்டாம்களுக்கு இடையே ‘சமமான ஒன்றியம்’ பற்றி விவாதித்தார்கள்.

பிப்ரவரி 1968 வாக்கில், இரண்டு ஆட்சியாளர்களும் மீண்டும் சந்தித்தனர், இந்த முறை தங்கள் பகிரப்பட்ட எல்லைக்கு அருகாமையில் உள்ள கான்டூட் என்ற இடத்தில் சிறப்பாகக் கூட்டப்பட்ட முகாமில் சந்திப்பு நடந்தது. பொதுவான குடியேற்றம், பாதுகாப்பு, வெளிநாட்டு மற்றும் பாதுகாப்புக் கொள்கைகளுக்கு அழைப்பு விடுக்கும் ‘யூனியன் ஆவணங்களுக்கு’ ஒப்புக்கொண்டனர்.

துபாய்-அபுதாபி ஒற்றுமையில், சில அரபு நாடுகள் ஆரம்பகால உறுப்பினர் கூட்டமைப்பை ஒரு சுதந்திர அமைப்பாக அங்கீகரித்தார்கள். இந்தக் கட்டத்தில், அபுதாபியின் பொருளாதார வாய்ப்புகள் பற்றிய ஷேக் ராஷித்தின் ஆரம்ப கணிப்புகள் கூட்டமைப்பு சிறப்பாக நடக்க உதவியது. அபுதாபியின் ட்ரூசியல் ஸ்டேட்ஸ் டெவலப்மென்ட் ஃபண்டுக்கு அபுதாபி தாராளமாக கொடுக்க முடியும் என்று ஷேக் ராஷித் நினைத்தார். அபுதாபி ஷேக் நஹ்யான் கூட்டாட்சியின் முதல் தலைவராக வரவேண்டும் என்று துபாய் ஷேக் அன்புடன் தெரிவித்தார். மற்றவர்களும் இந்த முடிவை ஏற்றுக்கொண்டார்கள்.

துபாய் கூட்டமைப்பை வழிநடத்த அபுதாபிக்கு வழிகொடுத்தது சரியான முடிவு என்று அனைவரும் நினைத்தார்கள். அபுதாபியில் எண்ணெய் வளம் எதிர்பார்க்கப்படுவதால் மக்கள் அபுதாபிக்குக் குடிபெயரவும் வாய்ப்பு அதிகமாக இருந்தது. வேலை வாய்ப்புகள் அதிகரித்து வந்தன. துபாய்க்குப் போதுமான எண்ணெய் வருவாய் இல்லை.

அடுத்த கூட்டத்திற்கு ஷேக் ராஷித் தலைமை ஏற்றார். அபுதாபி மற்றும் துபாய் மற்ற ட்ரூசியல் ஷேக்டாம்களை, வளைகுடா பாதுகாப்புப் பகுதிகளான பஹ்ரைன் மற்றும் கத்தாரையும் சேர்த்துக் கொண்டு வரும் என்று பிரித்தானியர்கள் எதிர்பார்த்தார்கள். ஐக்கிய அரபுக் கரையோரத்தில் இருக்கும் ஐந்து மிகச் சிறிய ஷேக்டாம்களை ஒன்றிணைத்து, அபுதாபி, துபாய், பஹ்ரைன் மற்றும் கத்தார் ஆகிய நாடுகளுடன் இணைந்து கூட்டுப் பிரதேசங்களாக இருக்க ஆரம்பத்தில் முடிவு செய்யப்பட்டது.

1968 மே மாதத்திற்குள் இந்தத் திட்டம் வீழ்ச்சியடைந்தது. 'கடலோர எமிரேட்ஸ்' அவர்களின் பெருமைமிக்க தனிப்பட்ட வரலாறுகள் அத்தகைய இணைப்பால் ஓரங்கட்டப்படும் என்று பஹ்ரைன் நினைத்தது. கோடையின் முடிவில், கூட்டமைப்பில் ஒரு முடிவு செய்யப்பட்டது. ஆட்சியாளர்களின் உச்சக் கவுன்சிலின் முதல் அமர்வை நடத்துவதற்காக ஒன்பது பிரதிநிதிகள் ஒன்றாகக் கத்தாரில் சந்தித்தார்கள். அதற்குக் கிட்டத்தட்ட அனைத்து ஆட்சியாளர்களும் அவர்களுடைய மகன்கள், அதாவது, பட்டத்து இளவரசர்களும் வந்தனர்.

ஷேக் ஜயீத், ஷேக் மக்தும் பின் ரஷீத் அல்-மக்தூம், துபாய் பட்டத்து இளவரசர், ஷேக் கலீஃபா பின் ஹமத் அல்-தானி, கத்தார் இளவரசர், பஹ்ரைனின் ஷேக் ஈசா பின் சல்மான் அல்-கலிஃபா, ஷார்ஜாவின் ஷேக் காலித் பின் முஹம்மது அல்-காசிமி, ராஸ் அல்-கைமாவின் ஷேக் சக்ர் பின் முஹம்மது அல்-காசிமி, அஜ்மானின் ஷேக் ராஷித் பின் ஹுமைத் அல்-நுஐமி, உம்முல்-கவைனின் ஷேக் அஹ்மத் பின் ரஷித் அல்-முஅல்லா மற்றும் ஃபுஜைராவைச் சேர்ந்த ஷேக் ஹமத் பின் முஹம்மது அல்-ஷர்கி என்று அனைத்து ஷேக்குகளும் ஒன்றுகூடினார்கள்.

கூட்டாட்சிப் பிரச்சினைகளைக் கருத்தில் கொண்டு பல்வேறு கமிஷன்களை உருவாக்குவது குறித்து விவாதிக்கப்பட்டது.

குறிப்பாக, தொழிலாளர், ரியல் எஸ்டேட் மற்றும் சுகாதாரப் பாதுகாப்புக்கான கமிஷன்கள் கத்தாரில் இருக்க வேண்டும். வெளியுறவுக் கொள்கைக்கான ஆணையம் பஹ்ரைனில் அமைய வேண்டும். தகவல் தொடர்பு ஆணையம் அபுதாபியில் அமைய வேண்டும் மற்றும் வர்த்தகத்திற்கான கமிஷன் துபாயில் இருக்க வேண்டும். இப்படிக் கூடி பிரச்சினைகளை அலசி ஆராய்ந்து முடிவுகள் எடுக்கப்பட்டன.

இப்படி எடுத்தவுடன் அல்லது நினைத்தவுடன் எல்லாம் சரியாகப் போகுமா என்ன? ஆண்டின் இறுதியில், ஒன்பது உறுப்பினர்களிடையே குறிப்பிடத்தக்க பிளவுகள் வரத் தொடங்கியது. ஆட்சியாளர்களின் உச்ச கவுன்சில் பணி இறுதி மூச்சை இழுத்துக்கொண்டிருந்தது.

பஞ்சாயத்து ஆரம்பமானது. கத்தாருக்கு அதிக அதிகாரத்தை வழங்குவதாக பஹ்ரைன் நினைத்தது. மேலும் கத்தாரின் மூன்று நியமிக்கப்பட்ட கமிஷன்களில் இரண்டு சிறிய ஷேக்டாம்களுக்கு மாற்றப்பட வேண்டும் என்று வலியுறுத்தியது.

1969-ன் வசந்த காலத்தில் பஹ்ரைன் கத்தாரில் நடைபெற்ற அனைத்துக் கூட்டாட்சிக் கூட்டங்களையும் புறக்கணிக்கத் தொடங்கியது. மேலும் ஷேக் ஈசாவின் பிரதிநிதிகள் வெளிநாட்டுப் பத்திரிகையாளர்களுக்கு பஹ்ரைன் ஒரு சுதந்திர நாடாக மாறத் தயாராகி வருவதாகத் தெரிவித்தார். ஷேக் ராஷித் தலையிட்டு, பஹ்ரைனை மீண்டும மேஜைக்குக் கொண்டுவர முயன்றார். ஆனால் அவர் எண்ணமும் முயற்சியும் கைகொடுக்கவில்லை.

1969-இன் பிற்பகுதியில் ஷேக் ஜாயீத் ஜனாதிபதியாகத் தேர்ந்தெடுக்கப்பட்டார், ஷேக் ராஷித் சுப்ரீம் கவுன்சிலாகத் தேர்ந்தெடுக்கப்பட்டார். கத்தாரின் ஷேக் கலீஃபா பிரதமரானார். மேலும், அபுதாபி மற்றும் துபாய் ஆகியவற்றின் கூட்டாட்சி எல்லையாக அபுதாபி செயல்பட வேண்டும் என்று மாநாட்டில் முடிவானது. அதற்காகப் புதிய நகரம் கட்டப்படும் . அதுவரை அபுதாபி தற்காலிகத் தலைநகரம் என்று முடிவு செய்யப்பட்டது.

ஆலோசனைகளின் கூட்டமைப்பின் இறுதி நாளில் ஒன்பது தேசங்களின் கூட்டமைப்பு ஆட்டம் கண்டது. இந்த அமர்வு வீழ்ச்சியடையப்போகிறது என்று பிரிட்டனுக்குத் தெரிந்தால்

சோர்ந்துவிடும் என்று ஆட்சியாளர்கள் குழம்பினார்கள். ஆட்டத்தைக் கலைத்தாலும் ஏழு பேர் இன்னும் அந்த அமைப்பின் உறுப்பினராக இருந்தனர். பஹ்ரைன் மற்றும் கத்தார் 'இது எங்களுக்கு ஒத்துவராதுப்பா, நாங்க கிளம்பறோம்' என்று கிளம்பியதுதான் கூட்டமைப்பின் ஆட்டத்துக்குக் காரணம். நிச்சயமாக, பஹ்ரைன் மற்றும் கத்தார் அபுதாபிக்கு மிக நெருக்கமாக இருக்க விரும்பவில்லை. காரணம் என்னவென்றால் சவூதி அரேபியா அபுதாபியின் பெரும்பகுதியைத் தொடர்ந்து உரிமை கோரிக் கொண்டிருந்தது.

இதற்கிடையில் ஈரானுடனான உறவுகளை மேம்படுத்த பஹ்ரைன் ஆர்வமாக இருந்தது. குறிப்பாக தெஹ்ரான் ஏற்கெனவே நாட்டின் பதினான்காவது மாகாணமாக ஷேக்டாமுக்கு உரிமை வழங்கி இருந்தது. ஷார்ஜா மற்றும் ராஸ் அல்-கைமாவுக்கு ஈரானுடன் வாய்க்கால் தகராறு இருந்தது. இவர்களுடன் சேர்ந்து கொண்டால் கருத்து மோதலில் கொண்டுபோய்விடும் என்று பஹ்ரைன் நினைத்தது. கூட்டமைப்பில் இருந்து விலக அது முக்கிய காரணமாக அமைந்தது.

அபுதாபியில் ஆதிக்கம் செலுத்தும் தொழிற்சங்கத்தில் சேர்வதைக் குறித்து கத்தார் அச்சமடைந்தது. அபுதாபியின் எண்ணெய் வளம் இறுதியில் மற்ற அனைத்து ஷேக்டாம்களையும் ஆதிக்கம் செலுத்தும் வாய்ப்பு இருக்கிறது என்று பஹ்ரைன் விலகியது. அதுமட்டுமில்லாமல் சவூதி அரேபியாவுடன் தனிப்பட்ட சமாதான ஒப்பந்தங்களில் பஹ்ரைன் கையெழுத்திட்டு இருந்தது. ஆகஸ்ட் 1971-இல் தன்னை ஒரு சுதந்திர நாடாக பஹ்ரைன் அறிவித்தது.

பிரிட்டிஷ் காலக்கெடு முடியும் தறுவாய் வந்தது. பிரிட்டிஷ் அரசு அதிகாரி ஷேக் ராஷித்தைச் சந்தித்தார். கூட்டமைப்பு இப்போது வெற்றி பெறுமா என்று தனக்குச் சந்தேகம் இருப்பதாகத் தெரிவித்தார். ஒன்பது உறுப்பினர்களின் கூட்டமைப்பு சாத்தியமில்லாமல் போனது. இது பிரிட்டனுக்கு நல்ல செய்தியாக இல்லை. பிரிட்டிஷ் ராணுவம் பாதுகாப்புக்கு இருப்பது தேவை என்று அனைவரும் நினைத்தார்கள். ரஷீத் மற்றும் ஷேக் ஜாயீத் இருவரும் கீழ் வளைகுடாவில் பிரிட்டன் ராணுவ இருப்பை நீட்டிக்கச் செய்யப் பல முயற்சிகள் நடந்தன. ஷேக் ஜாயீத் கூறியது போல், அவர் தமது எண்ணெயில் இருந்து வரும் நிதியைக்

கூட்டமைப்பில் இருக்கும் மற்ற ஷேக்டாம்களுக்கு வழங்குவதாக முடிவெடுக்கப்பட்டது. அவரது பக்கத்து வீட்டுக்காரரான துபாயைச் சேர்ந்த ஷேக் ராஷித் பதினைந்து நாட்களுக்குப் பிறகு ஒரு ப்ரபோசல் செய்தார். வளைகுடாவில் பிரிட்டிஷ் படைகளைத் தக்கவைத்துக்கொள்வதற்கான வருடாந்திரச் செலவை, எண்ணெய் உற்பத்தி செய்யும் ஷேக்டாம்கள்(ராஜியம்) தரவேண்டும் என்பதுதான் அது.

இத்தகைய வேண்டுகோள்கள் கேட்கும் திறனற்றவன் காதில் மந்திரம் சொன்னது போல் முடிந்தது. குறிப்பாக ஹவுஸ் ஆஃப் காமன்ஸ் விவாதத்தைத் தொடர்ந்து, பிரிட்டிஷ் சிப்பாய்கள் கூலிப்படையினர் என்று முத்திரை குத்தப்படுவார்கள் என்று பிரிட்டன் பயந்தது. ப்ரிட்டிஷ் காலம் அருகில் இருந்தது.

1971–ஆம் ஆண்டு ஷேக் ராஷித் மற்றும் ஷேக்சயீத் ஆகியோர் அண்டை நாடுகளுடன் அவசரமாகக் கட்டமைக்கப்பட்ட மற்றும் பிரிட்டிஷ்- வடிவமைக்கப்பட்ட தற்காலிகக் கூட்டாட்சி அரசியலமைப்பில் கையொப்பமிடுவதைத் தவிர வேறு வழியில்லை என்பதைத் தெரிந்துகொண்டார்கள். இதற்கு நடுவில் கையெழுத்திட்ட பின் ராஸ் அல் கைமா விலகியது. ‘இன்னுமா சோதனை?’ என்று துபாய் மற்றும் அபுதாபி ஷேக்மார்கள் ஒரு முடிவுக்கு வந்தனர்.

ரஷீத்தின் விருந்தினர் மாளிகையில் நடந்த அதிகாரபூர்வ விழாவைத் தொடர்ந்து நடந்த செய்தியாளர் கூடடத்தில், புதிய கூட்டமைப்பு ’ஐக்கிய அரபு எமிரேட்’ஸில் சேர மற்ற நாடுகளை வரவேற்றார்கள். குறிப்பாக ஒப்பந்தத்தில் கையெழுத்திட்ட சகோதர எமிரேட்ஸ் என்று ஓர் அறிக்கை வெளியிடப்பட்டது. இதில் பஹ்ரைன், கத்தார், ராஸ் அல் கைமா ஆகியவை அடங்கும்.

பஞ்சாயத்துக்கு மேல் பஞ்சாயத்தாக வந்துகொண்டிருந்தன. ஈரான் ஷார்ஜா மீது சில பிராந்திய உரிமைகோரல்களை வைத்தது. ஐக்கிய அரபு எமிரேட்ஸ் ஒரு பிரிட்டிஷ் சதி என்றும் அது- காலனித்துவ வாதிகள் மற்றும் ஏகாதிபத்தியவாதிகளின் கொள்கைகள் என்பதில் சந்தேகமில்லை என்றும் அவர்கள் குட்டையைக் குழப்ப ஆரம்பித்தார்கள்.

'போன உசிரு வந்துடிச்சி' என்பது போல் ராஸ் அல் கைமா ஆண்டின் இறுதிக்குள் கூட்டமைப்பில் சேர விண்ணப்பித்தது. எனவே, 1971 ஆம் ஆண்டு டிசம்பர் இரண்டாம் தேதி அதன் உடனடிப் பாதுகாப்பு உத்தரவாதத்துடன், ஐக்கிய அரபு எமிரேட்ஸ் அதன் பிரதேசங்களை வரையறுக்க ஆரம்பித்தது.

விரைவில் ஐ நா-அரசால் ஐக்கிய அரபு எமிரேட்ஸ் அங்கீகரிக் கப்பட்டது. அரபு லீக், பிரான்ஸ் மற்றும் ஜெர்மனியும் அங்கீகரித்தது. மேலும், USSR ஆரம்பத்தில் ஐக்கிய அரபு எமிரேட்ஸை அங்கீகரிக்க மறுத்தது. 1972இல் ஷார்ஜா விமானத் தளத்தில் இருந்து பிரிட்டிஷ் அதன் கடற்படை, கவரிங் படை மற்றும் அதன் எஞ்சிய பணியாளர்களை அகற்றியது.

பன்னிரண்டு உறுப்பினர்களின் கூட்டாட்சி அமைச்சரவையின் கீழ் ஒரு புதிய கூட்டாட்சி தேசியக் கவுன்சில் உருவாக்கப்பட்டது. பிரித்தானியர்கள் எதிர்பார்த்தது போல் - அனைத்து எமிரேட்-நிலவளங்கள் அல்லது அதிகாரங்கள் மீது கட்டுப்பாட்டை ஏற்கவில்லை. இறுதியாக, மற்றொரு வருடத்திற்குள், ஏழு எமிரேட்டுகளும் ஒரு புதிய கூட்டாட்சிக் கொடி, புதிய ஃபெடரல் தபால்தலைகள், ஒரு புதிய நாணயம் - UAE திர்ஹாம் என்று பயணத்தை ஆரம்பித்தார்கள். டிசம்பர் இரண்டாம் தேதி தேசிய தினமாகக் கொண்டாடப்படுகிறது.

18. ஈரானியர்களின் வருகை

1894-ஆம் ஆண்டு, ஷேக் மக்தூம் பின் ஹாஷர் துபாயில் பொறுப்பேற்று இருந்தார். ஈரானில் இருந்த வணிகர்களைக் கவர்ந்திழுக்கக் கிடைத்த எந்த வாய்ப்பையும் அவர் விடுவதாக இல்லை. எப்படியாவது தங்களுடைய மீன்பிடி கிராமம் மேலே வரவேண்டும் என்று கனவு கண்டார். ஷேக்கின் எண்ணம் கைகூட பெர்சியர்களே வழிசெய்யும் காலமும் வந்தது.

1900-இல், பெர்சியர்கள் லெங்கே மற்றும் ஈரானியத் துறைமுகமான புஷேர் ஆகியவற்றில் வரிகளை உயர்த்தினார்கள். வணிகர்கள் வண்டி கட்டிக்கொண்டு அண்டை தேசத்திற்குச் செல்லத் தயாரானார்கள். வெளியேற்றம் தீவிரமடைந்தது. இதில் அரேபியர்களும் ஈரானியர்களும் இருந்தனர். இந்தச் சலசலப்புக்குக் காரணமாக அப்பொழுதைய ஈரானிய ஆட்சி இருந்தது. சில தசாப்தங்களுக்கு முன்னர், பணமில்லா ஈரானிய நிர்வாகம் அதன் கரையோரத்தில் அரபு நடத்தும் துறைமுகங்களில் வரி வசூலிக்கத் தொடங்கியது.

ஈரான் நகரங்களில் ஒன்றான பந்தர் லெங்கே துறைமுகம், அப்போது லிங்கா என்று அழைக்கப்பட்டது. இது குவாசிம் வணிகர்களின் புகலிடமாக இருந்தது. பணம் சம்பாதிக்கத் தெரிந்த புத்திசாலிகளைக் கொண்ட ஒரு துடிப்பான துறைமுகமாக பந்தர் லெங்கே இருந்தது.

1887-ஆம் ஆண்டில், பெர்சியர்கள் குவாசிம் வணிகர்களை வலுக்கட்டாயமாக வெளியேற்றத் தொடங்கினார்கள். ஏன் எதற்கு என்கிற கேள்விகளுக்குப் பதில் சொல்ல அவர்களிடம் பல காரணங்கள் இருந்தன. சுருங்கச் சொன்னால் ‘என் மண், என் துறைமுகம்’ அவ்வளவே! பந்தர் லெங்கேவை நேரடி ஆட்சியின் கீழ் கொண்டு வந்தார்கள். வேறு வழியின்றி அங்கிருந்த அரேபிய வணிகர்கள் பெட்டி படுக்கையை எடுத்து ஒட்டகத்தின் மீது வைத்து தாய் மண்ணுக்குத் திரும்பினார்கள். அதிகமாக ராஸ் அல்-கைமா மற்றும் ஷார்ஜாவுக்குத் திரும்பினார்கள்.

இவையனைத்தையும் அன்று ஆட்சி செய்த துபாய் தலைவர் ஷேக் ராஷித் பின் மக்தூம் வாய்ப்பாகப் பார்த்தார். பார்த்தது மட்டுமில்லாமல் சந்தர்ப்பத்தைச் சாதுர்யமாகப் பயன்படுத்திக் கொண்டார். அகதி வணிகர்களைத் துபாய்க்கு வரவழைக்க பல திட்டங்களை உருவாக்கினார்.

ஷேக் மக்தூம் துபாயை வணிக நட்புத் துறைமுகமாக மாற்றும் திட்டத்தைத் தொடங்கினார். அதற்காக வரிகளைக் குறைத்தார். ஐந்து சதவீத சுங்க வரியை ரத்து செய்தார். மேலும் கூடுதலான பல கட்டணங்களைக் குறைத்தார். கொஞ்சம் கொஞ்சமாகக் கட்டணம் எதுவும் இல்லாத இலவசத் துறைமுகமாக துபாய் மாறியது. வணிகம் செய்பவர்களிடம் வரி வேண்டாம் என்று சொல்லும் மனசு ஷேக் ராஷித் அல் மக்தூமிற்கு இருந்தது. அவருக்கு வேண்டியதெல்லாம், ‘துபாய்க்கு வாங்க நிம்மதியா வணிகம் பண்ணுங்க’.

அதே நேரத்தில், ஷேக் மக்தூம் இன்னொரு முக்கியமான விஷயத்தைச் செய்தார். தனது ஏஜெண்ட்களைக் கடல் தாண்டி அனுப்பினார். அரபு அல்லது பாரசீக பெரிய வணிகர்களைத் துபாய்க்கு வருமாறு வெற்றிலை பாக்கை வைத்து மட்டும்தான் அழைக்கவில்லை. கூப்பிட்டவுடன் சும்மா யாரும் வர மாட்டார்கள் என்பது ஷேக்குக்குத் தெரியாமலா இருக்கும்..? அதற்கும் ஒரு வழி கண்டுபிடித்தார்.

இலவச நிலம், தலைவரின் மஜ்லிஸில் நட்பு, இன்னும் சில சௌகரியங்கள் தரப்படும் என்று அறிவிப்பு நாலா பக்கமும் பறக்க ஆரம்பித்தது. ஊக்கத் தொகையும் அதன் பங்கிற்கு வேலை செய்தது. சில பெரிய ஈரானிய வணிகங்களின் தலைவர்கள்

இடமாற்றம் செய்ய ஒப்புக்கொண்டார்கள் மேலும் துபாய் ஷேக் திட்டமிட்டபடி, அவர்களின் வணிக கூட்டாளர்களும் வாடிக்கையாளர்களும் பின்தொடர்ந்தனர். 1901 வாக்கில், துபாயில் கணிசமான பெர்சியர்கள் வாழ வந்திருந்தார்கள். லெங்கேயிலிருந்து மூட்டையைக் கட்டிய வியாபாரிகள் துபாயில் அவற்றை அவிழ்த்துக்கொண்டிருந்தனர்.

துபாய் ஆட்சியாளர் சிற்றோடையின் தென்கரையில் ஒவ்வொருவருக்கும் ஒரு நிலத்தை வழங்கினார். மேலும் ஈரானியர்கள் குடியிருப்பான பாஸ்டகியா சுற்றுப்புறத்தை உருவாக்கினர், இது தென்-மத்திய ஈரானில் உள்ள நகரமான பாஸ்தக் என்று பெயரில் இருந்து உருவானது. துபாய்க்கு வந்த ஈரானியர்கள் தொழில்களை மட்டும் கொண்டு வரவில்லை. அவர்கள் கலாசாரம், பண்பாடு ஆகியவற்றையும் சேர்த்துக்கொண்டு வந்தார்கள். தங்கள் மொழி, மாதுளம் பழம் கலந்த உணவுகள், இசை மற்றும் மகத்தான திருமணங்கள் போன்ற சமூகப் பழக்கவழக்கங்கள் அதில் அடங்கும்.

1833-ஆம் ஆண்டு அல் பு ஃபலாசாவின் வருகைக்குப் பிறகு துபாயை மாற்றியமைத்த இரண்டாவது வெகுஜனக் குடியேற்றம் ஈரானியர்கள். அவர்களுக்கு எந்தத் தொல்லையுமில்லாமல் வர்த்தகம் செய்ய ஏற்ற இடமாக துபாய் அமைந்தது. இதுவே அதன் ஆன்மாவாக மாறியது.

மியாமிக்குத் தப்பி ஓடிய கியூபரைப் போலவே, துபாயில் குடியேறிய ஈரானியர்களும் வீடு திரும்ப வேண்டும் என்று கனவு கண்டனர். பாரசீக அரசாங்கத்தின் வர்த்தகத்தின் மீதான தடை ஒரு தற்காலிக நடவடிக்கை என்று அவர்கள் நம்பினார்கள். வணிகர்கள் பலர் தங்கள் குடும்பங்களை ஈரானில் விட்டுவிட்டு விடுமுறைக்காக வளைகுடா நாடுகளுக்குச் சென்றுவிட்டனர். ஆனால் சீர்திருத்தங்கள் ஒருபோதும் வரவில்லை. அவர்கள் நம்பிக்கைகள் கனவுகளாக மாறின.

பாரசீகத் துறைமுகங்கள் செயலற்ற நிலையில் நழுவின. 1920-களில், பெரும்பாலான ஈரானியர்கள் நிரந்தரமாகத் துபாயைத் தாய் மண்ணாக ஏற்றுக்கொண்டார்கள். ஈரானிலிருந்த அவர்களது குடும்பங்களை அழைத்துவந்து அரேபியர்கள் போலவே நகல் எடுத்து வாழத் தொடங்கினார்கள். துபாய் அவர்களுக்குக் கிடைத்த மகிழ்ச்சியாக மாறியது.

புதிதாக ஈரானிய வணிகர்களுக்காக சூக் கட்டப்பட்டது. ‘டெய்ரா’ என்ற இடத்தை வர்த்தகச் சந்தையாக அன்றைய வணிகர்கள் மாற்றினார்கள். அந்தப் பகுதிக்கு அருகில் இருக்கும் ‘பர் துபாய்’ என்ற இடத்தில் அவர்கள் தங்கள் வீடுகளைக் கட்டிக்கொண்டார்கள். இப்பகுதியில் சில சிறிய சூக்குகள் அதாவது கடைகளும் இருந்தன.

அந்தச் சூக்கில் இந்தியாவில் இருந்து பொருட்கள் நிரம்ப ஆரம்பித்தன. அதுமட்டுமா..? துபாயில் இருந்து மற்ற துறைமுகங்களுக்கு சரக்குகள் மீண்டும் ஏற்றுமதி செய்யப்பட்டன. கப்பலில் மட்டும் இல்லை... ஒட்டகங்கள் மேலும் பலவிதமான சரக்குகள் கட்டப்பட்டன. பக்கத்தில் இருக்கும் புரைமி ஓயாசிஸ் போன்ற உள்நாட்டு பஜார்களுக்கு அந்த ஒட்டகங்கள் ஆடி அசைந்து சென்றன.

துறைமுகத்தில் சக்கைப்போடு போட்டுக் கொண்டிருந்தது துபாய். ஆனால் ஷார்ஜா, ராஸ் அல்-கைமா மற்றும் பந்தர் லெங்கே போன்ற பெரிய துறைமுகங்களின் கதவுகள் இழுத்து மூட வேண்டிய சூழ்நிலைக்குத் தள்ளப்பட்டன.

ஈரானியர்கள் தங்கள் தொழில் அறிவு மற்றும் வர்த்தகத் தொடர்புகளை ஆப்பிரிக்கா மற்றும் ஆசியாவின் வணிகர்களையும் சேர்த்துக் கொண்டு வந்தனர். ஈரானில் இருந்த சொத்துகளை அகற்றி துபாய்க்குக் கொண்டு வந்தார்கள். ஈரானியர்களுக்காகக் கட்டப்பட்ட சூக் தேராவில் இருந்து, குடியிருக்க பஸ்தாக்கியாவை அவர்கள் கட்டிக் கொண்டார்கள். பெரும்பாலான துபாய் மக்கள் ஓலைக் குடிசைகளில் வசித்து வந்தனர். ஒரு பொதுக் கிணற்றில் தங்கள் தண்ணீரைச் சேகரித்தனர்.

இப்போது ஈரானியர்கள் கட்டிய வீடுகளைப் பார்த்துவிடலாம். இன்றும் துபாயின் கலாசாரப் பண்பாடு சின்னமாக பஸ்தாக்கியா உள்ளது. பஸ்தக்கியாவைப் பற்றி அறிவதற்குமுன், ஏ.சி. இல்லாத காலத்தையும், நம் தாத்தா பாட்டிகளையும் சிறிது ஞாபகப்படுத்திக் கொள்வோம். வெயில் அதிகமிருக்கும் காலங்களில், அவர்கள் கட்டிலைக் கொண்டுவந்து வெளியே போட்டுப் படுத்துக் கொண்டிருந்தார்கள். அப்படி இல்லையென்றால் தோட்டத்தில் பாயை விரித்துப் படுத்துக் கொண்டதும் உண்டு. கிராமங்களில் இன்றும் இந்தக் காட்சியைப் பார்க்க முடியும்.

வருடத்தில் எட்டு முதல் ஒன்பது மாதங்கள் வரை வெறும் சூடு, அனல், நெருப்பு, மணற் புயல் மட்டுமே இருக்கும் துபாயில் அந்தக் காலத்தில் என்ன செய்திருப்பார்கள்..? எப்படி இருந்திருப்பார்கள்..? இந்தக் கேள்விக்கு விடையாக இன்றும் பழமை மாறாத பஸ்தக்கியா வீடுகள் நிற்கின்றன.

பஸ்தக்கியா வீடுகளின் அடையாளமாகக் கட்டடங்களின் மேல் காற்றாலைக் கோபுரங்கள் *(wind tower)* இருந்தன. அந்தக் கோபுரங்கள் நவீனகால ஏர் கண்டிஷனர்கள் போன்று வேலை செய்திருக்கின்றன. வெப்பமான காலநிலையில் வீடுகளின் உட்புறத்தைக் குளிர வைக்க உதவியிருக்கிறது. பணக்கார வணிகர்களின வீடுகளில் மட்டும் காற்றலைக் கோபுரங்கள் இருந்தன. மற்றவர்கள் கோடை வெப்பத்தைச் சமாளிக்க அரிஷ் வீடுகளைக் கட்டிக் கொண்டார்கள். பனை ஓலைகளாலான மிக எளிமையான வீடுகள் அவை.

பஸ்தக்கியா பகுதி குறுகிய பாதைகளால் பிரிக்கப்பட்டு அறுபது வீடுகளைக் கொண்டது. 1950-ல் துபாயின் புதிய பொருளாதாரத்தின் வளர்ச்சி, மற்ற நாடுகளிலிருந்த மக்களைக் கவர்ந்தது. இந்தியா, பாகிஸ்தான் மற்றும் வங்காளதேசத்திலிருந்து புலம்பெயர்ந்த தொழிலாளர்கள் இந்த வீடுகளில் வசித்து வந்தனர். அவற்றில் சில கிடங்குகளாகவும் மாறின.

1980-களில் அலுவலகக் கட்டடங்கள் கட்டுவதற்காகச் சில பஸ்தக்கியா வீடுகள் இடிக்கப்பட்டன. துபாயில் சுற்றுலா ஒரு விஷயமாக மாறுவதற்கு முந்தைய காலம் அது. ஆகையால் இடிந்து விழும் தறுவாயில் உள்ள பல பாழடைந்த வீடுகளைப் பாதுகாப்பதில் யாரும் அக்கறை காட்டவில்லை. அதே காலகட்டத்தின் பிற்பகுதியில் பிரிட்டிஷ் கட்டடக் கலைஞர் ரெய்னர் ஓட்டர் இப்பகுதிக்கு வந்திருக்கிறார். அவர் அல் பஸ்தக்கியாவைப் பாதுகாத்து மீட்டெடுப்பதற்காகப் பிரசாரம் செய்ததாகத் தகவல்கள் இருக்கின்றன. அப்பொழுது வருகை தரவிருந்த இளவரசர் சார்லஸிடம் அவர் தனிப்பட்ட முறையில் முறையிட்டிருக்கிறார். இதைத் தொடர்ந்து துபாய் அரசாங்கம் தனது பாரம்பரியத்தின் அடையாளமாக அவற்றைப் பாதுகாக்க முடிவு செய்தது. பாதுகாப்புப் பணிகள் மேற்கொள்ளப்பட்டு, சுற்றுப்புறத்தை மறுசீரமைத்து சுற்றுலாப் பயணிகள் அடிக்கடி

வரும் இடமாக மாற்றியது. 2000 ஆண்டின் முற்பகுதியில் பார்வையாளர்களுக்காக அவற்றைத் திறப்பதற்கு முன்பு அவை பழைய வடிவங்களுக்கு மீட்டெடுக்கப்பட்டன.

இன்றும் அல் பஸ்தக்கியாவில் பார்க்க வேண்டியவையும் செய்ய வேண்டியவையும் நிறைய இருக்கின்றன. க்ரீக் வழியாக அல் பஸ்தக்கியாவை அடையுங்கள். பவளம், மண், ஜிப்சம் மற்றும் பனை மரத்தால் ஆன பழங்காலக் கட்டடங்களை நீங்கள் ரசிக்கலாம்.

அல் ஃபாஹிடி என்ற இடத்தில் பல பஸ்தக்கியா வீடுகள் சிறிய அருங்காட்சியகங்களாக, கலைக்கூடங்களாக கஃபேக்கள் மற்றும் உணவகங்களாக மாற்றப்பட்டுள்ளன. பல மசாலா அல்லது கைவினைக் கடைகளும் உள்ளன. மாலை நேரங்களில் துபாயின் எளிமையான வாழ்க்கையின் வண்ணங்களைப் பார்த்து மகிழலாம்.

19. துபாய் துறைமுக வரலாறு

அபுதாபியில் இருந்து துபாய் பிரிந்ததைத் தொடர்ந்து, யாருக்கு என்ன அதிகாரங்கள் இருக்கும் என்பதைப் பேசி முடிவு செய்து கொண்டார்கள். ட்ரூசியல் ஷேக்டம்களின் வலுவான மற்றும் மிகவும் செல்வாக்கு மிக்க ராணுவ மற்றும் அரசியல் சக்தியாக உருவெடுத்தது துபாய். அதுமட்டுமின்றி வளைகுடா கடற்கரையில் முக்கிய வணிகத் துறைமுகமாகவும் மாறியது.

"எவ்வாறாயினும், 1890-களின் பிற்பகுதியிலும், 1900-ஆம் ஆண்டின் முற்பகுதியிலும், ஷேக் மக்தூம் பின் ஹாஷர் அல்-மக்தூம் சுங்கக் கட்டணம் மற்றும் கப்பல்களுக்கான உரிமங்கள் உட்பட முடிந்தவரை பல வர்த்தகத் தடைகளை நீக்கினார். அதைத் தொடர்ந்து, துபாய் அடையாளம் காண முடியாத அளவிற்கு மாறியது. வர்த்தகத்தின் மீதான சென்ட் வரி ரத்து செய்யப்பட்டது, மேலும் துபாயில் பதிவு செய்யப்பட்ட இருநூறு படகுகள் மற்றும் மூவாயிரம் வணிகர்களுக்குக் கூடுதல் கட்டணங்களில் இருந்து விலக்கு அளிக்கப்பட்டது. 'பணம் செய்யத் தெரியுமா, எனில், துபாய் உனக்கொரு சொர்க்க பூமி' என்ற எண்ணத்தை ஒவ்வொரு வணிகர் மனத்திலும் பதிய வைத்தார்கள்.

1900-ஆம் ஆண்டில், துபாய் அடுத்தகட்ட வளர்ச்சிக்கு நகர்ந்து கொண்டிருந்தது. ஒரு மீன்பிடி மற்றும் வணிகக் கிராமத்திலிருந்து சர்வதேசத் துறைமுகத்திற்கு மக்கள் தயாராகிக்கொண்டிருந்தார்கள்.

வெளியுலகத்துடனான தொடர்புகள் அதிகரிக்க ஆரம்பித்தன. 1901-க்கு முன்பு, பிரிட்டிஷ் சரக்குக் கப்பல் மற்றும் பயணிகள் கப்பல்கள், துபாய்க்கு வருடத்திற்கு ஐந்து முறைக்கு மேல் வந்ததில்லை. இரண்டு ஆண்டுகளுக்குப் பிறகு காட்சிகள் மாறின. நீராவிக் கப்பல்கள் மாதத்திற்கு இரண்டு முறை துபாயில் நிறுத்தப்பட்டன.

பிரிட்டிஷ் இந்தியா ஸ்டீம் என்ற கப்பல் பாஸ்ரா மற்றும் பம்பாய் இடையே பயணம் மேற்கொண்டு வந்தது. இது நேவிகேஷன் நிறுவனத்தின் கீழ் செயல்பட்டது. அதுவும் பிரிட்டிஷ் நிறுவனம். 1904-ஆம் ஆண்டு முதல் துபாய் உலகத்தில் உள்ள மற்ற இடங்களை இணைக்கும் இடமாக மாறியது. இதனால் ஒவ்வோராண்டும் துபாய்க்குக் கூடுதலாக ஐந்து பெரிய கப்பல்கள் வர ஆரம்பித்தன. கப்பல்கள் வந்ததால் வருவாயும் உயர ஆரம்பித்தது. இதன் மூலம் கத்தாரில் இருந்து ராஸ் அல்-கைமா வரையிலான கடற்பகுதி முழுவதும் சரக்குகளுக்கான முக்கிய விநியோக மையமாக துபாய் மாறியது. எல்லாக் கப்பல்களையும்விட அங்கு வந்த நீராவிக் கப்பல்கள் மிகவும் முக்கியத்துவம் வாய்ந்தவையாக இருந்தன. அது பல கடல்கள், நாடுகள் என்று பயணம் செய்யும். இதனால் துபாய் ஜவுளிச் சந்தையில் தனக்குப் பெரும் வாய்ப்பையும் உருவாக்கியது.

வணிகம் மூலம் மக்கள் தொகை பெருகியது. 1908 வாக்கில், துபாயில் அரேபியர்கள், பாரசீகர்கள், இந்தியர்கள் மற்றும் பலூச்சிகள் என்று வெவ்வேறு நிலத்து மக்கள் ஒன்றுகூடி வாழ ஆரம்பித்தார்கள். மக்களோடு சேர்ந்து ஒட்டகங்களும் அதிகரித்தன. நானூறு கடைகள் கொண்ட இரண்டு சூக்குகள் மற்றும் நூற்றுக்கும் மேற்பட்ட கப்பல்களும் படகுகளும் வந்த வண்ணம் இருந்தன. பாலைவனம் பரபரப்பான வணிக இடமாக மாறியது.

1950-களில் துபாயின் புதிய வணிகத் தலைநகரான ட்ரூசியல் கடற்கரையின் அந்தஸ்து மீண்டும் ஒருங்கிணைக்கப்பட்டது. பிரிட்டன் தனது ஏஜென்சி தலைமையகத்தை ஷார்ஜாவிலிருந்து துபாய்க்கு மாற்ற முடிவு செய்தது. பிரிட்டன் செய்யும் அனைத்து வர்த்தகங்களும் இப்போது துபாயுடன் இணைக்கப்பட்டது. 1961 முதல் பல தேசங்களிலிருந்து மக்கள் கீழ் வளைகுடாவில் இருக்கும் மற்ற ஷேக்டாம்களைவிட அதிகமாகத் துபாய்க்கு வர ஆரம்பித்தார்கள்

1970-களில் ஈரான் சில பொருட்களின் மீதான இறக்குமதி வரிகளை ஏறக்குறைய 40 சதவீதமாக உயர்த்தியது. இதுதான் ஆரம்பமாக இருந்தது. ஈரானில் இருக்கும் லெங்கேயில் நடந்த மாற்றங்கள் துபாய்க்குப் பெரும் வாய்ப்பை உருவாக்கின. துபாயின் தலைவர்கள் ஷேக் மக்தூம் பின் ஹாஷரின் இலவச வர்த்தகம் மற்றும் வணிக ஊக்குவிப்பு வணிகர்களுக்கு வசதியாக இருந்தன. 1920-களிலிருந்து, ஈரான் எடுத்த அடுத்தடுத்த தவறான முடிவுகளால், மக்கள் கொத்துக் கொத்தாக, முக்கியமாக செல்வந்தர்களும் வணிகர்களும் துபாய் நோக்கி வரத்தொடங்கினார்கள்.

துபாயில் முளைத்த இலவசத் துறைமுகங்கள் ஈரானின் சில்லறை விற்பனைத் துறையைக்கூட விட்டுவைக்கவில்லை. ஈரானிய இறக்குமதியாளர்கள் துபாயில் இருந்து வாடிக்கையாளர்களுக்கு சேவை செய்வது சுலபம் என்பதைத் தெரிந்துகொண்டார்கள். ஈரானில் இருந்து பிஸ்தா, தர்ப்பூசணிகள், திராட்சைகள் மற்றும் சீமைச் சுரைக்காய் ஆகியவற்றை ஏற்றிக்கொண்டு, நூற்றுக்கணக்கான பழைய கப்பல்கள், துபாய்ச் சிற்றோடையில் தினமும் வந்து நிற்க ஆரம்பித்தன.

இப்படியே சூடுபிடித்த இலவச வணிகம், கிட்டத்தட்ட அரை மில்லியன் ஈரானியர்கள் ஐக்கிய அரபு எமிரேட்ஸுக்கு வரக் காரணமானது. இன்றும் ஈரானியர்கள் நகரத்தின் மிகப்பெரிய டெவலப்பர்கள், வணிகர்கள், வீடுகளை வாங்குபவர்கள் மற்றும் அதன் மிகப்பெரிய முதலீட்டாளர்களாக உள்ளார்கள். 2007-ஆம் ஆண்டில் மட்டும் ஈரானில் இருந்து 15 பில்லியன் டாலர்கள் துபாய்க்குப் பாய்ந்தன. அதே ஆண்டு துபாயிலிருந்து வளைகுடா முழுவதும் சரக்குகளை இறக்குமதி செய்ய பதிநான்கு பில்லியன் டாலர்கள் செலவழித்துள்ளனர். மேலும், துபாய் விரைவாக மறு ஏற்றுமதி வர்த்தகத்திற்கான ஒரு கவர்ச்சிகரமான சூழலாக மாறிவந்தது.

'துபாயில் செழிப்பு என்பது ஈரானுடனான வர்த்தகத்தை அடிப்படையாகக் கொண்டது' என்று ஐக்கிய அரபு எமிரேட்ஸிற் கான முன்னாள் பிரிட்டிஷ் தூதர், இப்போது துபாயைத் தளமாகக் கொண்ட காப்பீட்டுத் தரகரான அந்தோனி ஹாரிஸ் கூறுகிறார்.

துபாயின் இலவசத் துறைமுகம் ஒரு பக்கம் பொருளாதாரத்தைப் பெருக்கிக்கொண்டிருந்தது. மறுபுறம் இந்தியத் துணைக்கண்டம்

மற்றும் தூரக்கிழக்கில் இருந்து முறைசாரா வழியில் பொருட்கள் வந்து குவிந்தன. முறைசாரா முறை என்றாலே அதிகம் விவரிக்கத் தேவையில்லை. வந்த பொருள்கள் அனைத்தும் மறு ஏற்றுமதிக்காக துபாய்க்கு வந்திருந்தன. அதுமட்டுமில்லாமல் துபாயில் உள்ள சூக்கிலும் சந்தைப்படுத்தப்பட்டது. மறு ஏற்றுமதி வர்த்தகம் ஒரு சிக்கலான சமாச்சாரம். சில நேரங்களில் கடத்தல் வழியாக வருவது மற்ற பொருள்களிலிருந்து பிரித்தறிய முடியாததாக இருந்தது.

பிரிட்டனில் இருந்து இந்தியா சுதந்திரம் பெற்றதைத் தொடர்ந்து அன்றைய முதல் பிரதமர் பொருளாதாரத்தைச் சீர்செய்யப் பல திட்டங்களைக் கொண்டு வந்தார். ஆனால் பாதுகாப்பிற்காகவும் மற்றும் சில காரணங்களுக்காகவும் அவர் எதிர்பார்த்த அளவு ஏற்றுமதி சரியான வடிவில் இல்லை. ஆகையால் இந்தியாவைச் சேர்ந்த வணிகர்கள் தங்கள் தயாரிப்புகளுக்கான தேவையைப் பூர்த்தி செய்ய முடியவில்லை. அதைப்போலவே தூர தேசங்களிலும் இந்திய நாட்டுத் துணிகளுக்கு மவுஸ் இருந்தன. மற்றும் பல வாடிக்கையாளர்களால் அவர்கள் விரும்பிய அளவு துணிகளை வாங்க முடியவில்லை. குறிப்பாக, கட்டாவ், ஸ்ரீராம் மற்றும் ஸ்ரீனிவாஸ் ஆலைகளின் பருத்தி வாயல்களுக்கு அதிகத் தேவை இருந்தது. ஈரானில் அத்தகைய பொருள் அணிய மிகவும் வசதியானதாக மக்கள் விரும்பினார்கள்.

இதற்குத் தீர்வாக துபாய் ஒரு இடைத்தரகராக மாற வாய்ப்புக் கிடைத்தது. இந்தியாவில் இருந்து பெரும்பாலான பொருள்கள் மற்றும் கொள்முதல்கள் துபாய்க்கு பிரிட்டிஷ் கேபிள் மற்றும் வயர்லெஸ் நிறுவனம் மூலம் நடந்தது. ஒவ்வொரு பக்கமும் பிரிட்டிஷ் கேபிள் மற்றும் வயர்லெஸ் சார்பாக இரண்டு அலுவலகங்கள் இருந்தன.. சில சமயங்களில் தயாரிப்புகள் வருவதற்குப் பல மாதங்கள் பிடிக்கும். நீராவிக் கப்பல் துபாயைக் கடந்து செல்லும்வரை நீண்ட காலத்திற்கு பம்பாயில் உள்ள கிடங்குகளில் ஜவுளிகள் வைக்கப்பட்டிருந்தன.

இருப்பினும் இந்த அமைப்பு நம்பகத்தனமானதாக இருந்தது. துபாய் வர்த்தகர்களை அங்கிருந்து பொருட்களைப் பெற ஊக்குவித்தது. இந்தியா மட்டுமில்லாமல் ஜப்பான் பருத்திக்கும் மக்களிடத்தில் பெரிய மதிப்பு இருந்தது. நம்மூர் ஸ்ரீராம் ஆலைத் துணிகளைப்

போல, ஜப்பான் நாட்டு நிச்சிபோ மில்களில் இருந்துவந்த சஜூனிப் பருத்திக்கு அதிகத் தேவை இருந்தது. நிஷின்போ த்ரீ பீச்ஸ் மற்றும் டோயோபோ ஃப்ளையிங் டிராகன் ஆலைகளின் பருத்தித் துணிகள் வளைகுடாவில் மிகவும் பிரபலமாக இருந்தன. குறிப்பாக இஸ்லாமியர்கள் செய்யும் புனித பயணமான ஹஜ் பருவத்தில் அதற்கான தேவை இருந்தது.

இந்தியாவுக்காக ஏற்றுமதி செய்தது போல், துபாய் ஜப்பானுக்காகவும் மறு ஏற்றுமதி செய்ய ஆரம்பித்தது. வணிகர்கள் ஜப்பானில் இருந்து நீண்ட ஐந்து மாதக் கப்பல் நேரத்தைக் கடக்கத் தேவையான பொருட்களை முன்கூட்டியே கவனமாக ஆர்டர் செய்தனர். துபாய் மற்றும் பம்பாய் ஆகிய இரு நாடுகளிலும் வசிக்கும் பணக்கார இந்தியர்கள் மற்றும் பாகிஸ்தானியர்களுக்குச் சிறப்பு மேற்கத்திய ஜவுளிகளை விற்பனை செய்வதில் துபாயின் வர்த்தகம் லாபகரமானதாக இருந்தது.

1960-களின் பிற்பகுதியில், பல நாகரிகமான புடவை மற்றும் திருமண ஆடைகள் அமெரிக்கா (டாக்ரான்), பிரிட்டன் (டெரிலீன்), ஜப்பான் (டெட்ரான்) என்று விதவிதமான வகையான துணிகள் வர ஆரம்பித்தன. சுருக்கமாகச் சொன்னால் ஆடை வணிகத்தில் துபாய் தவிர்க்கவியலாத இடமாக மாறிப்போனது.

இந்தியாவில் நேரு விலைமதிப்பற்ற உலோகங்களுக்கு வரி கொண்டு வந்தார். அதன் விளைவாக துபாயின் தங்க மறு ஏற்றுமதி சூடு பிடித்தது. ஆசியாவின் முதன்மை தங்கச் சந்தையாக இருந்த இந்தியா தனது இடத்தை இழந்தது. ஒவ்வோராண்டும் பெரிய அளவிலான தங்கம் இந்தியாவிற்கு அனுப்பப்பட வேண்டியிருந்தது. அதற்கான காரணமாக வரலாற்றாசிரியர்கள் சொன்னது இந்திய மக்களிடம் இருந்த வரதட்சணைப் பழக்கம். இன்றும் நம் நாட்டில் அதிகம் தங்கம் புழங்கக் காரணம் திருமணங்கள் என்பது நம் அனைவருக்கும் தெரியும். 1966 வாக்கில் துபாய் மற்றும் லண்டன் இடையே ஆண்டுதோறும் நான்கு மில்லியன் அவுன்ஸ்கள் தங்கம் கொண்டு சென்றிருக்கிறார்கள். இந்தியாவில் நுகர்வோருக்கான தேவை அதிகம் இருந்தது. ஆனால் அப்பொழுதைய இந்தியச் சட்டத்தின் கட்டுப்பாடுகளால் நினைத்த மாத்திரத்தில் வர்த்தகம் செய்ய முடியவில்லை. அந்த வாய்ப்பும் துபாய்க்குக் கிடைத்தது. எலக்ட்ரானிக்ஸின் வர்த்தகம் பயனடைந்தது.

1960-களின் பிற்பகுதியிலும் 1970-களின் முற்பகுதியிலும் இரண்டு மில்லியனுக்கும் அதிகமான மின்சாதனங்கள் துபாய் வழியாக மறு ஏற்றுமதி செய்யப்பட்டன. இந்த ஆரம்ப வணிகத்தின் பெரும்பகுதியில் ஐரோப்பிய டிரான்சிஸ்டர் ரேடியோக்கள் மற்றும் டேப் ரெக்கார்டர்கள் வர ஆரம்பித்தன. ‘என்ன வேண்டும் சொல்லுங்க, எல்லாம் எங்களிடம் இருக்கு’ என்று துபாய் கூவி விற்க அவசியம் இல்லை. எல்லாம் தானாக வர ஆரம்பித்தார்கள். அதன் அடிப்படையில் துபாயை இந்தியா ஸ்டீம் நேவிகேஷன் கம்பெனி ஒரு துறைமுகமாகச் சேர்த்துக்கொண்டது.

துபாயில் பாரசீகக் குடியேற்றம் பல தசாப்தங்களாகத் தொடர்ந்தது. ஆரம்பத்தில் முத்தின் வீழ்ச்சியால் துபாயின் பொருளாதாரம் மந்தநிலையில் இருந்தபோதிலும், கீழ் வளைகுடாவில் வேறு எங்கும் இல்லாத சிறந்த வணிகச் சூழலைத் துபாய் வழங்கியது.

20. ஷேக் ராஷித்தின் கனவு

இருபதாம் நூற்றாண்டின் முதல் பாதியில் துபாய், வெளிநாட்டு வணிகர்களை ஈர்ப்பதற்கு, தடையில்லாத வர்த்தகக் கொள்கை களைக் கொண்டு வந்தது. கொள்கைகள் மட்டும் இருந்தால் போதாதல்லவா?

வணிகர்களோ இல்லை மற்ற யாருமோ துபாய்க்கு வரவேண்டும் என்றால் முதலில் ஊரைச் சரிசெய்ய வேண்டும். குடிக்கும் தண்ணீர் முதல் மின்சாரம், போக்குவரத்து வசதிகள் என்று அனைத்தையும் சீர்செய்ய வேண்டும். வணிகர்கள் சந்தை நடக்கும் போது மட்டும் வந்தால பெரிய பயனில்லை. அவர்களை இந்தப் பாலைவன மணலோடு ஒட்ட வைப்பது மிகவும் அவசியம் என்று துபாய் ஷேக் நினைத்தார். இதற்கான வேலைகள் 1950 ஆம் ஆண்டு ஆரம்பமாயின.

மற்ற வளைகுடா நாடுகளில் இருப்பது போல் எண்ணெய் இங்கு இன்றும் இல்லை. அவ்வளவு ஏன்... அபுதாபியில் இருக்கும் எண்ணெயில் ஒரு கிண்ணி அளவுகூட துபாயில் அப்பொழுது இல்லை. சொட்டுச் சொட்டாகக் கிடைத்த எண்ணெயை வைத்து என்ன பெரிதாகச் செய்ய முடியும் என்று யோசித்தார்கள்.

மறு ஏற்றுமதி மூலம் சில கடத்தல்களும் நடக்க ஆரம்பித்தன. அப்படி வந்து குவிந்துகொண்டிருந்த பொருள்களுக்கு விலையுயர்ந்த திட்டங்களைத் தீட்ட முடிவெடுத்தார்கள். அப்படி என்ன

விலையுயர்ந்த திட்டம் என்று புருவத்தை உயர்த்த வேண்டிய அவசியம் இல்லை. மற்ற பொருள்களுக்கு ஒரு திர்ஹாம். கடத்தல் என்ற சந்தேகம் வந்தால் கூடப் பத்துப் பைசா என்று முடிவு செய்தார்கள். கணிசமான வருவாய் வர ஆரம்பித்தது. அதை எப்படிச் சாத்தியப்படுத்த முடிந்தது என்றால் கெடுபிடி செய்து தான். ஆனால் எக்காரணம் கொண்டும் இலவசத் துறைமுகத்தில் எந்த மாற்றமும் செய்யவில்லை. அது வணிகர்களின் சொர்க்க பூமியாக இருந்தது.

வரும் திர்ஹாம்களைச் சரியாக நிர்வகிக்க வேண்டும். அதற்கு ஒழுங்கான நிதித் துறை வேண்டும். அது வணிகர்களுக்கு சௌகரிய மாக இருக்கும். எல்லாவற்றுக்கும் மேல் அவர்கள் நம்பிக்கை பல மடங்கு அதிகரிக்கும் என்று எண்ணி எல்லாம் மளமளவென்று நடந்தன. கையில் திர்ஹாம் இருக்கும் வரை சீரமைப்புப் பணிகள் நடந்தன. மேலும் பல திட்டங்கள் ஆரம்பிக்கப்படாமலும், சில திட்டங்கள் பாதியிலும் இருந்தன. அதற்காக இவ்வளவுதான் என்று அரசு கை கழுவவில்லை. திட்டங்களைச் சுருக்கிக்கொள்ளவில்லை. அடுத்து என்ன என்று யோசிக்க, வழிகிடைத்தது. அந்த வழியை நாமும் ஏதோ ஒரு கட்டத்தில் கடந்து வந்திருக்கிறோம். கடன்களைக் கேட்கத் தயாரானார்கள்.

1959 வாக்கில், துபாய் நகரத்திற்குப் புதிய நன்னீர் தேடும் வேலை ஆரம்பித்தது. பாலைவனத்தில், தோண்டும் இடத்தில் எல்லம் தண்ணீர் கிடைத்துவிடாது அல்லவா? பாலைவனத்தில் துளையிடுவது ஒன்றும் சாதாரண வேலை இல்லை. அதற்குப் பெரும் பொருள் தேவைப்பட்டது. துபாய்க்குப் பக்கத்தில் இருக்கும் கத்தார் நாட்டின் அரசர் கடன் கொடுக்கத் தயாரானார். தோண்டிக்கொண்டே இருந்தார்கள். இன்னும் கொஞ்சம் தோண்டினால் பூமிக்கு வெளியே போய்விட வேண்டியது தான் என்ற நிலை. அப்பொழுதுதான் துபாயின் தெற்கே உள்ள அல்-அவிரில் தண்ணீர் சொட்டுச் சொட்டாகச் சுரக்க ஆரம்பித்தது. அருகில் இருக்கும் பெடோயின் கிணறுகளைத் தூர்வாரினார்கள். சிறுவாணி ஊற்றுப் போல் இல்லையென்றாலும் தேவைக்குத் தண்ணீர் கிடைக்க ஆரம்பித்திருந்தது. தண்ணீர் வேலை முடிந்தது. ஆனால் மீண்டும் நிதி தேவை. செய்ய வேண்டிய வேலைகள் மட்டும் குறைந்தபாடில்லை.

1962-ஆம் ஆண்டில் கத்தார் மீண்டும் நிதியுதவிக் கரம் நீட்டியது. வந்த காசை எண்ணி எண்ணிச் சரியாக உபயோகித்தது துபாய். முதன் முதலில் சிற்றோடையின் குறுக்கே பாலத்தை உருவாக்கினார்கள். ஒரு பக்கத்திலிருந்து மற்றொரு பக்கத்திற்குச் சரக்குகளை எடுத்துச் செல்ல அப்ரா வாட்டர் டாக்சிகளைப் பயன்படுத்துவதற்கான தேவையை இந்தத் திட்டம் குறைத்தது. 'கடன் அன்பை முறிக்கும்' என்பார்கள். ஆனால் இங்கோ... கத்தாருக்கும் துபாய்க்கும் நடுவில் கடனுக்குப்பின் உறவு மலர்ந்தது.

சில ஆண்டுகளுக்குப் பிறகு கத்தார் ஆட்சியாளர் மற்றும் துபாய் ஷேக்கா மரியம் பின்ட் ரஷித் அல்-மக்தூம் இடையே திருமண பந்தம் ஏற்பட்டது. அதாவது ஷேக் ராஷித்துடைய மகளுக்கும் கத்தார் ஆட்சியாளருக்கும் டும் டும். நம் நாட்டில் பெண் வீட்டினர் வரதட்சணை கொடுப்பார்கள். மாறாக, அரபு நிலத்தில் மாப்பிள்ளை வீட்டார், பெண் வீட்டுக்குப் பரிசுகள் கொடுப்பது வழக்கம். திருமணம் ஆவது ராஜா வீட்டில். கத்தார் அரசர் அல்-மக்தூம் பாலத்திற்கு அருகில் அரண்மனையைக் கட்டிப் பரிசாகத் தந்தார்.

தண்ணீர், பாலம் அடுத்தது சாலைகள். இன்றும் துபாய்ச் சாலைகளில் எந்த ஒரு பள்ளமோ மேடோ இல்லாமல் தார் வெண்ணெய் போல் பளபளவென்று இருக்கும். இதற்கெல்லாம் அடித்தளம் 1960-களின் நடுப்பகுதியில் ஆரம்பமானது. எண்ணெய்ப் பணத்தில் இருந்து கடுகளவை சவூதி, துபாய்க்குக் கொடுத்து உதவியது. வந்த பணத்தை வாயில் போட்டுக் கொள்ளாமல், பொறுப்பாகச் சாலை போடும் வழியைப் பார்த்தார்கள். துபாய் மற்றும் ராஸ் அல்-கைமா இடையே தார்-மேற்பரப்பு சாலை போடப்பட்டது. சாலைகள் மட்டும் போதுமா? இரண்டு பக்கமும் கம்பம் நட்டுத் தெருவிளக்குகள் போட வேண்டும். அதையும் வந்த பணத்தில் செய்து முடித்தார்கள்.

அடுத்தது துறைமுகம். ஏதோ ஏழைக்கு ஏற்ற ரசம் சாதம் போல் இல்லை, அண்டா நிறைய பிரியாணியாக வேண்டும் என்று அரசர் யோசித்தார். 1965- இல் ஷேக் ராஷித் பின் சயீத் அல்-மக்தூம், இங்கிலாந்து நாட்டின் மிக திறமையான சர் வில்லியம் ஹால்க்ரோ மற்றும் பார்ட்னர்ஸை அணுகினார். ஷிண்டகாவில் ஆழமான நீர்த் துறைமுகம் அமைப்பதற்கான திட்டங்களை வகுக்கும்படி கேட்டார். 1967 வாக்கில் ஒரு புளூ-பிரிண்ட்டை எடுத்துக்

கொண்டு வெள்ளையர்கள் அரசரிடம் வந்தார்கள். நான்கு பெர்த்கள் மட்டுமே வரைபடத்தில் இருந்தன. முதலில் பெர்த் என்றால் என்ன என்று தெரிந்து கொள்வோம். துறைமுகங்கள் பெர்த்களால் ஆனது.

துறைமுகங்களில் ஒரு பெர்த் என்பது ஒரு கப்பல் கட்டப்பட்ட அல்லது நங்கூரமிடக்கூடிய ஒரு வார்ஃப். கப்பல் அல்லது கப்பல்துறையில் ஒரு நியமிக்கப்பட்ட இடத்தைக் குறிக்கிறது. அதாவது கப்பலில் உள்ள சரக்கு, பயணிகள் அல்லது பொருட்களை ஏற்றுவதற்கும் அல்லது இறக்குவதற்கும் நியமிக்கப்பட்ட இடமாகும்.

ஒரு கப்பல் வந்து நிற்க வேண்டும் என்றால் பெர்த்களில் வசதிகள் செய்ய வேண்டும். 'பெர்த் இருக்கு, வந்து நிப்பாட்டிக்கோ', என்று சொல்ல முடியாது. சரக்குகளைத் தூக்கி வைக்கப் பெரிய கருவிகள், கேங்வேகள், ஃபெண்டர்கள் மற்றும் மூரிங் லைன்கள் போன்ற பல்வேறு வசதிகள் இருக்க வேண்டும். மேலே சொன்னவையெல்லாம் கப்பலில் இருந்து தரைக்கு வரவும், மீண்டும் ஏற்றுமதி செய்யவும் பயன்படுத்தும் வழிகள் என்று வைத்துக் கொள்ளுங்கள். இவையெல்லாம் இருந்தால்தான் ப்ரீமியம், இல்லையென்றால் பெட்டிக் கடையாக பெர்த் இருக்க வேண்டியதுதான்.

துறைமுகத்தின் உள்கட்டமைப்பு மற்றும் அதைப் பயன்படுத்தும் கப்பல்களின் வகை மற்றும் அளவைப் பொறுத்து பெர்த்களின் அளவு மாறுபடும். துறைமுகங்கள் வழக்கமாக பெர்த்களைப் பயன்படுத்துவதற்குக் கட்டணம் வசூலிக்கின்றன. மேலும் இந்தக் கட்டணங்கள் கப்பலின் நீளம், தங்கியிருக்கும் காலம் மற்றும் கையாளப்படும் சரக்குகளின் அளவு போன்ற பல்வேறு காரணிகளால் பாதிக்கப்படலாம்.

துபாயின் எதிர்கால வர்த்தகத்திற்கான நிறுவனத்தின் கணிப்புகளின்படி வெறும் நான்கு பெர்த் சரிவராது என்று ஷேக் ரஷீதுக்குத் தோன்றியது. ஆகையால் பிரிட்டிஷ் ஆலோசகர்களிடம், துறைமுகத்திற்கு பதினாறு பெர்த்களை வழங்கும் வகையில் திட்டங்களை மாற்ற வேண்டும் என்று கோரினார். அதன்படி 1971-இல் புதிய போர்ட் ரஷீத் (port Rasheed) பதினாறு பெர்த்களுடன் திறக்கப்பட்டது. உடனடியாக அத்தனை பெர்த்களுக்கும் வேலை இருந்தது. அதுமட்டுமின்றி அதிகமான பெர்த்களின் தேவையும் வந்தது.

1976-இல் கூடுதலாக இருபது பெர்த்களுக்கு இடமளிக்கும் வகையில் மீண்டும் போர்ட் ரஷித் விரிவாக்கப்பட்டது. மேலும், இந்தத் துறைமுகத் திட்டத்தை மேலும் மேம்படுத்துவதற்காக, 1972-ஆம் ஆண்டில் ஷிந்தாகாவின் நுழைவாயிலுக்கு அருகில் ஒரு சுரங்கப்பாதை அமைக்கப்பட்டது. இதனால் துறைமுகத்திற்கு செல்லவேண்டிய சரக்கு வண்டிகள் டெய்ரா போக்குவரத்தில் சிக்காமல் எளிதாகத் துறைமுகத்தை அடைய முடியும். மேலும் 1975-ஆம் ஆண்டில் சிற்றோடையுடன் கூடிய ஹம்ரியா பகுதியில் பாரம்பரியக் கப்பல்கள் வந்து நிற்கவும், சரக்கை இறக்கவும் வழி செய்யப்பட்டது. துபாயில் இருக்கும் இரண்டு துறைமுகங்களும் சேர்ந்து துபாய் போர்ட்ஸ் வோர்ல்ட் என்ற நிறுவனத்திற்குக் கீழ் இயங்கி வருகின்றன. அது மட்டுமின்றி உலகத்தில் நான்காவது பெரிய துறைமுகமாகவும் உருவாகியுள்ளது.

ஷேக் ராஷித் அவர்களின் தொலைநோக்குப் பார்வையில் அடுத்தகட்டப் பணிகளைச் செய்ய ஆரம்பித்தார்கள். மன்னர் ஷேக் ரஷீதின் மனமும் மூளையும் துபாயை முக்கிய இடமாக மாற்ற எல்லா திசைகளிலும் யோசிக்க ஆரம்பித்தது. கடல் போக்குவரத்துக்கு இணையாக விமான நிலையத்தை உருவாக்க முடிவு செய்தார். 1930-களின் பிற்பகுதியில் கையொப்பமிடப்பட்ட விமான ஒப்பந்தங்களின்படி சிற்றோடையில் சில பறக்கும் படகுகள் மட்டுமே தரையிறங்கும் வசதி இருந்தது. அதாவது 1950-களின் இறுதிவரை துபாயில் விமான உள்கட்டமைப்பு என்று எதுவும் இல்லை.

கீழ் வளைகுடாவிற்குச் செல்லும் பெரும்பாலான வணிக விமானங்கள் ஷார்ஜா விமானத்தளத்தில் தரையிறங்கின. இந்த விமான நிலையம் 1939-ஆம் ஆண்டு ஆங்கிலேயர்களால் கட்டப் பட்டது. அதே சமயத்தில் RAF-இன் ராணுவத் தேவைகளுக்காக பானி யாஸ் தீவில் விமான நிலையமும் இருந்தது.

பக்கத்தில் இருக்கும் பஹ்ரைனுக்குச் செல்ல வேண்டும் என்றாலோ அங்கிருந்து வரவேண்டும் என்றாலோ பல மாதங்கள் கப்பலுக்காகக் காத்துக்கொண்டிருக்க வேண்டும். அல்லது ஷார்ஜாவில் விமானம் வரும்வரை காத்திருக்க வேண்டும். இடம் கிடைத்தால் மட்டுமே பறக்க முடியும் என்ற சூழல் இருந்தது. மேலும், புதிய வளைகுடா ஏவியேஷன் ஏர்லைன் ஷார்ஜாவில் நிறுத்தப்பட்டது.

நைஜீரியாவிற்குச் செல்லும் வழியில் இந்திய கலிங்கா விமான நிறுவனம் அங்கு வரத்தொடங்கியது. இருப்பினும், இருக்கைகள் குறைவாகவே இருந்தன மற்றும் விமானங்கள் அடிக்கடி பறப்பதும் இல்லை என்ற நிலை.

இரண்டாம் உலகப் போரின் போது ஷார்ஜாவின் நிலையை வலுப்படுத்த ஷேக் சுல்தான் பின் சக்ரின் எடுத்த முயற்சியின் விளைவாக, ஷார்ஜாவில் விமானங்கள் தரையிறக்கப்பட்டன. ஆனால் அதிலும் ஒரு சிக்கல் இருந்தது. இருபத்திரண்டு இருக்கைகள் மட்டுமே இருந்தன. அதாவது இருபத்திரண்டு பேர் மட்டுமே பயணம் செய்ய முடியும். அதிலும் எண்ணெய்த் தொழிலாளர்களுக்குப் பெரும்பாலான இருக்கைகள் ஒதுக்கப்பட்டன. கோட்டா முறையில் இருக்கைகள் தரப்பட்டன. நான்கு ‘சார்ஜாவின் ஆட்சியாளரின் விருந்தினர்களுக்கு’ ஒதுக்கப்பட்டன. துபாய்க்கு வருபவர்களுக்கு இரண்டு இருக்கைகள் மட்டுமே கிடைத்தன. இன்று ஒரு நாளைக்குப் பல லட்சம் மக்கள் பறந்து செல்ல உதவும் பரபரப்பான விமான நிலையம் உருவாகும் கதை இது என்பதை மனதில் நிறுத்திக்கொள்ள வேண்டும்.

ஷேக் ராஷித் தனது மஜ்லிஸிடம் விமான நிலையத்தின் அவசியம் குறித்துப் பேசினார். துபாய்க்கு என்றொரு விமான நிலையம் இருந்தால் சட்டுபுட்டென எங்கும் போய்வரலாம். மாதக் கணக்கில் காத்திருக்க வேண்டிய அவசியம் இல்லை என்பதைப் புரியவைத்தார். மஜ்லிஸ் என்றால் என்ன என்று ஏற்கெனவே பார்த்திருக்கிறோம். மறந்திருக்க மாட்டீர்கள். இருப்பினும் ஒரு வார்த்தையில் சொல்கிறேன்- ஞாபகம் வைத்துக்கொள்ளுங்கள்- ஆலோசனைக் குழு.

இதை மனதில் கொண்டு ரஷீத், பிரிட்டிஷ் ஏஜெண்டிடம், துபாயில் இன்னும் விமான நிலையம் இல்லை என்று வெட்கப்படுவதாக வருந்தினார். வணிக சமூகத்தின் அழுத்தத்தின் கீழ் இருப்பதாகக் கூறினார். ஒரு விமான நிலையத்தை உருவாக்குவதின் மூலம் துபாய் மேலும் வளர்ச்சி அடையும் என்று நினைத்தார். நினைத்தது மட்டுமல்லாமல் திட்டத்தைச் செயல்படுத்தவும் மும்முரமாக இருந்தார். ஆனால் பக்கத்து ஷார்ஜாவைச் சேர்ந்த ஷேக் சக்ர் பின் சுல்தான் இந்தத் திட்டத்தை எதிர்த்தார். ‘துபாய்க்கு எதற்கப்பா விமான நிலையம்? ஷார்ஜாதான் எல்லா ஷேக்டாம்களுக்கும்

விமான சேவை செய்கிறதே? பிறகு எதுக்கு?' என்று பல கேள்விகள் மூலம் பிரிட்டிஷாரிடம் தன் வாதத்தைக் காத்திரமாக முன் வைத்தார்.

முதலில் அதற்குச் சரியான இடத்தைப் பார்க்க வேண்டும் என்று ஷேக் முடிவு செய்தார். தேராவிற்கு அருகில் உள்ள அல்-ரஷித்யா பகுதியை அகற்ற ஷேக் ரஷித் முயற்சி செய்தார். விமான நிலையத்தைக் கட்டுவதற்கான முழுச் செலவையும் துபாய் ஏற்கத் தயாராக இருக்கிறது என்று ஷேக் ராஷித் ஆங்கிலேயர்களிடம் சொன்னார். இதனால் பிரிட்டிஷுக்குப் பொருட்சேதம் ஏதும் வராது என்று உறுதி கூறினார். அவர் பிரிட்டிஷுக்கு வைத்த முக்கியமான வேண்டுகோள் ஒன்று இருந்தது. 'காசு பணம் வேண்டாம் சாமி, அந்த ஆசாமி மட்டும் வேண்டும்' என்று ஒற்றைக் காலில் ஷேக் நின்றார் என்பதை நீங்கள் நம்பித்தானாக வேண்டும்.

அந்த ஆசாமி நன்கு அறியப்பட்ட பிரிட்டிஷ் விமானியான ஃப்ரெடி போஸ்வொர்த் என்பவர். அவர் ஏற்கனவே துபாயின் தங்க வர்த்தகத்தில் அதிக ஈடுபாடு கொண்டிருந்தவர். பின்னர் வளைகுடா விமானப் போக்குவரத்து இயக்குநர்களில் ஒருவராக ஆனார். பஹ்ரைனுக்குச் சென்று ஆட்சியாளரிடம் ஷேக் ரஷீதின் புதிய விமானநிலையம் பற்றிய செய்தியைக் கூறினார். எதற்கு பஹ்ரைன்காரரிடம் சொல்ல வேண்டும்? சொன்னால்தானே நிதி கிடைக்கும்.? துபாயின் ஆலோசனையையும், ஷேக் ராஷித் தனது நிதியுதவியைப் பெற விரும்புவதையும் கேட்டு, பஹ்ரைன் அரசர் உடனடியாக ஒப்புக்கொண்டார். ஷேக் ராஷித் விரும்பினால் பத்து விமான நிலையங்களை உருவாக்கலாம் என்று பூஸ்ட் கொடுத்து போஸ்வொர்த்தை அனுப்பினார் அரசர்.

1960-இன் ஆரம்பத்தில் அல்-குசைஸிலிருந்து அல்-ரஷித்யா பகுதி வரை பெரிய அளவில் வேலை தொடங்கியது. ஒரு சாதாரண அளவிலான கட்டடம் மற்றும் ஒரு விமான கோபுரம் இன்டர்நேஷனல் ஏராடியோ லிமிடெட் மூலம் நிர்வகிக்கப்பட்டது. அதிகாரபூர்வமாக 'துபாய் சர்வதேச விமான நிலையம்' என்று பெயரிடப்பட்டது. இங்குதான் நாம் அதிகம் கேள்விப்படும் 'டூட்டி ப்ரீ' கடைகள் முதன்முதலில் திறக்கப்பட்டன.

ஷேக் அவர்களின் திட்டமிடுதலைப் பார்த்து வியக்காமல் இருக்க

இயலாது. சரியான தலைவனின் வழிகாட்டுதல் எத்தனை முக்கியம் என்று ஷேக் ராஷித்தின் திட்டங்களைப் பார்த்துத் தெரிந்து கொள்ளலாம். விமான நிலையத்தின் கார் பார்க் ஐநூறு கார்கள் நிற்கும் வகையில் கட்டப்பட்டது. அப்பொழுது துபாயில் இருக்கும் மொத்தக் கார்களை எண்ணினால்கூட ஐநூறு என்பது பெரிய எண். ஆனால் ஓரிரு ஆண்டுகளில் கார் பார்க்கை விரிவுபடுத்த வேண்டியிருந்தது.

ஷேக் ராஷித்தின் கணிப்பின் படி, ஒரு வருடத்திற்குள் வளைகுடா ஏவியேஷன் மற்றும் குவைத் ஏர்வேஸ் ஆகிய இரண்டும் துபாயில் தரையிறங்கத் தொடங்கின. ஆனால் இம்பீரியல் ஏர்வேஸ் அப்பொழுது பிரிட்டிஷ் ஓவர்சீஸ் ஏவியேஷன் கம்பெனி - BOAC என மறுபெயரிடப்பட்டது. ஆரம்பத்தில் இந்த நிறுவனம் துபாயில் தரையிறங்க மறுத்துவிட்டது. காரணம் இதுதான்- 'அங்கு வந்தால் எங்கள் இருக்கைகள் எல்லாம் காலியாகத்தான் திரும்பி வரும்' என்று சொல்லிவிட்டது.

1930- களில், ஷேக் ராஷித்தின் தந்தை விமான இருக்கைகளை வாங்கினார் என்று முன்பே பார்த்தோம். மகனும் அதைப் போன்ற ஓர் உக்தியைப் பயன்படுத்தினார். துபாயில் பணிபுரியும் அனைத்து பிரிட்டிஷ் வெளிநாட்டு ஊழியர்களும் BOAC விமானங்களில் மட்டுமே பயணம் செய்ய வேண்டும். சொல்லுவது மட்டுமில்லாமல் முன்பதிவு செய்யப்படுவதை உறுதிசெய்தார். சிக்கல் தீர்ந்தது.

1950 களின் பிற்பகுதியில், ட்ரூசியல் ஷேக்டாம்களில் இன்னும் வர்த்தக உரிமங்கள் அல்லது வர்த்தக ரசீதுகள் வழங்கப்படவில்லை. வியாபாரத்தில் மேலும் கீழும் நிலைகள் வருவது சகஜம். அந்தச் சமயத்தில் சொத்துகளை அடகு வைக்கும் வசதியோ, லோன் போன்ற எந்த வழியும் இல்லை. இதை எல்லாம் சரிசெய்ய வேண்டும். வணிகம் சரியாகச் செல்ல ஏதாவது செய்தேயாக வேண்டும் என்ற அழுத்தம் இருந்தது.

வணிகர்களுக்கு வர்த்தக உரிமங்கள் வழங்குவதில் துபாய் முன்னோடியாக இருந்தது. ஷேக் ராஷித் வரையறுக்கப்பட்ட பொறுப்பு நிறுவனங்களை அமைக்கும் LLC -Limited Liability company அவசியத்தை அங்கீகரித்தார்.

பிரிட்டிஷ் ஏஜெண்ட் மற்றும் வணிக ஆர்வலரான ஈசா சலே அல்-குர்க் ஆகியோரின் உதவியுடன், ரஷீத் தேவையான சட்டதிட்டங்களை உருவாக்கினார். எது செய்தாலும் அந்தத் துறையில் இருக்கும் சிறந்த மூளையை வைத்து வேலைகளை முடிக்கும் பழக்கம் கொண்டவர் அவர். இதற்கு பஹ்ரைனில் இருந்த ஒரு பிரிட்டிஷ் வழக்கறிஞரை நியமித்தார்.

துபாயைத் தளமாகக் கொண்ட வரையறுக்கப்பட்ட பொறுப்பு நிறுவனமாக (LLC) இணைக்கப்பட்ட முதல் நிறுவனம் இன்டர்நேஷனல் டிரேடர்ஸ் லிமிடெட் ஆகும். இது ஆப்பிரிக்கா மற்றும் சிங்கப்பூரில் இருந்து உபரிப் பங்குகளை விற்கும் நோக்கத்துடன் துபாயில் கிளையைத் திறந்தது. இதன் தொடர்ச்சியாக, புதிதாக துபாய் மின்சார நிறுவனம் நிறுவப்பட்டது. 1965 -ஆம் ஆண்டில், வர்த்தகம் மற்றும் தொழில்துறையின் கீழ் வளைகுடாவில் இதுபோன்ற முதல் நிறுவனம் நிறுவப்பட்டதைத் தொடர்ந்து பல புதிய வணிக ஆணைகளுடன் உரிம அமைப்பும் ஒழுங்குபடுத்தப்பட்டது. துபாயின் வணிகங்கள் பயன்படுத்தும் பணத்தைச் சேமிக்கவும் கடன் கொடுக்கவும் வங்கிகளின் தேவை இருந்தது. அந்த நேரத்தில் பல வெளிநாட்டு வங்கிகளின் வருகைகள் நிகழ்ந்தன. உள்ளூர் வங்கிகளை அவற்றோடு இணைக்கும் வழிகளும் முறைப்படுத்தப்பட்டன.

முன்னதாக, பெரும்பாலான வணிகர்கள் தங்களுடைய சொந்தப் பணத்தைக் கொண்டு வர்த்தகம் செய்தனர். மேலும், உபரிப் பணத்தை வைத்திருப்பவர்கள், இந்தியத் தொழிலதிபர்களிடம் வைப்பதை வழக்கமாகத் தேர்வு செய்தனர். அவர்கள் நம்பகமானவர்கள் மற்றும் இருபத்தி நான்கு மணி நேரமும் தொடர்பு கொள்ளலாம் என்ற நம்பிக்கை இருந்தது. அல்லது அவர்கள் மற்ற வணிகர்களுக்குப் பணத்தை மாற்ற விரும்பினால், அவர்கள் முறைசாரா ஹவாலா முறையைப் பயன்படுத்தி அதைச் செய்தார்கள். சில ஆண்டுகளுக்கு முன்புகூட வீட்டுக்குப் பணம் அனுப்ப ஹவாலாவைப் பல ஆசிய மக்கள் பயன்படுத்தினார்கள். அப்பொழுதும் அதற்குத் தடை இருந்தது. இப்பொழுது பிடிபட்டால் கம்பி எண்ண வேண்டியிருக்கும். இவற்றையெல்லாம் தடுக்க முறையான இந்திய வங்கிகளைப் பயன்படுத்த வேண்டிய அவசியம் அதிகரித்தது.

துபாயில் இருக்கும் முதல் வங்கி இம்பீரியல் பேங்க் ஆஃப் ஈரான் ஆகும். இது 1948 -இல் ஓர் அலுவலகத்தை நிறுவியது. பின்னர் அது ‘பிரிட்டிஷ் வங்கி ஈரான்’ என்று பெயர் மாற்றப்பட்டது. இறுதியாக, ‘பிரிட்டிஷ் வங்கி ஆஃப் தி மிடில்’ என மறுபெயரிடப்பட்டது.

1952- இல் பிரிட்டிஷ் அரசாங்கம் வங்கியின் பெரும்பான்மையான பங்குகளை வாங்கியது. பிறகு கிழக்குப் பகுதியில், ட்ரூசியல் மாநிலங்களில் உள்ள வணிகர்களுக்குக் கடன் வழங்கிய முதல் நிறுவனமாக மாறியது. இதன்மூலம் பிராந்தியத்தில் வணிகர்கள் தீவிரமாகத் தங்கள் வணிக சக்தியை அதிகரித்துக்கொண்டார்கள். இது மேலும் பல புதிய வணிகர்களை ஈர்த்தது.

வங்கியின் செயல்பாடு மற்றும் துபாயின் பொருளாதாரத்தில் அதன் முக்கியப் பங்கு ஆகியவற்றில் திருப்தி அடைந்த ஷேக் ராஷித், அதன் இயக்குநர்களுடன் ஏகபோக ஒப்பந்தத்தில் கையெழுத்திட்டார். வங்கி இருபத்தைந்து ஆண்டுகளுக்கு ஒப்பந்தம் போட வேண்டும் என்ற கோரிக்கைக்குப் பதிலாக இருபது ஆண்டுகள் நீடிக்கும் என்று முடிவு செய்யப்பட்டது. அதில் துபாய் நாட்டினரை முடிந்தவரை பணியமர்த்த வங்கி முன்வரவேண்டும் என்றும் ஒரு ஷரத்து இருந்தது. ஒரு குறுகிய காலத்திற்கு தோஹாவின் அரபு வங்கி துபாயில் ஒரு கிளையைத் திறக்க முயற்சித்து உடனடியாக மூடப்பட்டது. துபாயில் புதிய கிழக்கு வங்கியின் கிளை முறையாகத் திறக்கப்பட்டது.

வங்கித் துறையில் அதிக நேரடி ஈடுபாட்டைக் கோரி, 1962-ஆம் ஆண்டு ஷேக் ராஷித்தின் மஜ்லிஸ், துபாய் தேசிய வங்கியை உருவாக்குவது பற்றி விவாதிக்கத் தொடங்கியது. அடுத்த ஆண்டு பிரிட்டிஷ் ஆலோசகர்கள் குழு உள்ளூர் இயக்குநர்கள், கத்தாரின் ஆட்சியாளர் (அலி அல் -ஓவைஸ்) இணைந்து புதிய நிறுவனத்தை நிறுவினார்கள். அல் - ஓவைஸ் ஷேக் ராஷித்தின் முக்கியமான கூட்டாளியாகவும் வருங்கால மருமகனாகவும் இருந்தார்.

பிரிட்டிஷ் வங்கியின் தலைமையகம் பர் துபாயின் ஷிண்டாகா பகுதியில் அமைந்திருப்பதால், தேசிய வங்கி டெய்ரா என்ற இடத்தில் அமைய வேண்டும் என்று முடிவு செய்யப்பட்டது. மேலும் 1970-ஆம் ஆண்டு வாக்கில் தனித்துவமான வடிவில் புதிய கட்டடம் சிற்றோடைக்கு அருகில் கட்டி முடிக்கப்பட்டது. 1969-ஆம் ஆண்டு துவங்கப்பட்ட ‘நேஷனல் வங்கி துபாய்’ புதிய

வணிக வங்கியுடன் இணைந்தது. தொடர்ந்து Comerzbank, Chase Manhattan மற்றும் Commercial Bank of Kuwait ஆகியவை இணைந்து கொண்டன. 1971- ஆம் ஆண்டு முதல் நேஷனல் சிட்டி வங்கி உட்பட துபாயில் ஐந்து வெளிநாட்டு வங்கிகள் இருந்தன.

மேலும், 1970களின் முற்பகுதியில் பல உள்ளூர் வங்கிகள் தோன்றின. மிக முக்கியமாக, மத்தியக் கிழக்கு ஒன்றிய வங்கி, துபாய் வங்கி, வளைகுடா வங்கி மற்றும் மத்தியக் கிழக்கு வங்கி அனைத்தும் திவால் நிலையை அடைந்தன. துபாயின் நற்பெயர் மற்றும் வணிக வலிமை மீண்டும் ஒருமுறை ஆபத்தில் இருப்பதை துபாய் ஆட்சியாளர்கள் உணர்ந்தார்கள்.

ஷேக் ராஷித்தின் மூத்த மகனும் பட்டத்து இளவரசருமான ஷேக் மக்தூம் பின் ரஷீத் அல்-மக்தூம், ஈசா சால்ச் அல்-குர்க்குடன் இணைந்து களத்தில் இறங்கினார். புதிய எமிரேட்ஸ் வங்கியை உருவாக்கினார்கள். ஒவ்வொரு முறையும் பல தடைகளுக்குப் பின் ஷேக் ராஷித்தின் திட்டங்களில் முன்னேற்றங்கள் நடந்தன. ஒரு வரியில் அவர் வகுத்த திட்டங்களைச் சொல்லிட முடியாது. பிறகு அதைப் பற்றி விரிவாகப் பார்க்கலாம். அதற்கு முன்பு ஜீனி கதை ஒன்றைப் பார்த்துவிடலாம்.

21. ஆயில் ஜீபூம்பா

அமெரிக்கா, ரஷ்யா, வெனின்சுலா போன்ற நாடுகளிடம் மட்டுமே அலாவுதீனின் ஜீனி இருப்பதாக உலகம் நம்பிக்கொண்டிருந்தது. வளைகுடாவில் சில பகுதிகளில் கிணறு தோண்ட பூதம் கிளம்பிய கதையாக எண்ணெய் வளம் அட்சயப்பாத்திரமாகச் சுரக்கத் தொடங்கியது.

அஜர்பைஜான் என்ற இடத்தில் ஒன்பதாவது நூற்றாண்டிலேயே எண்ணெய் கிடைக்க ஆரம்பித்திருந்தது. அங்கு கிடைத்த எண்ணெய்க்கு வெள்ளை எண்ணெய் என்று பெயரிட்டார்கள். கண்ணாடி போலச் சுத்தமாக இருந்தது. அவ்வளவு எண்ணெய் வளம் மிக்க அஜர்பைஜான் இன்றும் சுமாரான நாடாகத்தான் இருக்கிறது. ஏனென்று தெரிந்துகொள்ளவேண்டுமெனில் 'ஆயில் ரேகை' என்ற புத்தகத்தைப் படியுங்கள். நாம் மத்தியக் கிழக்குக்கு வருவோம்.

முதன்முதலில் சவூதி அரேபியா மற்றும் குவைத்தில் எண்ணெய் கண்டெடுக்கப்பட்டது. ஆனால் அவர்களுக்கும் அதை வைத்து என்ன செய்வது என்று தெரியாததால் அமெரிக்கர்களும் பிரிட்டிஷ்காரர்களும் ஊடுருவ காரணமானது. அதற்குமேல் அந்தப் பஞ்சாயத்தைப் பற்றி இங்கு பார்க்க வேண்டியதில்லை. எண்ணெய் வந்தபின் சவூதி என்னவாக மாறியது என்பது உலகம் அறிந்த விஷயம்.

அங்கிருந்து உங்கள் பார்வையை ஈரான், ஈராக் மீது கொண்டுவாருங்கள். எண்ணெய் என்ற ஜீனி அவர்களுக்குக் கொஞ்சநஞ்சம் கொடுக்கவில்லை. விலையுயர்ந்த ஒரு பொருள் நம் வீட்டிலிருந்தால் அதைப் பாதுகாக்க எவ்வளவு பாடு இருக்கும்? எண்ணெயை வைத்துக்கொண்டு அரசியல் மாற்றம், ஆஜானுபாகுவான அமெரிக்கா உள்ளே நுழைந்த கதையெல்லாம் வரலாறு படிக்கும் உங்களுக்குத் தெரியாமல் இருக்காது.

தலையைச் சொறியும் அளவு நான் ஏதும் ரகசியம் சொல்லி விடவில்லை. உங்கள் அனைவருக்கும் சதாம் ஹுசைனை ஞாபகம் இருக்கிறதா? அவர் வரலாற்றைத் தோண்டிப் பார்த்தால் பரந்து விரிந்த ஆயில் ரேகை இருக்கும். இப்படியாகப் பல நூற்றாண்டுகளாக வளைகுடா எண்ணெய் வளத்தால் சக்கைப்போடு போட்டுக் கொண்டிருந்தது. ஆனால் 1950 வரை எந்த அலாவுதீன் ஜீனியோ எண்ணெய்ச் சாமியோ கிழக்கு வளைகுடா பக்கம் எட்டிப் பார்க்கவில்லை.

பாலைவனத்தில் பகலில் மட்டுமே சூரிய வெளிச்சம் பிரகாசமாக இருக்கும். இரவில் அங்கொன்றும் இங்கொன்றுமாக விளக்குகள் மின்மினிப் பூச்சியை ஞாபகப்படுத்தும். போன அத்தியாயத்தில் நந்நீரை எடுப்பதற்கு எத்தனை துளைகள் போடப்பட்டன என்பதைப் பார்த்தோம். இந்நிலையில் எண்ணெய் பற்றி எல்லாம் யோசித்துப் பார்க்க முடியுமா? முடியாதுதான்.... ஆனால், அபுதாபி மற்றும் துபாய் யோசிப்பதற்குப் பல காலம் எடுத்துக்கொண்டது. எதைச் செய்தால் தம் மக்களுக்கும் நாட்டுக்கும் நல்லது செய்ய முடியும் என்று ஷேக் ராஷித் எண்ணி எண்ணி கடன்களையும், முதலீட்டையும் கையில் எடுத்து இருந்தார்.

அபுதாபியும் துபாயும் ஒன்றாகத்தான் இறைவனிடம் எண்ணெயை வேண்டி நின்றிருக்க வேண்டும். சரியான நேரத்தில்தானே கடவுளும் கொடுப்பான்? அபுதாபியின் பக்கம் காற்று வீச ஆரம்பித்தது. ஐக்கிய அமீரகத்தில் இருக்கும் மற்ற மாநிலங்கள் ஏக்கமாக அபுதாபியைப் பார்த்தார்கள். பின்னே இருக்காதா? எண்ணெய் வளம் என்பது சாதாரணமான ஒன்றா என்ன?

1930-களின் பிற்பகுதியில் ஷேக் சையீத் அல்-மக்தூம், துபாய் அரசர் எண்ணெய் ஆய்வுச் சலுகைகளில் பிரிட்டனுடன் கையெழுத்திட்டு இருந்தார். ஆனால் கிட்டத்தட்ட இருபது ஆண்டுகளுக்கு எந்த

வேலையும் நடக்கவில்லை. எண்ணெய் எடுக்கும் வேலையைப் பற்றிக் கொஞ்சம் விரிவாகப் பார்த்துவிட்டு நாம் துபாய்ச் சூழலைப் பார்க்கலாம்.

எண்ணெய் வயல்களில் எண்ணெய் எடுக்கும் செயல்முறை பொதுவாக ஆய்வில் ஆரம்பிக்கும். அதற்கடுத்து துளையிடுதல் மற்றும் உற்பத்தி உள்ளிட்ட தொடர்ச்சியான படிகளை உள்ளடக்கியது.

ஆய்வு என்பது செயல்பாட்டின் முதல் படியாகும். மேலும் புவியியல் மற்றும் புவி இயற்பியல் நுட்பங்களைப் பயன்படுத்தி எண்ணெயைக் கொண்டிருக்கக்கூடிய பகுதிகளைக் கண்டுபிடிப்பார்கள். இதில் பாறை அமைப்புகளை ஆய்வு செய்தல், நில அதிர்வுத் தரவுகளை பகுப்பாய்வு செய்தல் மற்றும் செயற்கைக்கோள் படங்களைப் பயன்படுத்துதல் ஆகியவை அடங்கும். மண்டை காய்கிறதல்லவா? கண்டுபிடிக்கவே காலம் எடுக்கும்.

எண்ணெய் வயல் கண்டறியப்பட்டவுடன், தோண்டுதல் தொடங்கும். துளையிடும் கருவியைப் பயன்படுத்தித் தரையில் ஒரு துளையை முதலில் போடுவார்கள். துளையிடுதலின் முதல் கட்டம் கிணறு என்று அழைக்கப்படும். இந்தத் துளை, சரிந்துவிடாமல் இருக்க இரும்பு உறையால் வரிசையாக வேலி போடப்படும்.

கிணறு தோண்டியவுடன், தொடர்ச்சியாகத் துளைகள் போடப்படும். கிணற்றுக்குள் இருந்து எண்ணெய் மேலே வர என்னென்ன செய்ய முடியுமோ அத்தனையும் செய்யப்படும். எண்ணெய் வந்தபின்னர் ஒரு பம்ப்ஜாக் அல்லது பிற உந்தி உபகரணங்களைப் பயன்படுத்தி மேற்பரப்பில் செலுத்தப்படும்- எண்ணெயின் தன்மையைப் பொறுத்து, எண்ணெய் ஓட்டத்தை அதிகரிக்க ஹைட்ராலிக் முறிவு அல்லது மேம்படுத்தப்பட்ட எண்ணெய் மீட்பு போன்ற நுட்பங்களைப் பயன்படுத்துவது அவசியமாக இருக்கும்.

எண்ணெய் பிரித்தெடுக்கப்பட்டவுடன், அதுவொரு சுத்திகரிப்பு ஆலைக்குக் கொண்டு செல்லப்படுகிறது. அங்கு பெட்ரோல், டீசல் போன்ற எரிபொருள் மற்றும் லூப்ரிகண்டுகள் உபயோகிக்கப்படுகின்றன. சுத்திகரிப்புச் செயல்முறையானது கச்சா எண்ணெயில் இருந்து அசுத்தங்களை அகற்றி வெவ்வேறு கூறுகளாகப் பிரிக்கிறது.

ஒட்டுமொத்தமாக, எண்ணெய் வயலில் இருந்து எண்ணெய் எடுக்கும் செயல்முறை சிக்கலானது. நேரம் ஒருபக்கம் இருந்தாலும் பல கோடி டாலர்களின் முதலீடும் தேவைப்படும். இருப்பினும், நவீனப் பொருளாதாரங்களுக்கு எண்ணெய் ஒரு மதிப்புமிக்க மற்றும் முக்கியமான வளம். கிடைத்துவிட்டால் யாரிடமும் கடன் வேண்டும், பரிசு வேண்டும் என்று நிற்க வேண்டாம்.

ஒரு வழியாக 1950-ஆம் ஆண்டில், துபாயின் தெற்குப் புறநகரில் உள்ள ஜெபல் அலியில், பிரிட்டிஷ் புவியியலாளர்கள் மற்றும் டிரில்லர்கள் துளைக்கு மேல் துளை போட்டார்கள். துபாய், அபுதாபி மற்றும் ஷார்ஜாவிற்கு இடையே எண்ணெய் தேடும் படை ஓடி ஓடித் தேட ஆரம்பித்தார்கள். அதற்கான செலவு தண்ணீரைப் போல் கரைந்துகொண்டிருந்தது. போட்ட துளைகளிலிருந்து எண்ணெய் வாசனைகூட வரவில்லை. இப்படியே மேலும் பத்து வருடம் கழிந்தது. பிரிட்டிஷ் ஆய்வு நிறுவனமான பெட்ரோலியம் டெவலப்மென்ட், தனது பணத்தைச் செலவு செய்து சோர்வடைந்தது.

‘இதற்கு மேல் மூச்சுக்கட்ட முடியவில்லை’ என்று துபாயிடம் பிரிட்டிஷ் சொன்னது. பாவம்... பாலைவனம் ஜல்லிக் கரண்டியானதுதான் மிச்சம். ஆனால் அபுதாபியில் எண்ணெய் வேலை ஜோராக ஆரம்பமானது. அபுதாபியில் எண்ணெய் ஊற்று சுரக்க ஆரம்பித்தது. முயற்சி செய்து துவண்டு போன துபாய் கொஞ்சம் கொஞ்சமாக காதலியை மறப்பது போல் எண்ணெயை மறந்தது. காதலியை மறக்க முடியுமா? மறந்தது போல் நடிக்கலாம். ஷேக்கிற்கு விதியை நினைத்து ஆற்றிக்கொள்ளும் பழக்கமில்லை. மீண்டும் முதலிலிருந்து வேலை ஆரம்பமானது.

1960-களின் முற்பகுதியில் மூன்று முறை சோதனைகள் செய்து தோல்வியே மிஞ்சியது. மூன்று முறை முடியவில்லை என்றால் விட்டுவிடலாம், இதற்கு மேல் எதற்கு அந்த ஆசை என்று அனைவரும் ஒரு முடிவுக்கு வந்தார்கள். இல்லையில்லை... இன்னும் ஒரு முறை, ஒரே ஒரு முறை முயற்சிக்கலாம் என்று அங்கிருந்த ஷேக்கின் விசுவாசி யாரோ சொல்லி இருக்க வேண்டும். சரி, போனது போகட்டும் என்று நினைத்து இறுதியாக ஒரு துளை போடப்பட்டது.

இரண்டு தசாப்தங்களாக வேதனையில் இருந்த துபாய்க்கு நல்ல காலம் பிறந்தது. எண்ணெய்ப் பிசுபிசுப்பு குழாய்களில்

இருந்தது. ஆம்... துபாயிலும் எண்ணெய் இருக்கிறது என்று உறுதியானது. அபுதாபியைப் பார்க்கும் போது மிகமிகக் குறைவான அளவு எண்ணெய்தான் கிடைத்தது. ஆனால் போகப் போக எதிர்பார்த்ததைவிட கொஞ்சம் அதிகமாகவே எண்ணெய் கிடைக்க ஆரம்பித்தது.

ஒன்றும் இல்லை என்பதற்குப் பதில் ஏதோ இருக்கிறது என்ற திருப்தி. 1965-இல் துபாயில் கட்டுமான வேலைகளை ஆரம்பிப்பதற்கு எண்ணெய் வருவாய் போதுமானதாக இருந்தது. இப்படியே கிடைத்த சொற்ப எண்ணெயை வைத்து, அதை வீணாக்காமல் துபாய் வளர்ச்சிக்கு ஏற்ற திட்டங்களைப் போட்டது.

1966- இன் பிற்பகுதியில் ஃபதே அல்லது ஃபார்ச்சூன் எண்ணெய் வயல்களில் பதினைந்து மைல் தொலைவில் எண்ணெய் எடுக்கப்பட்டது. 1969ல் ஃபதே மற்றும் தென்மேற்கு ஃபதேவில் உள்ள இரண்டு கூடுதல் எண்ணெய் வயல்களும் ஏற்றுமதி செய்யத் தொடங்கின.

வளைகுடாவில் இருக்கும் சவூதி, குவைத்தில் ஆரம்பித்து முப்பது ஆண்டுகளுக்குப் பின்தான் துபாயில் எண்ணெய் வளம் மிகச்சிறிய அளவில் கிடைத்தது. இருந்தாலும் அபுதாபியைத் தவிர்த்து மற்ற ஐக்கிய அமீரக மாநிலங்களைவிட முன்னால் இருந்தது.

துபாயில் வேலை ஆரம்பித்த சில வருடங்களில் அதாவது குறிப்பாக 1972 -இல் ஷார்ஜா அதன் முபாரக் எண்ணெய் வயலில் இருந்து பம்பிங் தொடங்கியது. துபாய் உள்ளூர் மற்றும் சர்வதேச நிறுவனங்களின் கூட்டமைப்பை உருவாக்கியது. நிலத்திலும் கடலிலும் அதன் துளையிடுதலை இரட்டிப்பாக்கியது. இன்னும் சிறிது காலம்தான், அப்புறம் காசு, பணம், துட்டு துட்டு என்று கோரஸாகப் பாடலாம் என்று மக்கள் கனவு காண ஆரம்பித்தார்கள்.

1966-ஆம் ஆண்டில், கடலிலிருந்து பதினைந்து மைல்களுக்கு அப்பால் ஒரு குழுவினர் துளையிட ஆரம்பித்தார்கள். அந்த இடத்தில் விமானங்கள் வட்டமிட ஆரம்பித்தன. கிடைத்துவிடுமா? எண்ணெய் கிடைத்துவிடுமா என்று ஒவ்வொருவரின் இதய துடிப்பும் மஜ்லீசில் காத்துக்கொண்டிருக்கும் ஷேக்குக்குக் கேட்டு இருக்கும்.

ஷேக் ராஷித் மஜ்லிஸில் காத்துக்கொண்டிருந்தார். ஒரு பணியாளர் ஜாடி நிறையக் கச்சா எண்ணெயைக் கொண்டு வந்தார். மன்னருக்கு மகிழ்ச்சி. உடனே அந்தக் கடலுக்கு ஃபதே என்று பெயரிட்டார், தோராயமாக 'வெற்றி' என்று அரபியில் அர்த்தம். ஷேக் சயீத் ட்ரூஷியல் ஸ்டேட்ஸில் முதல் ஆய்வு ஒப்பந்தத்தில் கையெழுத்திட்ட நாற்பத்தி இரண்டு நீண்ட ஆண்டுகளுக்குப் பிறகு துபாயில் எண்ணெய் மணம் வீசியது. கச்சா எண்ணெய்யின் முதல் ஏற்றுமதி செப்டம்பர் 1969 -இல் நடந்தது.

ஷேக் ராஷித், துபாய் மக்கள் சுரக்கும் எண்ணெயைப் பார்க்க வேண்டும். இது புரளி அல்ல என்று மக்களுக்கு உறுதிப்படுத்த விரும்பினார். புதுமைக்காகவோ, பந்தா செய்யவோ அல்ல. அப்பொழுது மத்தியக் கிழக்கின் பெரும்பாலான பகுதிகளைப் போலவே, துபாயிலும் சதிகள் தீட்டப்பட்டன. ஆகையால் மக்கள் அதைப் பார்க்கும் வரை, வதந்திகள் காட்டுத் தீயைப் போல் பரவும் என்று நினைத்தார். எனவே ஷேக் ராஷித் கச்சா எண்ணெய் கிடைத்த பகுதியில் இருந்த சிற்றோடைக்கு ஒரு படகு செல்ல உத்தரவிட்டார். செய்தி நிருபர்கள், ஆலோசகர்கள், அவரது மகன்கள் மற்றும் பல்வேறு புகைப்படக் கலைஞர்கள் க்ரீக் கரைக்கு வந்தனர். அங்கு, தாடி வைத்த ஷேக், படகுக் குழுவினரை பம்ப் செய்யுமாறு கட்டளையிட்டார். குழாயின் ஆறு அங்குல முனையில் இருமல் போன்றதொரு சத்தத்துடன் கறுப்புக் கசடு எண்ணெய் தரையில் வந்து விழுந்தது.

ஐரோப்பியர்கள், மக்தூம் குடும்பத்தினர், மக்கள், நகரத்தின் முக்கிய வணிகர்கள் ஆகியோர் இதைப் பார்வையிட்டனர். பாலைவனத்தில் கான்க்ரீட் போடப்பட்ட சாலைகள் வந்தன. மண்ணெண்ணெய் விளக்குகளுடன் இருந்த பழைய வீடுகள் முகங்களை மாற்றிக்கொண்டன. அலைந்து திரிந்த தண்ணீர் விற்பவனும் அவனுடைய கழுதையும் காணாமல் போனார்கள்.

லண்டனைத் தளமாகக் கொண்ட ஈராக் பெட்ரோலியம் நிறுவனம் வைத்திருந்த அசல் சலுகைகள் 1960-களின் பிற்பகுதியில் காலாவதியாகி விட்டது. ஷேக் ராஷித் பின் சயீத் அல்-மக்தூம் துபாயின் அனைத்துக் கடல் எண்ணெய் வயல்களையும் அதன் சில கடல் உடைமைகளையும் நிர்வகிக்கப் புதிய துபாய் பெட்ரோலிய நிறுவனத்தை (டிபிசி) உருவாக்கினார். பின்னர் துபாய்க் கடல்

பகுதிகளில் நிறுவனத்தை நிறுவி, துபாயின் மீதமுள்ள கடல் எண்ணெயை நிர்வகித்தார். பல வெளிநாட்டு எண்ணெய் நிறுவனங்களை ஈடுபடுத்த ஷேக் ராஷித்துக்கு இதுவொரு வாய்ப்பாக அமைந்தது. ரஷீத் மற்றும் அவரது மஜ்லிஸ் மக்கள் இந்த அணுகுமுறையை ஆதரித்தனர்.

பல நட்பு நாடுகளை உருவாக்குவதன் மூலம் வெளிநாட்டு உறவுகளை சமநிலைப்படுத்த முடியும் என்று ஷேக் நம்பினார். அவர் எதிர்பார்த்தது போலவே பல்வேறு நாடுகள் ஷேக்டமின் செழிப்பில் ஒரு தனி ஆர்வத்தைக் காட்டினார்கள். DPC உருவானது பல வாய்ப்புகளுக்கு வழிசெய்தது. பிரான்சில் இருந்து Total மற்றும் Campagnie Francaises des Petroles, Repsol and Hispanoil from Spain, RWE-DEA மற்றும் Wintersall போன்ற ஜெர்மானியர்கள் உட்பட ஏழுக்கும் குறைவான பிரிட்டிஷ் அல்லாதவர்கள் கூட்டு சேர்ந்தார்கள். பிரிட்டனின் முக்கியப் போட்டியாளர் - அமெரிக்கன் கான்டினென்டல் கம்பெனி (கோனோகோ) உள்பட.

1970, 1972 மற்றும் 1973 இல், துபாயின் எண்ணெய் வளம் ஒரு மந்த நிலையை அடைந்தது. ஐக்கிய அரபு எமிரேட்ஸின் எண்ணெயில் துபாயில் வெறும் 4 சதவீதம் அல்லது 4 பில்லியன் பீப்பாய்கள் மட்டுமே இருப்பு இருந்தது. ஏறக்குறைய மீதமுள்ள அனைத்தும் அபுதாபியில் இருந்தன. ஷார்ஜா மற்றும் ராஸ் அல்-கைமா அற்ப வைப்புகளை வைத்திருந்தன.

எண்ணெய் ஒரு அதிசய வஸ்து. அது எப்படிக் கிடைத்தாலும் பொருளாதாரத்தை முன்னுக்குக் கொண்டுவரும் என்பது அனைவரும் அறிந்ததே. நிலத்தடி கச்சா எண்ணெய்க் குழாய்கள் துபாய் கடலுக்குள்ளும் நிலத்துக்குள்ளும் சென்றன. பின்னர் கப்பல்களில் இழுத்து, சுத்திகரிப்பு நிலையங்களுக்குக் கொண்டு செல்லப்பட்டது. பெட்ரோல் மற்றும் டீசல் எரிபொருள் போன்ற பொருட்களாக மாற்றப்பட்டு, பின்னர் நிரப்பு நிலையங்கள் அல்லது வெப்பமூட்டும் எண்ணெய் விநியோகஸ்தர்களிடம் சேர்க்கப்பட்டது. 1975 வாக்கில், எண்ணெய் வருவாய் துபாயின் பொருளாதாரத்தில் ஆதிக்கம் செலுத்தியது. மொத்த உள்நாட்டு உற்பத்தியில் கிட்டத்தட்ட மூன்றில் இரண்டு பங்கைக் கொண்டு வந்தது. அந்த ஆண்டு எண்ணெயின் முக்கியத்துவத்தின் உச்சமாக இருந்தது.

1985 வாக்கில் எண்ணெய்ப் பங்களிப்பு மொத்த உள்நாட்டு உற்பத்தியில் ஐம்பது சதவீதமாகச் சரிந்தது. ஒரு தசாப்தத்திற்குப் பிறகு அது பதினெட்டு சதவீதமாகக் குறைந்தது. 2000 வாக்கில், அது பத்து சதவீதமாகச் சரிந்தது. 2006-இல், எண்ணெய் விற்பனை துபாயின் ஒட்டுமொத்தப் பொருளாதாரத்தில் 3 சதவீதத்தை கொண்டு வந்தது. துபாயில் எண்ணெய் தீர்ந்துவிடவில்லை. இது 1991-இல் ஒரு நாளைக்கு 410,000 பீப்பாய்கள் என்ற உச்ச உற்பத்தியை எட்டியது. ஆனால் துபாய் சாமர்த்தியமாகப் பல துறைகளில் முதலீடு செய்தது. வர்த்தகம், கட்டுமானம் மற்றும் சர்வீஸ் துறையை முன்னேற்ற, பொருளாதாரத்தை உயர்த்த எண்ணெய் உதவியது.

இருப்புகள் வறண்டு ஓடத் தொடங்கியதால் எண்ணெய் உற்பத்தி குறைந்த நேரத்தில், எண்ணெய் ஏற்கெனவே அதன் முக்கியத்துவத்தை இழந்துகொண்டிருந்தது. 2008-இல், துபாயின் தினசரி டிரா 60,000 பீப்பாய்கள் கிடைத்தன. அபுதாபியைப் போல் மில்லியன் கணக்கில் பீப்பாய்கள் கிடைக்கவில்லை. துபாய் ஒரு எண்ணெய் நகரம் அல்ல என்று புரிந்தது. கிடைத்ததை வைத்து ஷேக் தனது திட்டங்களை மேலும் செம்மைப்படுத்தினார்.

எண்ணெய் துபாய்க்கு ஒரு ஷாட் கொடுத்தது. ஷேக் ராஷித் அடுத்த ஐம்பது ஆண்டுகளுக்கு எண்ணெய் மூலம் வரும் வருவாய் நகரத்திற்குச் சேவை செய்யும் என்று நினைத்தார். அவர் கற்பனை செய்த சாலைகள், தொழிற்சாலைகள் மற்றும் துறைமுகங்களில் வருமானத்தை முதலீடு செய்தார்.

எண்ணெய் வருமானம் துபாயின் பொருளாதாரத்தின் அடித்தளமாக இருந்தது. எண்ணெய் உற்பத்தி செய்யும் நாடுகளுக்கு எண்ணெய் எப்போதும் ஒரு ஆசீர்வாதம்தான். மலிவான எரிசக்தியின் பயனால் உலோகங்கள், பிளாஸ்டிக் வாயுக்கள் மற்றும் பிற ஹைட்ரோகார்பன் சார்ந்த பொருட்களை உற்பத்தி செய்யும் திறன் கொண்ட தொழில்களை துபாய் நிறுவத் தொடங்கியது.

1979-இல் துபாய் அலுமினியம் (DUBAI) திறக்கப்பட்டது. விரைவில் அது துபாயின் தொழில்மயமாக்கல் திட்டத்தின் மையப் பகுதியாக மாறியது. 1980 வாக்கில் ஒரு திரவ இயற்கை எரிவாயு ஆலை (DU-GAS) நிறுவப்பட்டது. இதனால் எண்ணெயில் இருந்து எரிவாயுவைப் பிடிக்க முடியும்.

எண்ணெய் மற்றும் அதன் மூலம் வரும் வருவாயின் முதலீடுகள் வெளிநாடுகளில் வைக்கப்பட்டுள்ளன. அதனால் துபாயின் உள்நாட்டுப் பொருளாதாரம் தடுமாறினால், அத்தகைய முதலீடுகளுக்கான வட்டித் தொகையை இடையகமாகப் பயன்படுத்தலாம். உண்மையில், ஷேக் சயீத் வெளிநாடுகளில், குறிப்பாக இந்தியாவில் கணிசமான தனிப்பட்ட சொத்துக்களை வைத்திருந்தார். அதுமட்டுமில்லாமல் மேற்கு ஐரோப்பா, வடஅமெரிக்கா மற்றும் பிற 'பாதுகாப்பான' இடங்களில் கணிசமான சொத்து மற்றும் பங்குகளை வாங்குவது வழக்கமாக இருந்தது. இந்த முதலீடுகளில் இன்றும் பெரும்பாலானவை துபாய் ஹோல்டிங்ஸ் குழுமம் மற்றும் அதன் பல்வேறு துணை நிறுவனங்களால் கையாளப்பட்டு வருகின்றன.

2009-இல் இருந்து அதன் பொருளாதாரம் பன்முகப்படுத்தப்பட்டதால், துபாய் பெரும்பாலான வீழ்ச்சிகளுக்கு மத்தியிலும் பிஸியாகவே இருந்தது.

22. வணிக உள்கட்டமைப்பு

1980-களின் நடுப்பகுதியில், வளைகுடாவில் நடந்துகொண்டிருந்த மோதலின் போது எண்ணெய் ஏற்றுமதிக்கு இடையூறுகள் ஏற்பட்டன. துபாயின் பட்டத்து இளவரசர் ஷேக் மக்தும் பின் ரஷீத் அல்-மக்தூம், அவரது இரண்டு மூத்த சகோதரர்களான ஷேக் ஹம்தான் பின் ரஷித் அல்-மக்தூம் மற்றும் ஷேக் முஹம்மது பின் ரஷீத் அல்-மக்தூம், எமிரேட்டின் எதிர்காலத் திசை குறித்து தீவிரமாக ஆலோசித்து வந்தனர். இந்த நேரத்தில் எடுக்கப்போகும் முடிவுகளை மிக ஜாக்கிரதையாக எடுக்க வேண்டும். கொஞ்சம் பிசகினாலும் வழுக்கிக்கொண்டு விழவேண்டியதுதான்.

போர் நேரத்தில் வளைகுடாவில் உள்ள மற்ற அரசாங்கங்கள் மேற்கில் தங்கள் வெளிநாட்டு முதலீடுகளை அதிகரிக்க ஆரம்பித்தார்கள். ஆனால் அல்-மக்தூம் குடும்பம் தங்கள் இடத்திலேயே மேலும் மேலும் முதலீடு செய்ய ஆரம்பித்தார்கள். எல்லாம் காரணமாகத்தான் செய்தார்கள். இளவரசருடன் சேர்ந்து தம்பிகள் எடுத்த முடிவு சாமர்த்தியமானது என்று போகப்போகத் தெரிந்தது.

துபாய் அதன் தற்போதைய மறு-ஏற்றுமதி சார்ந்த வணிகத் துறையை ஆதரிக்கவும் மேம்படுத்தவும் முடிவு செய்தது. அதே நேரத்தில் எதிர்காலத்தில் எண்ணெயிலிருந்து விலகி பன்முகத்தன்மையைக் கொண்டுவர அடிபோட்டுக்கொண்டிருந்தது.

1970-களில் எண்ணெய் ஏற்றம் உச்சத்தில் இருந்தபோதும், துபாய் வர்த்தகம் தொடர்பான உள்கட்டமைப்பைத் தொடர்ந்து மேம்படுத்திக்கொண்டிருந்ததை முன்பே பார்த்தோம். இயற்கை எண்ணெயை அள்ளிக் கொடுக்கவில்லை, கிள்ளித்தான் கொடுத்திருக்கிறது என்று அல் மக்தூம் ஆட்சியாளர்கள் உணர்ந்தார்கள். துவண்டுபோகாமல் துபாய் என்ற நிலத்தைச் செழிக்க வைக்க என்னென்ன செய்ய வேண்டுமோ அதையெல்லாம் செய்ய ஆரம்பித்தார்கள்.

1972-இல் ஷேக் ராஷித் பின் சயீத் அல்-மக்தூம் மேற்கூறிய துறைமுகத் திட்டத்தை இரண்டாவது மற்றும் பெரிய ஆழமான நீர்த் துறைமுகத்துடன் பூர்த்தி செய்ய முடிவு செய்தார். முன்பு போலவே, ராஷித் அத்தகைய துறைமுகத்தின் சாத்தியக்கூறு குறித்து தனது ஆலோசகர்களிடமிருந்து சில எதிர்ப்புகளை எதிர்கொண்டார். இருந்தாலும் தன் திட்டத்தில் திடமாக நின்றார். அதற்கான முதல் வேலை ஆரம்பமானது. துபாயின் மேற்கில் ஒரு இடம் தேர்ந்தெடுக்கப்பட்டது.

மேலும் 1979 வாக்கில் அறுபத்தி ஆறு பெர்த்களுடன் துறைமுகம் திறக்கப்பட்டது. அது ஜெபல் அலி போர்ட் ரஷீத் என்று அழிக்கப்பட்டது. முன்பு இருந்ததை விட இரண்டு மடங்கு பெரியது மற்றும் உலகின் மிகப்பெரிய துறைமுகங்களில் ஒன்றாகும். அந்த நேரத்தில், ராஷித் துபாயின் புதிய உலர் கப்பல்துறை வளாகத்தைத் திறந்தார். இது சர்ச்சைக்குரியதாக மாறியது. 'இருக்கிற நிலமையில் இவ்வளவு பெரிய திட்டம் தேவையா?' என்று ஷேக் மேல் கடுப்பானார்கள். அதிலும் குறிப்பாக பஹ்ரைனும் அதே நேரத்தில் ஓர் உலர் கப்பல்துறையை உருவாக்கி வந்தது. இரு நாடுகளுக்கிடையில் வலுவான பிராந்தியப் போட்டி உருவாகும் சூழல் நிலவியது. இருப்பினும், துபாயின் ஆற்றலில் நம்பிக்கை வைத்து, ரஷீத் வளைகுடாப் போக்குவரத்தில் அடுத்தடுத்து செய்ய வேண்டியதைச் சரியாகக் கணித்தார்.

அதன் விளைவாக கப்பல் பழுதுபார்க்கும் வசதிகளுக்கான தேவை அதிகரிப்பதை உறுதி செய்தார். உலர் கப்பல்துறை(Dry Docks) முழுமையாக முன்பதிவு செய்யப்பட்டது. இந்த காலம் முழுவதும் துபாயின் வணிகர்கள் வணிக நிர்வாகத்திற்கான மையமாக துபாயை பாராட்டி வந்தார்கள்.

மக்களுக்குத் தொழில் எந்தளவுக்கு முக்கியமோ அந்தளவுக்குப் பொழுதுபோக்கும் முக்கியம் என்று நினைத்தார்கள். 1974-ஆம் ஆண்டில், சர்வதேச இசை மற்றும் கலை விழாக்கள் நடைபெற அனுமதிக்கும் வகையில் அலுவலக வளாகங்கள் மற்றும் திறந்தவெளி இடங்களுடன் கூடிய ஒரு கிராமத்தை உருவாக்கத் திட்டமிட்டார்கள். அவர்கள் நோக்கம் உலகத்தின் பல மூலைகளிலிருந்தும் மக்களுக்கான கலை நிகழ்ச்சிகள், கலாசாரம் ஆகியவற்றைக் கொண்டு வரும் இடமாக இருக்க வேண்டும் என்று நினைத்தார்கள். திட்டம் தீட்டும் போது பல தடைகள். துறைமுகத்துக்கே 'இது தேவையா?' என்று கேட்ட மக்கள் ஆட்டம்பாட்டத்துக்கு உடனே சரியென்று சொல்லி இருக்க மாட்டார்கள். ஆனால் ஷேக் சரியான நேரத்தில் அநாயசமாக வேலைகளைச் செய்து முடிப்பவர் என்று பார்த்தோம். இந்த விஷயத்திலும் அதுவே நடந்தது.

1979-ஆம் ஆண்டில் துபாய் உலக வர்த்தக மையத்தை இரண்டாம் எலிசபெத் ராணி திறந்து வைத்தார். வர்த்தக மையம் என்றால் வெறும் கட்டடம் என்று நினைக்க வேண்டாம். அதன் கட்டடக்கலை அப்பொழுது புதுமையாக இருந்தது. அதுமட்டுமின்றி துபாயின் பிரதான நெடுஞ்சாலைக்கு அருகிலும் இருந்தது. துபாய் என்றால் வெறும் எண்ணெய் மட்டுமல்ல என்று வந்தவர் போனவர்களுக்கு எல்லாம் உணர்த்துவதுபோல் வேலைகள் நடந்து முடிந்தன.

அடுத்த இரண்டு தசாப்தங்களுக்கு, துபாயின் உள்கட்டமைப்புகளில் முதலீடு செய்வதையே முழு மூச்சாகச் செய்தார்கள். சில சமயங்களில் மொத்த உள்நாட்டு உற்பத்தியில் இருபத்தைந்து சதவிகிதம் துபாயின் துறைமுகங்கள் மற்றும் சாலைகளைக் கட்டுவதற்கும் மேம்படுத்துவதற்கும் செலவிடப்பட்டது.

1990-களில் அபுதாபியுடன் இணைந்து இணைப்புத் திட்டங்கள் இரண்டு போடப்பட்டன. கடற்கரையோரம் சுமார் நூற்றைம்பது மைல் நீளத்துக்குச் சாலை போடப்பட்டது. முன்பு அந்த இடத்தில் பாலைவனப் பாதை மட்டுமே இருந்தது. அந்தச் சாலைகளுக்கு, துபாயில் ஷேக் ஜாயீத் சாலை என்றும் அபுதாபியில் ஷேக் மக்தும் சாலை என்றும் பெயரிடப்பட்டது. உன்னித்துப் பார்த்தீர்களானால், துபாய் சாலைக்கு அபுதாபி ஆட்சியாளர்

பெயரையும், அபுதாபியில் இருக்கும் சாலைக்கு துபாய் ஆட்சியாளர் பெயரும் வைக்கப்பட்டது தெரியும். மக்தூம் என்றால் துபாய். ஜாயீத் என்றால் அபுதாபி. இன்றும் வளைகுடாவில் அந்தச் சாலை மிக நீளமான சாலையாக இருக்கிறது. துபாய் போகும் சுற்றுலாவாசிகள் ஷேக் ஜாயீத் சாலையில் கால் பதிக்காமல் வருவதில்லை.

இன்னும் சிறிது நாள்களில் நீளமான சரக்கு வாகனங்கள் *(container lorry)* செல்லத் தனியான டிரங்க் சாலை அமைக்கப்பட்டது. இதனால் துபாயின் போக்குவரத்துச் சிக்கல்களுக்குத் தீர்வு காணப்பட்டது. நம் திரைப்படங்களில் ஒரே பாடலில் கதாநாயகன் பணக்காரனாவது போல, ஒரே நேரத்தில் துபாயில் பல இடங்களில் சீரமைப்புகள் நடந்த வண்ணமாக இருந்தன. சிற்றோடையின் குறுக்கே ஏராளமான புதிய பாலங்கள் கட்டப்பட்டன. துபாய் இரண்டு முக்கியமான சிற்றோடைகளைக் கொண்டது. சிற்றோடைகளின் தலைக்கு மேல் பாலமும் கீழே மிதக்கும் சாலையும் *(Floating Bridge)* போடப்பட்டது.

இன்னும் லிஸ்ட் முடியவில்லை. விமான நிலையத்தின் ஓடுபாதைகளின் கீழ் பெரிய சாலைகளும் சுரங்கப்பாதைகளும் அமைத்தார்கள். தற்போதுள்ள அப்ரா வாட்டர் டாக்சிகளுக்கு மாற்றாக இரண்டு கரைகளையும் இணைத்தார்கள். ஜப்பான் மற்றும் கனேடிய நிறுவனங்களின் உதவியுடன் விமான நிலையம் மற்றும் துறைமுகங்களை மெட்ரோ மூலம் இணைக்கத் திட்டமிடப்பட்டது.

துபாயின் கடல்சார் வசதிகள் நாட்டின் உள்கட்டமைப்பைப் போல வியத்தகு முறையில் வளர்ச்சியடையவில்லை என்றாலும், துபாய் போர்ட்ஸ் அத்தாரிட்டி மற்றும் துபாய் போர்ட்ஸ் இன்டர்நேஷனல் இரண்டும் ஒன்றானது. ஒன்றான நிறுவனம் போர்ட் ரஷீத் மற்றும் போர்ட் ஜெபல் அலி ஆகிய இரண்டிற்கும் பொறுப்பேற்றது.

துபாய் போர்ட்ஸ் வேர்ல்ட் கம்பெனி, மத்தியக் கிழக்கு, ஆசியா, ஐரோப்பா, லத்தீன் அமெரிக்கா மற்றும் ஆஸ்திரேலியா போன்ற பதினைந்து வளாகங்களைக் கட்டுப்படுத்தி, உலகின் நான்காவது பெரிய துறைமுக ஆபரேட்டர் என்ற இடத்தைப் பிடித்தது. குறிப்பாக, பாகிஸ்தானின் ஜெட்டா, ஜிபூட்டி, குவாடர், ருமேனியாவில் உள்ள கான்ஸ்டான்சா மற்றும் இந்தியாவின்

விசாகப்பட்டினம் துறைமுகங்களில் பெரும் முதலீடுகளைச் செய்தது.

மேலும், 2006-ஆம் ஆண்டின் முற்பகுதியில் அமெரிக்க காங்கிரஸில் இனவெறி மற்றும் அரேபிய எதிர்ப்பு உணர்வு அதிகரித்தது. அதன் காரணமாக வளைகுடா மற்றும் ஓரியண்டல் ஸ்டீம் கம்பெனியின் (P&O) அமெரிக்க நடவடிக்கைகளின் மீது கட்டுப்பாடு போடப்பட்டது. ஆனால் அப்பொழுதும் துபாய் போர்ட்ஸ் வேர்ல்ட் நிறுவனம் (Dubai Ports World) சர்ச்சைக்கு இடமில்லாமல் இருந்தது. P&O இன் பிரிட்டிஷ் வசதிகள் மற்றும் US-ஐ தளமாகக் கொண்ட CSX இன்டர்நேஷனல் ஆகிய இரண்டையும் 8 பில்லியன் டாலரைக் கொடுத்து வாங்கியது. ஏற்கெனவே 1960-களில் ஷேக் ராஷித் துபாய் சர்வதேச விமான நிலையத்தை (DXB-Dubai) டெர்மினல் கட்டடம் மற்றும் பிராந்தியத்தின் முதல் டூட்டி ப்ரீ கடைகளை போட்டு இருந்தார். விமானச் சேவையின் தொடர் அர்ப்பணிப்பில் துபாய், ஷார்ஜாவை முந்தியது. கீழ் வளைகுடாவின் முக்கிய விமான மையமாக மாறியது. இந்த விமான நிலையம் BOAC உட்பட பல சர்வதேச விமான நிறுவனங்களை ஈர்த்தது.

1974-ஆம் ஆண்டில் லுஃப்தான்சா மற்றும் கல்ப் ஏர் விமானத்திற்கான சேவையை முழு மூச்சில் செய்து வந்தது. கல்ப் ஏர் என்பது வளைகுடாவில் இருக்கும் அபுதாபி, கத்தார், பஹ்ரைன் மற்றும் ஓமன் அரசாங்கங்களின் கூட்டாக ஆரம்பிக்கப்பட்டது. மேலும் ஒரு படி மேலே சென்று துபாய் ஒரு சர்வதேச விமான நிலையத்தை உருவாக்க வேண்டும் என்பதை உணர்ந்து. அதன் கொள்கைக்கு ஓப்பன் ஸ்கைஸ் (open skies) என்று பெயர் வைத்தார்கள். தொலைதூர இடங்களிலிருந்து விமான நிறுவனங்களையும் வணிகர்களையும் ஈர்க்கும் வகையில், ராஷித் தமது மூன்றாவது மகன் ஷேக் முஹம்மதுவை ஒரு புதிய தலைவராக நியமித்தார்.

குழு விமான நிலையத்தை விரிவுபடுத்துவதற்கு மில்லியன் கணக்கான டாலர்கள் முதலீடு செய்தது. 1980-களின் நடுப்பகுதியில் ஒரு வாரத்தில் நாற்பதுக்கும் மேற்பட்ட விமான நிறுவனங்கள் DXB-Dubai-க்கு வருகை தந்தது.

இந்தக் கட்டடத்தில் DXB-ஐப் பயன்படுத்தும் முக்கிய ஆபரேட்டராக மாறிய Gulf Air, அல் மக்தூம் குடும்பத்தின் அணுகுமுறையின்

மீது அதிருப்தி தெரிவித்தது. அந்த அதிருப்தி பெரும் தடையாக மாறியது. துபாயின் இலவசத் துறைமுக உத்திகள் கடந்த காலத்தில் துபாய்க்குச் செழிப்பாக இருப்பதைப் போல், *Gulf Air*-இன் செயலால் துபாய் விமானத் துறை பின்னுக்குத் தள்ளப்படும் அபாயம் இருந்தது.

பிராந்தியத்தில் உள்ள மற்ற விமான நிலையங்கள் இந்தச் சூழலை உபயோகித்துக்கொண்டார்கள். விமானங்கள் வளைகுடாவில் இருக்கும் சின்ன விமான நிலையத்திலும் தரையிறங்கக் கதவுகள் திறக்கப்பட்டன. இது போதாதா... *DXB* விமான நிலையத்தைப் பின்னுக்குத் தள்ள.

1984-ஆம் ஆண்டில் *Gulf Air* தனது திட்டமிடப்பட்ட விமானங்களை *DXB*-இல் கடுமையாகக் குறைத்து. அதாவது வாரத்திற்கு அறுபத்தி ஆறு விமானங்கள் வந்து இறங்கும் நிலை போய் வெறும் முப்பத்தி ஒன்பது விமானங்கள் வந்துகொண்டிருந்தன. ஷேக் முஹம்மது துரிதமாகச் செயல்பட வேண்டிய இடத்தில் இருந்தார். அவரது அலுவலகத்தில் இருந்து லண்டனுக்குத் தொலைபேசி பறந்தது. இந்த ஆபரேஷனுக்கு இந்தக் காவல் அதிகாரி இருந்தேயாக வேண்டும் என்று படங்களில் வரும் காட்சி போலவே இருந்திருக்க வேண்டும்.

வெளிநாட்டு நிபுணர்களில் சிறந்த, மாரிஸ் ஃபிளனகன் ஷேக்கிடம் இருந்து அழைப்பு வந்தவுடன் மூட்டை முடிச்சுகளைக் கட்டிக்கொண்டு துபாய் வந்து சேர்ந்தார். வந்து இறங்கிய கையோடு என்ன செய்ய வேண்டும் என்ற பட்டியலை உருவாக்கினார். ஷேக் முஹம்மதுக்கு வழங்கப்பட்ட பெரும்பாலான ஆலோசனைகளில் ஒன்று மிகவும் முக்கியமானது. கல்ப் ஏர் உடன் ஏற்பட்ட சிக்கல்கள் இழுத்துக்கொண்டிருந்தன. “ஷேக் எவ்வளவு நாள் இப்படியே வண்டி ஓட்ட முடியும்? துபாய்க்கான சொந்த விமான நிறுவனம் அமைப்பதுதான் ஒரே தீர்வு” என்று பெரிய வேலையை மென்மையாக மாரிஸ் சொல்லி முடித்தார்.

1961-ஆம் ஆண்டிலேயே ஷேக் ராஷித்தின் மஜ்லிஸ் இந்த யோசனையைப் பற்றி விவாதித்தது. இது முற்றிலும் புதுமையான யோசனையாக இல்லை. இருந்தாலும் பெரும்பாலான மஜ்லிஸ் மக்கள் தயக்கம் காட்டினார்கள். அதற்குக் காரணம் கல்ப் ஏர் மற்றும் குவைத் ஆகிய இரு நாடுகளிலிருந்தும் எதிர்கொள்ளும்

வலுவான பிராந்தியப் போட்டி கண்ணைக் கட்ட வைத்தது. ‘இந்த மாரிஸின் யோசனையைத் தூக்கி குப்பையில் போடுங்கள். இதெல்லாம் நடக்கிற காரியமா?’ என்று கருத்துகள் வந்தன.

ஆயினும்கூட, மஜ்லிஸ் மக்களை மீறி ஷேக் முஹம்மது அவரது தந்தையைப் போல் துணிச்சலாகத் திட்டமிட்டார். 1985-இன் பிற்பகுதியில், முஹம்மது பல பாகிஸ்தான் இன்டர்நேஷனல் ஏர்லைன்ஸ் போயிங் 737 விமானங்களைக் குத்தகைக்கு எடுத்தார். அதற்காகப் பத்து மில்லியன் டாலருக்கும் அதிகமான பணத்தைக் கொடுத்து வேலையை முடித்து வரும்படி கட்டளையிட்டார். துபாயைத் தளமாகக் கொண்டு ஆரம்பிக்கப்படும் ‘எமிரேட்ஸ் ஏர்லைன்’ஸுக்கு அவரது மாமா, ஷேக் அஹ்மத் பின் சயீத் அல் -மக்துமை தலைமை தாங்கச் செய்ய முடிவு செய்தார். மாமா வந்தவுடன் முதல் காரியமாக, ஷேக் ராஷித்தின் ஓப்பன் ஸ்கைஸ் கொள்கையானது கைவிடப்பட வேண்டும் என்றார். அதுதான் கொஞ்சநஞ்சம் லாபத்தையேனும் பார்க்க உதவும் என்று நினைத்தார்.

இதைக் கேள்விப்பட்ட ஷேக் முஹம்மது குறுக்கிட்டு, “என்ன மாமா... இதற்காகவா உங்களைப் போட்டேன்? நீங்கள் சொல்வது, கொள்கைக்கு முற்றிலும் எதிரானது. அதெல்லாம் தெரியாது... விமான நிறுவனம் ஆரம்பித்து முதல் ஆண்டில் இருந்தே லாபத்தை வெளியிட வேண்டும்” என்று சொல்லிவிட்டுச் சென்றார்.

அவர் எதிர்பார்த்தபடி முதல் வருடத்திலிருந்து இன்றுவரை எமிரேட்ஸ் லாபகரமான நிறுவனமாக நிற்கிறது. மேலும், எமிரேட்ஸ் தனது சேவையைத் தொடர்ந்து விரிவுபடுத்தியது. மேலும் 2010-ஆம் ஆண்டில் நூற்றுக்கும் மேற்பட்ட இடங்களுக்கு நூறு விமானங்களுக்கு மேல் சேவையை ஆரம்பித்தது. இந்த விமானங்களில், அதிக எண்ணிக்கையிலான போயிங் 787 ட்ரீம்லைனர்கள் சிட்னி, நியூயார்க், ஹூஸ்டன் மற்றும் லாஸ் ஏஞ்சல்ஸுக்குக்கூட நேரடியாக பறக்கும் திறன் கொண்டவை.

எமிரேட்ஸின் அர்ப்பணிப்பு, துபாயை உலகளாவிய மையமாக நிலைநிறுத்துவதற்கு சாத்தியப்படுத்தியது. கூடுதலாக, 787 போயிங் A380 சூப்பர் ஜம்போஸுடன் சேர்ந்து வரலாற்றில் மிகப்பெரிய விமானமாக மாறியது. இன்றும் துபாய் மிகப்பெரிய விசுவாசமான வாடிக்கையாளராக இருந்து வருகிறது. இன்றுவரை, எமிரேட்ஸால்

பல மைல்கற்கள் எட்டப்பட்டுள்ளன. மத்தியக் கிழக்கு விமான நிறுவனங்கள் இன்னும் இந்த நிலையை அடைய பல காலம் எடுக்கும்.

ஐந்து ஆண்டுகளுக்கு மேல் பழமையான விமானங்களை ஒருபோதும் பறக்கவிடமாட்டோம் என்ற வாக்குறுதியை ஏர்லைன்ஸ் கொடுத்தது. மற்றும் 1992-ஆம் ஆண்டிலேயே எகானமி கிளாஸ் கேபினில் கூட சிறப்பான சேவையை வாடிக்கையாளர்களுக்குக் கொடுத்தது.

1999-இல் ஜித்தாவில் உள்ள மெக்கா-சர்வீசிங் கிங் அப்துல்லஜீஸ் விமான நிலையத்தில் எமிரேட்ஸ் தனது சேவையை ஆரம்பித்தது. இது பிராந்தியத்தில் மிகவும் பரபரப்பான மையமாக மாறியது. மிக முக்கியமாக, 1998-இல் புதிய ஷேக் ராஷித் என்ற டெர்மினல் ஒன் பக்கத்தில் திறக்கப்பட்டது. அதற்கு டெர்மினல் டூ என்று மறுபெயரிடப்பட்டது.

துபாயின் விமான உள்கட்டமைப்பு மேலும் விரிவடைந்தது. நகரின் மேற்குப் பகுதியில் ஜெபல் அலிக்கு அருகில் இரண்டாவது விமான நிலையத்தையும் கட்டி முடித்தார்கள். புதிய 'துபாய் வேர்ல்ட் சென்ட்ரல் ஏர்போர்ட்' (JXB) உலகின் நான்காவது பெரிய விமான நிலையம் என்ற அந்தஸ்தைப் பெற்றது. அதில் ஆறு ஓடுபாதைகள் மற்றும் மூன்று டெர்மினல்கள் இருக்கின்றன. ஆண்டுக்கு 120 மில்லியனுக்கும் அதிகமான பயணிகள் வந்து போகும் இடமாக துபாய் உள்ளது.

1990-களின் பிற்பகுதியிலிருந்து துபாயின் ஷாப்பிங் மால்களின் எண்ணிக்கை கடகடவென்று வளர்ந்தது. இவற்றில் மிகப் பெரியவை, அரசு ஆதரவு துணை நிறுவனங்களால் நடத்தப்படுகின்றன. குறிப்பாக துபாய் மால், பழைய வணிகர் குடும்பங்களில் மிகவும் சக்திவாய்ந்த குடும்பங்களுக்குச் சொந்தமானவை. மாபெரும் மால் ஆஃப் தி எமிரேட்ஸ் ஒரு சொத்து. மேற்சொன்ன அனைத்தும் Al-Futtaim குடும்பத்தைச் சேர்ந்தது. அதே சமயம் Burjuman மையம் மற்றும் துபாயின் முதல் மால், Al-Ghurair மையம் இரண்டும் Al-Ghurair குடும்பத்தால் கட்டப்பட்டது.

Ibn Battuta Mall மற்றும் Reef Mall உடன், துபாயின் அத்தகைய மையங்களின் எண்ணிக்கை இப்போது உள்ளது. எத்தனை மால்கள்

இருந்தாலும் ஒவ்வொரு மாலும் ஒரு புதுவிதமான அனுபவத்தைத் தரும் என்பதில் ஐயமில்லை. மேலும் வாடிக்கையாளர்களை ஈர்ப்பதற்காக ராட்சத மீன்வளங்கள், பனிக்கட்டிகள் மற்றும் பனிச்சறுக்குச் சரிவுகள் போன்ற புதுமைகள் இருக்கின்றன.

1989-இல் வர்த்தக சந்தைப்படுத்தல் துறை நிறுவப்பட்டது, 'எண்ணெய் அல்லாத வளர்ச்சியை ஊக்குவிப்பதன் மூலம் பொருளாதாரப் பல்வகைப்படுத்தலுக்கு வழிவகுத்தது. வர்த்தகம் மற்றும் முதலீட்டை ஈர்ப்பதன் மூலம் துபாய் வணிக சமூகத்திற்குப் புதிய வாய்ப்புகளை உருவாக்குகிறது.

1980 முதல் துபாய் வணிக சமூகம் UAE மத்திய வங்கியை (முதலில் UAE நாணயம்) நிறுவுவதன் மூலம் பயனடைந்துள்ளது. இந்தப் புதிய நிறுவனம் சில பாதுகாப்புவாத நடவடிக்கைகளை அறிமுகப்படுத்தியிருந்தாலும் குறிப்பாக வெளிநாட்டு வங்கிகள் ஒவ்வொரு எமிரேட்டிலும் ஒரு முக்கிய கிளையைத் திறந்தது.

குறிப்பாக, துபாயின் தொழில்முனைவோருக்கு ஆதரவாக, எமிரேட்ஸ் இண்டஸ்ட்ரியல் வங்கி (EIB) இருந்து வருகிறது. 1982-இல் தொடங்கப்பட்டதில் இருந்து, இந்த அரசு ஆதரவு வங்கி பல்வேறு புதிய வணிகத் திட்டங்களைக் கொண்டு வந்தது. குறிப்பாக எண்ணெய்த் துறையுடன் தொடர்பில்லாதவற்றுக்கு, முந்நூற்றைம்பது மில்லியன் டாலருக்கும் அதிகமான குறைந்த வட்டியில் மென்மையான கடன்களை வழங்கியுள்ளது. அரசு நடத்தும் இந்த முன்னேற்றங்களுக்கு இணையாக, துபாய் அதிக வெளிநாட்டு வங்கிகளை ஈர்த்து வருகிறது.

2006-ஆம் ஆண்டளவில் துபாயில் 50 வெவ்வேறு வங்கிகளின் 150க்கும் மேற்பட்ட கிளைகள் செயல்படுவதாக நம்பப்பட்டது. பேங்க் மெல்லி மற்றும் ஈரானின் பேங்க் சடெரத், பாகிஸ்தானின் ஹபீப் பாங்க், பரோடா பாங்க் ஆஃப் இந்தியா மற்றும் அரபு-ஆப்பிரிக்க சர்வதேச வங்கி போன்ற முக்கிய பிராந்திய வங்கிகள் இவற்றில் அடங்கும்; ஆனால் மிகவும் குறிப்பிடத்தக்க வகையில் HSBC, Barclays, BNP Paribas, Lloyds, Citibank மற்றும் Standard Chartered போன்ற மிகவும் புகழ்பெற்ற சர்வதேச வங்கிகளும் கடையைத் திறந்து வைத்திருக்கிறார்கள்.

23. எல்லாம் ஷேக் ராஷித் உருவாக்கிய உலகம்

செப்டம்பர் 10, 1958 அன்று பிரிட்டிஷ் ஏஜெண்ட் டொனால்ட் ஹாவ்லி வீட்டின் கதவுகள் முதல்முறையாக அத்தனை வேகமாகத் தட்டப்பட்டது. டாக்டர் டெஸ்மண்ட் மெக்கால்லி என்ற உள்ளூர் மருத்துவர் அந்தச் செய்தியைக் கொண்டுவந்திருந்தார். “எத்துணை முயன்றும் எண்பது வயதான துபாயின் ஆட்சியாளர் ஷேக் சயீதைக் காப்பாற்ற முடியவில்லை” என்ற செய்தி வந்து சேர்ந்தது. முழு கீழ் வளைகுடாவும் அன்று ஸ்தம்பித்து நின்றது.

முஸ்லிம்கள், குறிப்பாக வளைகுடா நாடுகளில், தங்கள் இறந்தவர்களை அடக்கம் செய்வதில் அதிக நேரம் எடுத்துக் கொள்வதில்லை. மதம் சார்ந்த சில காரணங்களால் எல்லாம் சட்டுப்புட்டென்று அடுத்து ஆகவேண்டிய வேலைகள் நடந்துகொண்டிருந்தன. எளிய வெள்ளை கந்தூரா அணிந்த மக்களும் ஷேக் சயீதின் மூன்று மகன்களும் மற்றும் அபுதாபி ஆட்சியாளர் கலீஃபா உட்பட அனைவரும் மௌனமாக அரசர் உடலை மயானத்திற்குப் பக்கத்தில் இருக்கும் மஸூதிக்கு எடுத்துச் சென்றார்கள். ஒரு பக்கம் ஆண்கள் குர்ஆன் ஓதிக் கொண்டிருந்தார்கள். மறுபுறம் கறுப்பு நிற அபாயா அணிந்த பெண்கள் அழுதுகொண்டே ஊர்வலத்தில் கலந்துகொண்டனர்.

ஷேக் சயீத் 1878- இல் ஒரு சாதாரண மீன்பிடி கிராமத்தில் பிறந்தார். சுமார் ஆயிரம் அல்லது அதற்கு மேற்பட்ட மக்களில்

ஒருவராக இருந்தார். அவர் தனது மாமா புட்டி பின் சுஹைல் அல்-மக்தூமின் மரணத்திற்குப் பிறகு 1912- இல் ஆட்சியாளராகப் பொறுப்பேற்றார். ஷேக் சயீத்தின் மரணம் மற்றும் அவரது நாற்பத்தாறு ஆண்டுகால ஆட்சியின் முடிவு பழைய துபாயின் நீண்ட காலத்தின் இறுதிக் கட்டத்தைக் குறித்தது.

நகரின் வணிகத் தலைவர்கள், ஐரோப்பியர்கள், இந்தியர்கள் மற்றும் ஈரானியர்கள், அப்போது அதிகாரபூர்வமாகப் பொறுப்பேற்றுள்ள அவரது மகன் ரஷீத்துக்கு மரியாதை செலுத்தினார்கள். 'கடவுள் உங்களுக்கு ஆறுதல் தரட்டும்' என்று அரபியில் முணுமுணுத்தார்கள்.

ஷேக் சயீத் உயிருடன் இருக்கும் போதும், கிட்டத்தட்ட இரண்டு தசாப்தங்களாக அதிகாரபூர்வமற்ற முறையில் விஷயங்களை ஷேக் ராஷித் நடத்தி வந்தார். ஷேக் ரஷீதின் எண்ணம் முழுக்க அதிகம் அறியப்படாத துபாயை உலகத்தின் வரைபடத்தில் காட்ட வேண்டும் என்பதிலேயே இருந்தது. ஆட்சிக்கு வந்த அடுத்த ஓராண்டுக்குள் துபாயில் நவீனத் துறைமுகத்தை உருவாக்கினார். நான்கு ஆண்டுகளுக்குள் மின்சாரம், குடிநீர், தொலைபேசி என்று வேகமாகச் செயல்பட்டுத் தன் கனவை நிறைவேற்றிக் கொண்டும் புதுப்பித்துக் கொண்டும் இருந்தார். ஐந்து ஆண்டுகளில் சிற்றோடையைக் கடக்கும் ஒரு பாலம் போடப்பட்டது. மேலும் ஒரு வருடம் கழித்துத் தெரு விளக்குகள் நகரத்தை ஒளிரச் செய்தன.

எலிசபெத் மகாராணி ஒன்றல்ல... இரண்டு முறை விஜயம் செய்தார். 1972 இல் துபாயின் புதிய விமான நிலைய முனையத்தைச் சுற்றிப் பார்த்து, பின்னர் 1979-இல் மத்தியக் கிழக்கின் மிக உயரமான கட்டடத்தைத் திறந்து வைப்பதற்காகத் திரும்பினார். புதிய தலைவருக்கு பிரிட்டிஷ் கடற்படை பீரங்கி மரியாதையுடன் அங்கீகார விழாவை நடத்தியது. துபாயின் சட்டபூர்வமான ஆட்சியாளராகத் தன்னை அங்கீகரித்து ராணி எலிசபெத் அனுப்பிய கடிதத்தை ஹாவ்லி படிக்கும்போது, பிரிட்டிஷ் அதிகாரிகள் மற்றும் ஷேக்குகளின் ஆரவாரத்திற்கு மத்தியில் க்ரீக் கரையில் அமைதியாக நின்றுகொண்டிருந்தார்.

அந்த நேரத்தில் நூர் அலி ரஷீத் என்ற பாகிஸ்தானி புகைப்படக்காரர் தனது கேமராவைக் கொண்டு வந்தார். ஷேக் ராஷித்திடம் சென்று அவரது படத்தை எடுத்தார். பின்னர் அவரை ஹாவ்லியுடன் போஸ் கொடுக்கும்படி கேட்டுக் கொண்டு

மேலும் சிலவற்றை எடுத்தார். ஆட்சியாளருடன் போஸ் கொடுக்கப் பல வணிகர்கள் மந்தை மந்தையாக வந்துகொண்டிருந்தனர். அந்த நிகழ்வை நூர் அலி மேடையில் சரியாக நிர்வகித்தார். சில நாட்களுக்குப் பிறகு பாகிஸ்தானில் இருந்து கொண்டு வந்த ரசாயனங்கள் மூலம் தனது தற்காலிக இருட்டு அறையில் புகைப்படங்களை உருவாக்கினார்.

துபாய் ஆட்சியாளர் படங்களால் ஈர்க்கப்பட்டார். அப்போதிருந்து மதிய உணவுகள், போர்க்கப்பல்களைப் பார்வையிடுதல், ஃபால்கன் ஆர்ப்பாட்டங்கள், ரிப்பன் வெட்டுதல் போன்ற எந்த ஒரு உத்தியோகபூர்வ விழா நடந்தாலும், ஷேக் ராஷித் பாகிஸ்தானியப் புகைப்படக் கலைஞரைக் கூப்பிடுவது வழக்கமாக இருந்தது.

ஷேக் ராஷித் முகத்தில் ஒரு தேஜஸ் இருக்கும் என்பது அவரைப் பற்றிப் பேசும்போது மக்கள் சொல்லும் வார்த்தை. அவருக்குப் பள்ளிப் படிப்பு குறைவாக இருந்தாலும், சுயமாகப் படித்தவர். அவர் அரபு மொழி மட்டுமே பேசினார். ரஷீத் நவீனத்துவத்தின் சில பகுதிகள் குறித்துச் சந்தேகம் கொண்டிருந்தார். அதைப் போலவே தேங்கி நிற்கும் கடந்த காலத்தை வெளிப்படையாக வெறுத்தார்.

புதிய ஆட்சியாளர் தனது வாழ்நாள் முழுவதும் தனது உடலைப் பராமரித்து, தன்னை நல்ல நிலையில் வைத்திருந்தார். 1939 களில் நடந்த தாக்குதலில் அவர் தனது தந்தையின் நிர்வாகத்தைக் காப்பாற்றித் தனது ஆளுமையை ஏற்கெனவே நிரூபித்திருந்தார். ரஷீத் எளிமையான பெடூயின் அல்லது பெடுவின் வாழ்க்கையைப் பின்பற்றினார்.

ஷேக் ராஷித் சில வசதிகளை வெறுத்தார். கார் வைத்திருந்த பிறகும் அவர் குதிரையில் சவாரி செய்தார். அவர் பெடோயின் பாணியில் தரையில் கால் மேல் கால் போட்டு உட்கார விரும்பினார். வளைகுடாவில் பொதுவாக புழக்கத்தில் இருந்த மிட்வாக் என்று சொல்லப்படும் சிறிய பைப்பில் பச்சைப் புகையிலையை நிரப்பிப் புகைப்பதை வழக்கமாகக் கொண்டிருந்தார்.

ராஷித்தின் வசீகரமான தோற்றமும் எளிமையும் அனைவரையும் கவர்ந்தது. மஜ்லிஸில் நடக்கும் தீவிர வணிக ஆலோசனைகளைப் போலவே கேலிக்கூத்துகளுக்கும் இடம் இருக்கும். அவரது

நகைச்சுவைகள் பெரும்பாலும் சுயமரியாதையாக இருந்தன. "நான் ஒரு பேடு. ஆனால் நவீன வழிகளைப் புரிந்துகொள்ள ஆர்வமுடையவன்" என்று புன்னகையுடன் கூறி, விஷயங்களை விரிவாக விளக்குமாறு மக்களைக் கேட்பார். அவர் அடக்கத்திற்குப் பின்னால் ஒரு திறமையான அரசியல்வாதி இருந்தார்.

பிராந்தியத் தகராறுகள் இருந்தபோதிலும், சவுதிகள் மற்றும் ஈரானியர்கள் உட்பட அனைவருடனும் நல்லுறவில் இருக்க அவரால் முடிந்தது. ஆளும் ஷேக்குகளான ஷக்புத் மற்றும் ஜாயீத் ஆகியோரின் உறவினரான ஷேக்கா லதிஃபாவை அவர் மணந்தபோது, அவர் அபுதாபியின் ஆளும் அல்-நஹ்யான் குடும்பத்துடன் தன்னை இணைத்துக்கொண்டார்.

ஷேக் ராஷித் பிரிட்டனிலும், வாஷிங்டனிலும் மகத்தான மரியாதையைப் பெற்றார். ஈரான்-ஈராக் போரின் போது, சதாம் ஈரானுடனான வர்த்தகத்தை துபாய் நிறுத்த வேண்டும் என்று பிரிட்டிஷ் கோரினார்கள். இது அவர்களது எதிரிகளுக்கு, பொருளாதார உயிர்நாடியாக இருப்பதாக புகார் வந்தது. ஆனால் ஷேக் ராஷித் லாபகரமான வர்த்தகத்தைத் தொடர வழிசெய்து, சதாமுடன் நல்ல உறவில் இருந்தார்.

2006- க்குப் பிறகு புஷ் நிர்வாகம் துபாய் மீது அதே ராஜதந்திர அழுத்தத்தைக் கொடுத்தது. ஈரான் மீதான அமெரிக்க வர்த்தகத் தடைக்குச் செவி சாய்க்க வேண்டும் என்று ஷேக் முகமதை வற்புறுத்தினார்கள். சதாமைப் போலவே புஷ்ஷுக்கும் நட்புரீதியான பதில்களும் சிறிய நடவடிக்கைகளும் எடுத்தார்.

விடியல் வருவதற்கு முன்பே எழுந்துவிடும் பழக்கம். பிரார்த்தனைக்கு முன் நகரத்தைச் சுற்றி வருவது அவர் அன்றாட வழக்கமாக இருந்தது. அதன்பிறகு அவர் தினசரி மஜ்லிஸ் கூட்டங்களை வணிகர்கள் மற்றும் ஷேக்கர்களுடன் நடத்தினார். ஷேக் ராஷித்தின் செயல்களும், எளிமையும் மக்களை மிகவும் கவர்ந்தன. தனக்குக் கீழ் வேலை செய்யும் கடைக்கோடி ஆளிடமும் நேர்மையாக நடந்துகொண்டார். "இங்கு வந்த வெளிநாட்டவர்களான எங்கள் அனைவருக்கும் ஷேக் ராஷித்தின் மேல் ஒரு ஈர்ப்பு ஏற்பட்டது" என்று பிரிட்டிஷ் ஏஜெண்ட் ஜார்ஜ் சாப்மேன் கூறி இருக்கிறார்.

1950–களில் துபாய் சிக்கலில் இருந்தது. உலகத்தின் உயிர்நாடியான சிற்றோடை வண்டல் மண்ணால் அடைத்துக் கொண்டிருந்தது. கப்பல்கள் கடலுக்கு ஒரு மைல் ஆழமான நீரில் நங்கூரமிட்டு, சரக்குகளைப் படகுகளுக்கு மாற்ற வேண்டியிருந்தது. அது அத்தனை லேசுப்பட்ட காரியமில்லை. வானிலையும் அலைகளும் ஒத்துழைத்தால் மட்டுமே இது சாத்தியப்படும். க்ரீக் நுழைவாயில் இரண்டரை அடி ஆழம் மட்டுமே இருந்தது. இந்த அளவில் படகு உள்ளே வர வேண்டும் என்றால் தொடர் அலைகள் இருந்து கொண்டிருக்க வேண்டும். சின்னப் படகுகளில் முடிந்தவரை மட்டுமே சரக்குகள் கப்பல்களிலிருந்து மாற்றப்பட்டன. பல மூட்டை அரிசி மற்றும் மாவுகள் நாசமாகின. இதற்குப் பிறகு கப்பல் கேப்டன்கள் துபாயைப் புறக்கணித்தனர்.

ஷேக் ராஷித்தின் மஜ்லிஸில் க்ரீக் தோல்வி ஒரு நிரந்தரக் கருப்பொருளாக இருந்தது. இதற்கு ஒரு முடிவு கொண்டு வந்தேயாக வேண்டும் என்று ஷேக் ராஷித் முடிவு செய்தார். அதற்கான ஒரே வழி நீர்வழிகள் ஆழமாக இருக்க வேண்டும். அப்படிச் செய்தால் கப்பல்கள் நுழைய முடியும். சரக்குகள் ஒரு முறை மட்டுமே இறக்கப்பட வேண்டும்.

1954–ஆம் ஆண்டில், ஷேக் ராஷித் பட்டத்து இளவரசராக இருந்தபோது, அவர் ஒரு சாத்தியக்கூறு ஆய்வை நியமித்தார். அது சிற்றோடையைத் தூர்வாரி அதன் கரைகளை மொத்தமாக மாற்றும் வேலை. ஆனால் மதிப்பிடப்பட்ட செலவு, £600,000 (சுமார் $3 மில்லியன்). எப்படி நினைத்தாலும் துபாய்க்கு இது பெரிய தொகை. ஷேக் ராஷித் பணத்தைத் திரட்ட முடிவு செய்தார். சிற்றோடையை நம்பியிருந்த வணிகக் குடும்பங்களின் சிறப்பு வரிகள், பத்திரங்களை விற்பது மற்றும் வலுவான ஆயுத நன்கொடைகள் மூலம் அவர் £200,000 சேகரித்தார்.

மீதி, 400,000 பவுண்டுகள், அவர் அந்த நாட்களில் வளைகுடாவின் பெரிய செல்வந்தராக விளங்கிய குவைத்திடமிருந்து கடன் வாங்கினார். வான்வழிப் புகைப்படங்கள், அகழ்வாராய்ச்சிப் படகுகள், அவற்றின் பேக்ஹோக்கள் சிற்றோடைப் படுகையைத் துடைத்து, சிற்றோடையின் வாயில் இருந்து ஷோல்களை எவ்வாறு துடைத்தன என்பதைக் காட்டின. படகுகளை நங்கூரமிட அனுமதிக்கும் வகையில், பணியாளர்கள் கரைகளை இரும்பு

மற்றும் கான்கிரீட் மூலம் கரைத்தனர். ஒவ்வொரு புயலின் போதும் வாய் மாறிய ஓர் ஆழமற்ற அலைக்கழிவிலிருந்து, சிற்றோடை ஒரு வரையறுக்கப்பட்ட கால்வாயாக மாறியது. ஏழாயிரம் டன் சரக்குகளை ஏற்றிச் செல்லும் எட்டு அடி வரைவுகளைக் கொண்ட கப்பல்களைக் கையாளக்கூடிய வழியில் வேலைகள் செப்பனிடப்பட்டு முடிந்தன. 1951- இல் துபாயில் இறக்குமதி செய்யப்பட்ட சரக்குகளின் அளவைவிட மூன்று மடங்கு இப்பொழுது இறக்குமதி செய்ய முடியும்.

ஷேக் ராஷித், கரையோரத்தில் இருந்த புதிய நிலத்தை மீட்டெடுத்தார்., அதை அவர் கிடங்கிற்காக வணிகர்களிடம் விற்றார். துபாயின் மிகப்பெரிய பொதுத் திட்டம் 1961- இல் முடிவடைந்தபோது, துபாய் ட்ரூசியல் கோஸ்ட்டில் மிகவும் அணுகக்கூடிய மற்றும் முக்கியமான துறைமுகமாக மாறியது.

வளர்ந்து வரும் துறைமுகத்தை, கீழ் வளைகுடாவின் வணிகத் தலைமையாக மாற்றியது. சரக்குகளைக் கடலுக்கு மாற்ற வேண்டிய அவசியம் இல்லாததால் வானிலை இனி பெரிய பிரச்னையாக இல்லை. கப்பல் ஏற்றுமதி செய்பவர்கள் தங்கள் கப்பல்களைப் பார்வையிடலாம். அட்டவணையின்படி சரக்குகள் போய்ச் சேரும் என்பதை அறிந்திருந்தனர்.

துபாய் ஒரு லாபகரமான இடமாக மாறியது. வணிகர்கள் நூற்றுக்கணக்கான டன்னில் கான்கிரீட்டை ஆர்டர் செய்ய முடிந்தது, எடுத்துக்காட்டாக, தொகுதி, எஃகு, கண்ணாடி மற்றும் பிளாஸ்டர். பனையோலையோ, பவளப்பாறையோ இனி யாரும் கட்டுவதில்லை.

துபாயின் வணிகம், அதன் மறுஏற்றுமதி, பெட்ரோல் தீ போல் பற்றிக்கொண்டது. துபாய் தெற்கு ஈரானின் முக்கியத் துறைமுகமாகவும் ட்ரூசியல் கடற்கரையின் மற்ற பகுதிகளுக்கு சப்ளையர்களாகவும் மாறியது.

கிடங்குப் பொருட்கள் கடற்கரையில் இருந்து படகுகளில் அனுப்பப்பட்டன. ஒட்டகங்களையும் பயன்படுத்தி சரக்குகள் உட்புறத்திற்கு அனுப்பப்பட்டன. அப்போதிருந்து, துபாய் ஒரு நம்பமுடியாத வளர்ச்சியில் சவாரி செய்ய ஆரம்பித்தது. அந்த வளர்ச்சிக்கு இன்று வரை முடிவேதும் இன்றி கற்பூர மரம்

போல் வளர்ந்து வருகிறது. இதற்கெல்லாம் அடிப்படை அன்று சிற்றோடையைத் தூர்வாரியதுதான்.

ஷேக் ராஷித் வணிகர்களுக்கும் குவைத் ஷேக்குக்கும் முன்கூட்டியே கடனைத் திருப்பிச் செலுத்த முடிந்தது. ஆபத்தைப் பகிர்ந்து கொண்ட உள்ளூர்வாசிகள் பணக்காரர்களாக மாறினர். அவற்றில் அல்-குரைர் குடும்பம், அல்-ரோஸ்டமானிஸ், அல்-ஃபுட்டைம்ஸ் குடும்பங்கள் குறிப்பானவை. இவர்களிடம் பிரத்யேக இறக்குமதி உரிமங்கள் மற்றும் வணிக ஒப்பந்தங்கள் மூலம் ஆபத்துக் காலத்தில் வாங்கிய பணம் திருப்பிச் செலுத்தப்பட்டது. இன்று வரை, ஷேக் முகமது பின் ரஷீத் துபாயைக் கட்டியெழுப்பத் தங்கள் தனிப்பட்ட செல்வத்தைப் பணயம் வைத்த குடும்பங்களுக்கு விசுவாசமாகச் செலுத்துகிறார். அவர்களின் சில சந்ததியினர், அப்துல் அஜிஸ் அல்-குரைர் போன்றவர்கள், இப்போது ஃபோர்ப்ஸ் பத்திரிகையில் ‘உலகின் பணக்காரர்கள்’ பட்டியலில் உள்ளனர்.

ஒரு வேலையை முடித்துவிட்டு ஷேக் காலரைத் தூக்கிவிட்டு தற்பெருமை அடித்துக்கொள்ளவில்லை. ரஷீத்தின் அடுத்த பணி அந்த இடத்தைப் பிரகாசமாக்குவது. ஆட்சியாளராகத் தனது ஆரம்ப ஆண்டில், அவர் ஒரு நகராட்சி மின்சார நிறுவனத்தை நிறுவினார். இது ஒரு அடிப்படை 1,440- கிலோவாட் உற்பத்தி செய்யும் ஆலையாக இருந்தது. கூடவே கம்பிகளும் கான்கிரீட்டும் சேர்ந்த வீடுகள் முளைக்க ஆரம்பித்தன.

1961- இல் துபாயின் பிரகாசமான விளக்குகள் உயிர் பெற்றன. அந்தச் சமயத்தில் வெகு தொலைவில், இஸ்ரேல் ஏற்கனவே ஒரு ராக்கெட்டை விண்ணில் செலுத்தியிருந்தது. சோவியத்துகள் வீனஸைக் கடந்து ஒரு செயற்கைக்கோளை அனுப்பின. நியூயார்க்கின் நயாகரா நீர்வீழ்ச்சியில் விளக்குகள் எரிந்து எண்பது ஆண்டுகளானது. கெய்ரோ, பெய்ரூட் மற்றும் சவுதி அரேபியாவுக்குப் பிறகு துபாயில் நகராட்சி அதிகாரம் வந்தது.

மின்சாரம் அனைத்து வகையான அறியப்படாத சுகங்களையும் கொண்டு வந்தது. மின்விசிறிகள், குளிர்சாதனப் பெட்டிகள், ரேடியோக்கள்—ஏர் கண்டிஷனர்கள் போன்றவற்றில் சூக்குகள் திடீரென அலைமோதின. அதே ஆண்டில், தொழில்நுட்ப வல்லுநர்கள் நகரத்தின் முதல் தொலைபேசிப் பரிமாற்றத்தை ஒன்றிணைத்து சர்வதேச நெட்வொர்க்கில் இணைத்தனர்.

இப்போது உலகில் எங்கிருந்தும் துபாய்க்கு அழைக்கும் வசதி கொண்டுவரப்பட்டது. இதற்குப்பின் தலைவர்களின் உழைப்பும் விடாமுயற்சியும் முக்கியமாகக் கனவு காணும் தைரியமும் இருந்தது. கொஞ்சம் அதிர்ஷ்டமும் இருந்தது உண்மை. அதன் முதல் நடைபாதைச் சாலை, முதல் பாலம் மற்றும் முனிசிபல் நீர் அமைப்பு ஆகியவை கத்தாரின் ஷேக்டாமின் அமீரான ஷேக் அஹ்மத் பின் அலி அல்-தானியின் வரதட்சணைப் பரிசாக வந்தது.

1958-இல் ஷேக் ராஷித்தின் மூத்த குழந்தை மரியம் கைகொடுக்கப் பட்டதற்கு நன்றி செலுத்தும் வகையில் ஷேக் அஹ்மத் தனது ஆரம்பப் பக்கத்து வீட்டுக்காரருக்கு உதவினார். 1961-ஆம் ஆண்டில், ஷேக் அஹ்மத், சிற்றோடைக்கும் ஷேக் ராஷித்தின் புதிய ஜபீல் அரண்மனைக்கும் இடையே சில மைல்கள் தொலைவில் மணல் பாதையை அமைத்தார். உள்நாட்டில். ஜபீல் சாலை துபாயின் முதல் டார்மாக் தெரு ஆகும்.

பொறியாளர்கள் விரைவில் பிரிட்டிஷ் பாணியில் சாலைகள் மற்றும் ரவுண்டானாக்களை அமைக்கத் தொடங்கினர். முதலில், துபாயில் பிரித்தானிய மக்களைப் போல இடதுபுறம் ஓட்டினர். பக்கத்து ஷேக்டோம்கள் வலதுபுறம் வாகனம் ஓட்டுவதை ஏற்றுக்கொண்டது தெரிந்ததும், ஷேக் ராஷித் அனைவரையும் மாற்ற உத்தரவிட்டார். 1962 -ஆம் ஆண்டில், முதல் பாலமான மக்தூம் பாலத்திற்காக கத்தார் அமீர் 162 மில்லியன் பவுண்டுகளைக் கொடுத்தார். முதன்முறையாக, மக்கள் பர் துபாயிலிருந்து டெய்ரா வரை நடக்க முடிந்தது.

சில ஆண்டுகளுக்குப் பிறகு, நகருக்குத் தெற்கே பதினைந்து மைல் தொலைவில் உள்ள அல் அவீர் என்ற இடத்தில் நன்னீர் நீர்நிலையைக் கண்டுபிடித்தனர். இதை முன்பே விரிவாகப் பார்த்தோம். நகரத்தில் உள்ள உவர் நீருடன் ஒப்பிடும்போது சுத்தமான தண்ணீர் சுவையாக இருந்தது. ஷேக் அஹ்மத் துபாயில் தண்ணீரைக் கொண்டு வந்த அமைப்பை 1968-ஆம் ஆண்டளவில் நிலத்தடிக் குழாய்கள் மூலம் கிட்டத்தட்ட ஒவ்வொரு கட்டடத்திற்கும் வெளியேற்றினார். இறுதியாக, துபாயில் தண்ணீர் ஓடியது. கழுதை வண்டி விற்பனையாளர்களின் மறைவுக்கு யாரும் இரங்கல் தெரிவிக்கவில்லை. புதிய வசதிகள் துபாயை ஒன்றன் பின் ஒன்றாகத் துடைத்தெறிந்தன.

பாலைவனத்தில் இந்தக் காலகட்டத்தில் தான் ஒரு ஐஸ் ஆலை வந்தது. வானொலி மற்றும் தொலைக்காட்சி ஒளிபரப்புகள், தெரு விளக்குகள், நகராட்சி அரசாங்கம், ஒரு போலீஸ் படை, கான்கிரீட் பயன்பாடு எல்லாம் சேர்ந்து பழைய துபாயைச் சுத்தமாகத் துடைத்து எறிந்தது. கீழ் வளைகுடாவில் இந்த வசதிகள் வந்த கடைசி பிராந்தியமாக துபாய் இருந்தது.

ஷேக் ராஷித் தண்ணீரையும் மின்சாரத்தையும் தருவது தனது ஆளும் பேரத்தின் ஒரு பகுதி என்பதை அறிந்திருந்தார். பழங்குடி இனத்தவர் என்ற முறையில் மக்களின் ஆதரவைப் பெற அது போதுமானதாக இருந்திருக்கும். ஆனால், நிச்சயமாக, ஷேக் ராஷித் துபாயைப் பிராந்தியத்திற்கு இணையாகக் கொண்டுவருவதில் திருப்தி அடையவில்லை.

வளைகுடாவிற்கு வெளியே ஷேக் ராஷித்தின் முதல் பயணம் பெரிய சுற்றுப்பயணமாக இருந்தது. அவரது இரண்டு மகன்களான பதினேழு வயதான மக்தூம், பதினான்கு வயதான ஹம்தான், சுங்கத் தலைவர் மஹ்தி தாஜர் மற்றும் வங்கியாளர் ஈசா அல்-குர்க் ஆகியோரையும் அழைத்துச் சென்றார்.

இரண்டு வாரங்களுக்கு சவோய் ஹோட்டலில் பரிவாரங்களைத் தங்கவைப்பதற்கான செலவை பிரித்தானிய அரசாங்கமும் ஈராக் பெட்ரோலியம் நிறுவனமும் பிரித்துக்கொள்ளவேண்டும் என்று ஏற்பாடு செய்யப்பட்டது.

பஹ்ரைன், அம்மான், ஜெருசலேம், டமாஸ்கஸ், பெய்ரூட் ஆகிய இடங்களின் வழியாக நீண்ட பயணம் செய்து ரோமிற்கு வந்தார்கள். அங்கிருந்து வாடகைக்குக் கார்களை எடுத்துக்கொண்டு, லண்டனை நோக்கி அவர்கள் பயணித்தார்கள். இறுதியாக ஜூன் 8, 1959 அன்று லண்டன் மண்ணில் வந்து நின்றது அவர்கள் பயணம். நெடுந்தூரப் பயணம் செய்த பிறகும் ஷேக் ஓய்வெடுக்கவில்லை. அடுத்த நாள், ராணி இரண்டாம் எலிசபெத்தைச் சந்திக்க ஏற்பாடுகள் நடந்தன. ரஷீத் தனது பிரதம மந்திரி மற்றும் பல உயர் அதிகாரிகள் மூலம் அரபு வாள்கள் மற்றும் வளைந்த கஞ்சர் கத்திகளை ராணிக்குப் பரிசாக வழங்கினார். பதிலுக்கு, அவர்களும் வெள்ளிச் சட்டங்களில் சில புகைப்படங்கள் மற்றும் ஒரு குடை கொடுத்தார்கள் பரிசுகள். எல்லாம் கொடுத்தபின் லண்டனைச் சுற்றிப் பார்க்கச் சென்றார். செயின்ட் ஜேம்ஸ் பூங்கா

வழியாக அவர் சுற்றிப் பார்த்த இடங்கள் அனைத்தும் அவருக்குள் பெரிய தாக்கத்தை ஏற்படுத்தியது. அங்கிருந்த ஒழுங்கு, உயர்ந்த கட்டடங்கள், நாகரிக உணர்வுகளைப் பார்த்துப் பாராட்டினார். கண்டிப்பாக இவையனைத்தாலும் அதிகம் ஈர்க்கப்பட்டார். இவையனைத்தும் சாதனையின் பெருமையிலிருந்து தோன்றி இருக்க வேண்டும் என்று நினைத்தார்.

இவருக்குள் நடந்துகொண்டிருக்கும் தாக்கம், துபாயில் நடைபெற்றுக் கொண்டிருந்த ஆய்வின் கீழ் நீமூட்ட முடிவெடுத்தார். வெளியுறவுத் துறை மந்திரி ஜான் ப்ரோபுமோவுடன் நடந்த பேச்சுவார்த்தையில், ரஷீத் பிரிட்டிஷ் எண்ணெய் நிறுவனம் அதன் ஆய்வு உரிமைகள் மீது சரியாகச் செயல்படவில்லை என்று தனது விரக்தியை வெளிப்படுத்தினார்.

1937- ஆம் ஆண்டு மறைந்த தமது தந்தையால் கையொப்பமிடப்பட்ட ஒப்பந்தத்தில் தான் பூட்டப்பட்டதாகப் புகார் கூறினார். இந்த ஒப்பந்தத்தால் அமெரிக்க எண்ணெய் நிறுவனங்களைக் கொண்டு வருவது இயலாத ஒன்றாக உள்ளது என்று தன் வருத்தத்தைத் தெரிவித்தார். இதற்கிடையில், முந்தைய ஆண்டு எண்ணெய் வளத்தைப் பெற்ற அபுதாபி, விரைவில் துபாயின் புதிய கடல்சார் மேலாதிக்கத்திற்கு சவால் விடும் என்று ரஷித் கவலைப்பட்டார். “தனது நாட்டை அப்பால் உள்ள ஒரு சிறிய மாநிலமாகக் கருதக்கூடாது” என்று அவர் கூறியதில் இருந்து அவர் எதிர்பார்ப்பு பெரிதாக உள்ளது என்பது பிரிட்டிஷுக்குத் தெரிந்தது.

துபாய் இதுவரை பிரிட்டிஷோடு இருக்கும் அடர்த்தியான நட்பை ஞாபகப்படுத்த, அவர்களை ‘கார்டியன்’ என்று குறிப்பிட்டார். அவரால் முயன்றதைச் செய்துவிட்டு வீடு வந்தார். பிரிட்டனின் பதில்கள் திருப்தி அளிக்கவில்லை. வந்தவுடன் தானே ஆகவேண்டிய வேலைகளை ஆரம்பித்தார். இதற்கு மற்றொரு காரணம் அண்டை வீடான அபுதாபி வளர்ந்து வருவது சவாலாக இருந்திருக்கலாம். அவர் கண்களுக்குத் தெரிந்த பாலைவனம் முழுக்க அவர் கனவுகளை ஏந்திக்கொள்ளத் தயாராக இருப்பதாகவே அவர் மனதுக்குப் பட்டது.

ஷேக் ராஷித்தின் பொன்மொழி துபாயில் பிரபலமானது: “வணிகர்களுக்கு எது நல்லதோ அது துபாய்க்கு நல்லது.” ஆனால் அவரிடம் கூறப்படாத மற்றொரு தத்துவம் இருந்தது: ‘முதலில்

செயலில் முழு மூச்சாக ஈடுபட வேண்டும். அதுவே பாதி கிணற்றை தாண்டிவிடுவதற்கு நிகர்' -இது அவர் செயல்களில் இருந்தது. இதற்குச் சான்றாக நாம் முந்தைய அத்தியாயங்களைச் சிறிது தூசிதட்டிக்கொள்வோம். 1967-ஆம் ஆணடு ஹால்க்ரோவை வைத்து துறைமுகத்தைத் திட்டமிட்டது. அதுவே இன்று வரை வளைகுடாவின் மிகச் சிறந்த துறைமுகமாக இருக்கும் போர்ட் ராஷித். 1972- இல் இரண்டாம் எலிசபெத் துறைமுகத்தை திறந்து வைக்க வந்தார்.

துபாய் ஒவ்வொரு வாய்ப்பிலும் குதித்து, தொழில்கள் மற்றும் பொருளாதாரத் துறைகளை முந்தியது. 1970-களில் துபாய், கனவுகளால் உயர்ந்த நகரமாக நின்றது. அதற்குச் சான்றாக வணிகர்கள், தொழிலாளர்கள், முதலீட்டாளர்கள் குவிந்தனர்.

1960- ஆம் ஆண்டில், துபாயின் அறுபதாயிரம் குடியிருப்பாளர்கள் இரண்டு சதுர மைல் பரப்பளவில், ஒரு சில நகரத் தொகுதிகளின் அளவில் வாழ்ந்தனர். 1970களில், நகரம் ஏழு சதுர மைல் பரப்பளவில் 100,000 மக்களை வைத்திருந்தது. ஐந்தாண்டுகளுக்குப் பிறகு, துபாய் மீண்டும் இருமடங்காகி, 183,000 பேருடன் எட்டு டீன் சதுர மைல்களை எட்டியது—ஏறக்குறைய பிராவிடன்ஸ், ரோட் தீவு போன்றது. 1980 வாக்கில், அது மீண்டும் இருமடங்கானது. முப்பத்திரண்டு சதுர மைல்கள் மற்றும் 276,000 மக்கள், கிட்டத்தட்ட நியூயார்க்கின் பஃபேலோவின் அளவு. அந்த இரண்டு தசாப்தங்களில், துபாயின் பகுதி பதினாறு மடங்கு வளர்ந்தது மற்றும் அதன் மக்கள்தொகை கிட்டத்தட்ட ஐந்து மடங்கு அதிகரித்தது.

துபாயின் முதல் பெரிய ஹோட்டலான இண்டர்காண்டினென்டல், 200 சதவீதத்தை நெருங்கும் ஆக்கிரமிப்பு விகிதத்தை சமாளித்தது. கொள்கையின்படி ஊழியர்கள் அந்நியர்களை ஒன்றாகத் தங்க வைத்தனர். தொழிலைச் சமாளிக்க வணிகங்கள் இந்தியா மற்றும் பாகிஸ்தானில் இருந்து தொழிலாளர்களை இறக்குமதி செய்தன.

ஐந்நூறு அறைகள் கொண்ட துபாய் இன்டர்நேஷனல் ஹோட்டலின் கட்டுமானத்தை மேற்பார்வையிடும் முப்பத்து மூன்று வயதான டச்சுக்காரரான ஹென்ட்ரிக் போஷ் வித்தியாசமான முயற்சியை மேற்கொண்டார். தென்கிழக்கு ஆசியாவில் அறுநூறு தொழிலாளர்களைத் தேடிச் சென்றார். தாய்லாந்தில்

உள்ளவர்களை அவர் விரும்பினார். அவரது அடுத்த நிறுத்தம் மணிலா. பிலிப்பைன்ஸில், துபாயில் வாழ விரும்பும் சேவை சார்ந்த மக்களின் உண்மையான சுரங்கத்தை போஷ் கண்டறிந்தார். மற்றும் முன்னாள் அமெரிக்கக் காலனியின் குடிமக்கள் என்ற முறையில், அவர்கள் ஆங்கிலம் பேசினார்கள். போஷ் பிலிப்பைன்ஸ் அரசாங்கத்துடன் ஒப்பந்தம் செய்து 1978- இல் மூன்று விமானங்களில் அறுநூறு தொழிலாளர்களை இறக்குமதி செய்தார். விருந்தோம்பல், சில்லறை வணிகம் மற்றும் நர்சிங் வேலைகளில் ஆதிக்கம் செலுத்திய குழுவான பிலிப்பைன்ஸின் முதல் பெரிய ஆட்சேர்ப்பாளர் போஷ் ஆவார்.

பிலிப்பைன் பெண்களும் ஒரு காலத்தில் வீட்டுப் பணிப்பெண்கள் மற்றும் ஆயாக்களாக வேலை செய்தனர். ஷேக் ராஷித், துபாய் ஒரு துறைமுகமாக இருக்க வேண்டும் என்று விரும்பினார். இது கப்பல் துறையின் மையமாக இருக்க வேண்டும் என்று அவர் விரும்பினார். 1971-ஆம் ஆண்டில், உலர் கப்பல் துறையை (Dry Dock) உருவாக்குவதற்கான சாத்தியக்கூறு ஆய்வை அவர் நியமித்தார், இது மிகப்பெரிய கப்பல்களை கடலில் இருந்து வெளியே இழுத்து சரிசெய்யக்கூடிய ஒரு முற்றத்தில் உள்ளது. ஆனால் அருகிலுள்ள பஹ்ரைனும் உலர் கப்பல்துறை லட்சியங்களைக் கொண்டிருந்தது, மேலும் இது தலைமை அரபு எண்ணெய் ஏற்றுமதியாளர்கள் குழுவின் ஆதரவைப் பெற்றது.

துபாயின் பிரிட்டிஷ் ஆலோசகர்கள் இந்தத் திட்டம் அபத்தமானது என்று கூறினர். உலகளாவிய கப்பல் கட்டுமானம் மந்தநிலையில் இருந்தது. இவ்வளவு பெரிய தொழில்துறை முதலீட்டை உள்வாங்குவதற்கு துபாய் மிகவும் சிறியதாக இருந்தது. ஒருசில நூறு மைல்களுக்குள் இரண்டு உலர் கப்பல்துறைகளுக்கு அழைப்பு இல்லை. இது மிகப் பெரியது என்று எல்லோரும் அவரிடம் சொன்னார்கள். எதற்காக இந்தப் பணத்தை எல்லாம் செலவு செய்தோம்? பஹ்ரைனில் உள்ள உலர் கப்பல்துறைகளுடன் நாங்கள் ஏன் கூட்டு முயற்சியை மேற்கொள்ளவில்லை? -துபாய் முனிசிபாலிட்டியின் நீண்டகாலத் தலைவரான காசிம் சுல்தான் கேட்டார். ஷேக் ராஷித், துபாயின் எண்ணெய் வருவாயில் ஐநூறு மில்லியன் டாலர்களை துபாயின் முக்கிய போட்டியாளரான பஹ்ரைனில் முதலீடு செய்யப் போவதில்லை. அவர் தனது சொந்தப் பொருளாதாரத்தைப்

பன்முகப்படுத்துவதை நோக்கமாகக் கொண்டிருந்தார். அவரது பதில்: "நாம் ஏன் அவர்களுடன் போட்டியிடக்கூடாது?" துபாய் உலர் கப்பல்துறை முட்டாள்தனத்தின் எல்லைக்குட்பட்ட லட்சியத்தை வெளிப்படுத்தியது. ஆனால் ஷேக் ராஷித்தின் அடுத்த மூன்று அறிவிப்புகள் அவர் எண்ணங்கள் கரைபுரண்டு போவதாக நினைத்தார்கள்.

1979 -ஆம் ஆண்டில் அவர் மிகப்பெரிய துபாய் அலுமினியம் ஸ்மெல்ட்டரை நியமித்தார் - இது ஆலையின் வெப்பத்தை மறுசுழற்சி செய்து கடலிலிருந்து புதிய நீரை வடிகட்டுகிறது. வெற்றுப் பாலைவனத்தில் வானளாவிய கட்டடமான துபாய் உலக வர்த்தக மையத்தை *(World Trade center)* அவர் தொடங்கினார். கட்டடம் மிகவும் உயரமாக இருந்ததால், சில துபாய்வாசிகள் தங்கள் பார்வை அதன் மீது படும்போது ஒரு பயத்தை உணர்ந்தனர். "வர்த்தக மையம் நேரத்தை வீணடிப்பதாக ஷேக் ராஷித்திடம் எல்லோரும் சொன்னார்கள். யாரும் அதைப் பயன்படுத்த மாட்டார்கள்," என்றார் ஜார்ஜ் சாப்மேன். "நான் ஒருபோதும் அதைச் சொன்னதில்லை. ஆனால் நான் அவரிடம் விசாரித்தேன். 'நீங்கள் செலவு செய்துவிட்டீர்களா? இதையெல்லாம் யோசித்துப் பார்த்தீர்களா?' ஆனால் அவர் மிகவும் புத்திசாலியாக திட்டமிட்டார். பொருட்கள் மலிவாகக் கிடைக்கும் காலத்தில் எதிர்காலத்தை நினைவில் கொண்டு கட்டினார்.

உலக வர்த்தக மையத்தில் உள்ள முப்பத்தொன்பது மாடிகள் ஐபிஎம், யூனியன் கார்பைடு, யுனைடெட் டெக்னாலஜிஸ் மற்றும் பிரிட்டிஷ் பெட்ரோலியம் உட்பட அன்றைய சில பெரிய நிறுவனங்கள் அலுவலகங்களைக் கொண்டிருந்தன.

மூன்றாவது திட்டம் மிகப்பெரியது. ஷேக் ராஷித், துபாயின் வெற்றுக் கடற்கரையான ஜெபல் அலியில், சிற்றோடையிலிருந்து இருபது மைல் தொலைவில் மற்றொரு துறைமுகத்தைக் கட்டுவதாக உலகிற்குக் கூறினார். ஜெபல் அலியில் இயற்கைத் துறைமுகம் எதுவும் இல்லை, உள்ளூர்வாசிகள் முகாமிட்டிருந்த உடைந்த பவளப்பாறைகளின் கடற்கரை. புதிய துறைமுகத்தின் ஒவ்வொரு சதுர அங்குலமும் மணல் நிறைந்த கடற்கரையிலிருந்து தோண்டப்பட வேண்டும், மேலும் கடலோரத்தில் உள்ள பவளப்பாறைகள் வழியாக ஒரு கால்வாய் தோண்டப்பட வேண்டும்.

உள்கட்டமைப்பில் ஷேக் ராஷித்தின் ஸ்டீல்-குட் சூதாட்டங்கள் துபாயை இன்றைய நிலைக்கு மாற்றும் முக்கிய முடிவுகள் என்று பலர் நம்புகிறார்கள். துபாயின் பாரிய முதலீடுகள் சிறிய எமிரேட்டை அதன் எண்ணெய் வளம் கொண்ட அண்டை நாடுகளிலிருந்து வேறுபடுத்துகின்றன. அபுதாபி, சவூதி அரேபியா மற்றும் குவைத் ஆகியவை கனிம வளத்தை மானியமாக பயன்படுத்தின. அவர்களின் முதலீடுகள் டாலரில் 10 சென்ட்கள் சம்பாதித்திருக்கலாம், அதே நேரத்தில் துபாய் உள்கட்டமைப்பில் முதலீடு செய்த ஒவ்வொரு டாலருக்கும் 5 டாலர் சம்பாதித்தது என்று துபாயின் பங்குச் சந்தைகளுக்குத் தலைமை தாங்கும் எஸ்ஸா காசிம் கூறுகிறார்.

பின்னோக்கிப் பார்த்தால், ஷேக் ராஷித்தின் யோசனைகள் துபாயின் சிறிய எண்ணெய் இருப்புக்களைச் சிறந்த முறையில் பயன்படுத்தின. அதைச் சரியாகப் பெறத் துபாய்க்கு ஒரு வாய்ப்புக் கிடைத்தது. அதன் அண்டை நாடுகளைப் பின்தொடர்வதற்குப் பதிலாக, அது ஒரு புதிய வழியைத் தேர்ந்தெடுத்தது. அதன் பொருளாதாரத்தை பல்வகைப்படுத்த முதலீடு செய்தது.

துறைமுகங்கள், தொழில்துறை மற்றும் விமான நிலையங்களில் ஷேக் ராஷித் எவ்வளவு அதிகமாகக் கட்டினரோ, அவ்வளவு வேகமாக பொருளாதாரம் வளர்ந்தது. அரசு செலவினம் தனியார் முதலீட்டை அதிக அளவில் தூண்டியது. “அவர் செய்த அனைத்தும் தொலைநோக்குப் பார்வை கொண்டவை. அவர் செய்த அனைத்தும் அந்த நேரத்தில் விமர்சிக்கப்படடன” என்று ஓய்வுபெற்ற அமெரிக்கத் தூதர் சார்லி கெஸ்டன்பாம் கூறுகிறார்.

‘பாலைவனத்தில் முப்பத்தொன்பது மாடிக் கோபுரம் என்ன வேண்டும்?’ உலர் கப்பல்துறை: ‘கடவுளே, என்ன ஒரு வெள்ளை யானை!’ “துபாயின் மெகா முதலீடுகள் ஏன் வெற்றி பெற்றன. மூன்றாம் உலகில் பலர் எப்போது தோல்வியடைந்தார்கள்? தோல்வியின் விலை மிக அதிகமாக இருக்கலாம்: ரொக்கம் துபாய்க்குச் சொந்தமானது. உலக வங்கியின் கடனில் அல்ல. ஷேக் ராஷித்தின் மகன்கள் தங்கள் தந்தையின் முன்னுரிமைகளுக்கு பராமரிப்பு மற்றும் கவனம் செலுத்தப்படுவதை உறுதி செய்திருக்கலாம், அழுகாமல் இருக்க வேண்டும். பிரிட்டிஷ் ஆலோசகர்கள் மீண்டும் மீண்டும், ‘இது ஆபத்தானது. அதைச்

செய்யாதே.' அல்லது 'இவ்வளவு பெரிய அளவில் செய்யாதே.' மீண்டும் மீண்டும் துபாயில் ஆட்சியாளர்கள் அதைச் சரியாகப் புரிந்துகொண்டார்கள்," என்கிறார் பிரிட்டிஷ் கல்வியாளர் டேவிட்சன்.

துபாய் இன்று மத்தியக் கிழக்கின் வர்த்தகத்தின் தலைநகரம், அதன் மிகப்பெரிய வெளிநாட்டு நேரடி முதலீட்டைப் பெறுபவர்களில் ஒன்றாகும். அதன் சிறந்த நிதி மையம், மிகப்பெரிய துறைமுகம் மற்றும் விமான நிலையம் மற்றும் அதிக எண்ணிக்கையிலான வெளிநாட்டு வணிகங்களின் வீடு. 1950-கள், 1960-கள் மற்றும் 1970 களில் ஷேக் ராஷித்தின் தொலைநோக்குப் பார்வையும் அவரின் கனவுகளும் இன்றைய துபாய்க்கு மிகப் பெரிய பலம்.

24. சுற்றுலா

1985களில் முன்பொரு மீனவ கிராமமாக இருந்ததற்கான எந்தச் சுவடும் இல்லாமல் இருந்தது துபாய். மக்கள் அனைவரும் ஏறக்குறைய குளிரூட்டப்பட்ட வீடுகளில்தான் வசித்து வந்தனர். துபாயின் கடல் எண்ணெய்த் தளங்கள் பம்ப் செய்து கொண்டிருந்தன. அப்பொழுது துபாயில் அதிக ஹோட்டல்கள் இல்லை. சிகாகோ பீச் ஹோட்டல் என்றொரு முக்கியமான சுற்றுலா விடுதி இருந்தது. அதைப் பற்றி முன்பே பார்த்திருக்கிறோம்.

1990களில் இருந்து எண்ணெய் அல்லாத வெளிநாட்டு முதலீட்டை ஈர்ப்பது மற்றும் உள்நாட்டுப் பொருளாதாரத்தை உயர்த்துவது ஆகியவை மிக முக்கியமான வேலைகளாக இருந்தன. குவைத் சிட்டி, பஹ்ரைன் அல்லது தோஹாவை விட துபாய் கொஞ்சம் வித்தியாசமாக இருப்பதை வெளிநாட்டவர்கள் கவனித்தார்கள்.

ஈரான் - ஈராக் போர், ஒரு மில்லியன் மக்களின் உயிரைக் காவு வாங்கியிருந்தது. சேதமடைந்த கப்பலகள் சீரமைப்புக்காகத் துபாய்க்கு வர ஆரம்பித்தன. இருந்தாலும் துபாயின் பொருளாதாரம் மந்தமாகவே இருந்தது. அதுமட்டுமின்றி போர்க் காலத்தில் விமான நிலையத்தின் வியாபாரம் சொல்லிக்கொள்ளுமாறு இருக்கவில்லை. பரபரப்பாக இருந்த ஜெபல் அலி துறைமுகம் மௌனமாக இருந்தது. ஷேக் முகமதுவின் நண்பர் சுல்தான் பின் சுலேயம் துறைமுகத்தை நிர்வகித்து வந்தார்.

1950களில் இருந்து 1980கள் வரை துபாய் ஆமை வேகத்தில் வளர்ந்தது. 1979இல் உயர்ந்த எண்ணெய் விலை மந்தமான நிலைக்கு இழுத்துச் சென்றது. ஷேக் ராஷித்தின் உடல்நிலை சரியில்லாமல் போன சமயத்தில் ஷேக் முஹம்மது நகரத்தின் அன்றாட விவகாரங்களில் பெரும்பகுதியைப் பார்த்துக் கொண்டார்.

அவருக்குக் கீழ் நகரின் விமான நிலையம் மற்றும் சுற்றுலாத் துறை ஆகியவை இருந்தன. ஷேக் ராஷித் இறந்தபோது முகமது, நகரத்தின் நிர்வாகத்தின் பெரும்பகுதியை எடுத்துக் கொண்டார். அதை அதிகாரபூர்வ ஆட்சியாளரான அவரது மூத்த சகோதரர் மக்தூம் மகிழ்ச்சியுடன் ஒப்படைத்தார்.

2006–ஆம் ஆண்டு எமிரேட்டின் ஆட்சியாளராக வரும் வரை துபாயின் பட்டத்து இளவரசராக இருந்த ஷேக் முகமது துபாயின் அடுத்த கட்ட வளர்ச்சியை வழிநடத்தி வந்தார். ஷேக் முஹம்மது தனது ‘மை விஷன்’ புத்தகத்தில் விவரித்தபடி, துபாயை ஒரு விடுமுறை இடமாக மாற்றும் கனவைப் பற்றிப் பேசியுள்ளார்.

1980–களின் நடுப்பகுதியில், வளைகுடா அரபு அரசாங்க அதிகாரிகளின் கூட்டத்தில் அவர் கலந்துகொண்டார். பாலஸ்தீனத்திலும் ஈரானிலும் ஏற்பட்ட நெருக்கடிகள் பற்றி ஆலோசித்த கூட்டத்தில் ஷேக் முஹம்மது கலந்துகொண்டார். ஆனால் அங்கு நடந்த கூட்டம் அவருக்கு சுவாரசியமாக இருக்கவில்லை. இளம் ஷேக் சட்டென்று பேச்சை மாற்றி மஜ்லிஸ் மக்களிடம் தன் கனவைப் பற்றிப் பேச ஆரம்பித்தார்.

“துபாயை, உலகம் முழுவதிலுமிருந்து வரும் மக்களைக் கவரும் வகையில், சுற்றுலாத் தலமாக நாம் ஏன் மேம்படுத்த முயற்சிக்கக் கூடாது?” இந்தக் கேள்விக்கு யாரும் பெரிதாக அலட்டிக் கொள்ளவில்லை. ஷேக் முகமது கேள்வியை மீண்டும் கேட்டபோது, அவர்களில் ஒருவர், “சுற்றுலாத்தலமாக மாற்ற துபாயில் என்ன இருக்கிறது? ஈரப்பதம், சிவப்பு வெயில், எரியும் மணல் மற்றும் தரிசுப் பாலைவனம் தவிர வேறொன்றுமில்லையே” என்று வெடுக்கெனப் பதில் சொல்லியிருக்கிறார். ஷேக் கூட்டத்திலிருந்து சட்டென்று வெளியேறினார். அன்று அவரை எதிர்த்த மக்கள் இன்று துபாயைப் பார்த்தால் ஷேக் முஹம்மதுவை எண்ணி பிரமித்திருப்பார்கள்.

துபாயை ஒரு விடுமுறை இடமாக மாற்றுவது துபாயின் வளர்ச்சியின் இரண்டாம் கட்டத்தின் முதல் படியாக இருந்தது. ஷேக் ராஷித் ஆரம்பித்து வைத்த திட்டம் அவரின் மூன்றாவது மகனின் கனவு மூலம் நிறைவேறத் தேவையான வேலை நடக்க ஆரம்பித்திருந்தது.

ஷேக் முகமதுவின் சுற்றுலாத் திட்டத்தின் வெற்றி, அவரது இரு மூத்த சகோதரர்களுக்குப் பலத்தை அளித்தது. ஷேக் முகமது, அவரது தந்தையைப் போலவே, நேரத்தைக் கையாள்வதில் அசாத்தியமான திறமையால் ஆசீர்வதிக்கப்பட்டவராக இருக்கிறார்.

1980களில், ஐரோப்பியர்கள் கண்டத்தின் குளிர்கால இருளில் இருந்து தப்பிக்க அதிக தூரம் பறந்துகொண்டிருந்தனர். அவர்களின் தேவைகள் எளிமையானவை. சூடான சூரியன், ஒரு லவுஞ்ச் நாற்காலி மற்றும் குளிர் பீர். டூர் ஏஜெண்ட்கள் அவர்களை ஸ்பெயின், கிரீஸ் அல்லது வட ஆப்பிரிக்காவிற்குப் பறக்கவிட்டனர். அந்த இடங்களைவிட துபாயில் வெயில் மற்றும் வெப்பம் அதிகம். இந்த நகரத்தில் ஆண்டுக்கு சுமார் முந்நூற்றி ஐம்பது நாட்கள் வெயில் மட்டுமே இருந்தது.

வெயிலை வீணாக்காமல் அதையும் முதலீடாகப் பார்த்தார் ஷேக். வல்லவனுக்குப் புல்லும் ஆயுதம் என்பது போல சூரியனைச் சுழற்றி, கனவுக்கு உபயோகித்துக் கொண்டார்.

துபாயில் நாற்பது மைல் நீளத்திற்கு அருமையானதொரு கடற்கரை இருந்தது. மேலும் துபாய நிறைய பீரைக் கையிருப்பில் வைத்திருந்தார்கள். ‘பீரா?’ என்று யாரும் ஜெர்க்காக வேண்டாம். ‘இஸ்லாமிய நாட்டில் எப்படி? அதுவும் அந்தக் காலத்தில்’ என்று கேள்விகள் வருவது வாஸ்தவம்தான். ஷேக்கின் வழி தனிவழியாக இருந்தது. வளைகுடாவில் இருக்கும் சவுதி அரேபியாவிலோ அல்லது குவைத்திலோ மதுபானம் தடைசெய்யப்பட்டு இருந்தது. எட்டிப் பார்க்கும் தொலைவில் இருக்கும் ஷார்ஜாவில்கூடத் தடா இருந்தது.

துபாயில் நடுத்தர அளவிலான சர்வதேச விமான நிலையமும் இருந்தது. ஷேக் ரஷீதின் "ஓபன் ஸ்கைஸ்" கொள்கை எந்த ஒரு விமானத்தையும் தடையின்றிப் பறக்க அனுமதித்தது. விமான நிலையத்திற்கு ஒரு வரியில்லாத் துறைமுக உணர்வை அளித்தது.

ஷேக் முகமது 1980களின் முற்பகுதியில் விமான நிலையத்தை மேம்படுத்தினார். மேலும் இது ஐரோப்பாவிற்கும் ஆசியாவிற்கும் இடையே எரிபொருள் நிரப்பும் நிறுத்தமாக மாறியது. நகரத்திற்குத் தேவையான பெரும்பாலான சுற்றுலா உள்கட்டமைப்புகள் ஏற்கெனவே இருந்தன.

இன்று ஷேக் ஜாயீத் சாலையின் இருபுறமும் வானளாவிய கட்டடங்கள் வரிசையாக நின்றுகொண்டிருக்கின்றன. உலகத்தரம் வாய்ந்த பல ஹோட்டல்களும் அவற்றில் அடக்கம். ஆனால் 1985களில் துபாயில் ஹோட்டல்கள் எதுவும் இல்லை என்பது ஆச்சர்யமாகத்தான் இருக்கிறது. வணிகம் சார்ந்து யாராவது வருகை தந்தால், அழைத்தவர் வீட்டில் தங்க வைத்தார்கள். வருகை தருவது உயர் அதிகாரியாக இருந்தால், பிரிட்டிஷ் ஏஜெண்ட்டின் வீட்டில் வாசம். கீழ் வளைகுடாவில் ஒரே ஒரு ஹோட்டல் ஷார்ஜாவில் இருந்தது. 1930களில் ஷார்ஜா விமானத் தளம் கட்டப்பட்ட சிறிது காலத்திலேயே அது திறக்கப்பட்டது. இம்பீரியல் ஏர்வேஸ் என்ற விமான நிறுவனம் அதன் பணியாளர்கள் சரியாகத் தூங்க வேண்டும் என்று வலியுறுத்தியதால், ஏர் கண்டிஷனிங் கொண்ட முதல் கட்டடமாக அது மாறியது.

ஷார்ஜா ஃபோர்ட் ஹோட்டல் என்று பொதுவாகக் குறிப்பிடப்படுகிறது மற்றும் இண்டர்நேஷனல் ஏராடியோ லிமிடெட் மூலம் நிறுவனம் நிர்வகிக்கப்பட்டது. புதிதாக திறக்கப்பட்ட துபாய் இன்டர்நேஷனலுக்கு ஆதரவாக அல்-ரஷித்யாவில் முப்பத்தைந்து அறைகள் கொண்ட ஏர்லைன்ஸ் ஹோட்டல் திறக்கப்பட்டது. அதுவரை பஹ்ரைனில் மட்டுமே ஆடம்பரமான ஹோட்டல் இருந்தது. இப்படியாக ஆரம்பித்தது ஹோட்டல் வரலாறு. பர் துபாயில் மிகப் பிரம்மாண்டமான 45 அறைகள் கொண்ட அம்பாசிடர் ஹோட்டலைக் கட்டியது. விருந்துகளை நடத்தவும் துபாயின் மிகவும் புகழ்பெற்ற விருந்தினர்களைப் பெறவும் பயன்படுத்தப்பட்டது.

அடுத்த தசாப்தத்தில் வெளிநாட்டுச் சங்கிலிகள் நகரத் தொடங்கின. ஷெரட்டன் மற்றும் இன்டர்கான்டினென்டல் குழுக்கள் இரண்டும் க்ரீக்கின் டெய்ரா பக்கத்தில் பெரிய ஐந்து நட்சத்திர ஹோட்டல்களைக் கட்டத் தேர்ந்தெடுத்தார்க்ள். 1990களில் ஆண்டுக்கு ஆறு லட்சம் பார்வையாளர்கள் துபாயின்

எழுபது அல்லது அதற்கு மேற்பட்ட ஹோட்டல்களில் தங்கியிருந்தனர், பெரும்பாலானோர் நான்கு மற்றும் ஐந்து நட்சத்திர வணிக ஹோட்டல்களைப் பயன்படுத்தினர். சுற்றுலா சூடு பிடிக்க ஆரம்பித்த பின் 1992 முதல், புதிதாக நிறுவப்பட்ட துபாய் சுற்றுலா மேம்பாட்டு வாரியத்துடன் துபாய் வர்த்தக சந்தைப்படுத்தல் துறையுடன் ஒருங்கிணைக்கப்பட்டது. சர்வதேச விளம்பரங்களில் கவனம் செலுத்தி, துபாயை வணிக மையமாக நிலைநிறுத்துவதை சாத்தியப்படுத்தியது. இதில் முக்கியப் பங்கு எமிரேட் ஏர்லைன்ஸுக்கும் உண்டு.

காலித் அஹ்மத் பின் சுலைமானின் வழிகாட்டுதலின் கீழ், பிரிட்டன், பிரான்ஸ், அமெரிக்கா, இந்தியா மற்றும் தென்னாப்பிரிக்கா ஆகிய நாடுகளில் நிறுவப்பட்ட அலுவலகங்களுடன், புதிய 'டெஸ்டிநேஷன் துபாய்' என்ற விளம்பரம் சுற்றுலாத் துறையை முன்னுக்குத் தள்ளியது.

சூரியனைத் தேடும் சுற்றுலாப் பயணிகளுக்காக 1995களில் துபாயின் நாற்பத்தைந்து அறைகள் கொண்ட புதிய ரிசார்ட் ஹோட்டல்கள் கட்டப்பட்டன. ஆண்டுக்கு 1.3 மில்லியனுக்கும் அதிகமான பார்வையாளர்கள் இருமடங்காக அதிகரித்தனர். 1990களின் பிற்பகுதியில் துபாய், உலகின் மிக ஆடம்பரமான ஹோட்டல் திட்டங்களில் முதலீடு செய்து சர்வதேச உயர்நிலை சுற்றுலாச் சந்தையில் நுழைந்தது.

ஷேக் முஹம்மது பின் ரஷீத் அல்-மக்தூம் ஜுமைரா இன்டர்நேஷனல் குழுவை நிறுவியதன் மூலம், துபாயின் மேற்கில் உள்ள ஆடம்பரமான ஜுமேரா பீச் ஹோட்டலின் வேலையைத் தொடங்கியது. கிட்டத்தட்ட அறுநூறு அறைகள் கொண்ட அந்த ஓட்டல் அலை வடிவமைப்பில் இருக்கிறது. ஹோட்டல் 1997-இல் திறக்கப்பட்டது மற்றும் இரண்டு ஆண்டுகளுக்குப் பிறகு குழுவின் இன்னும் பெரிய திட்டம் முடிவடையும் வரை எமிரேட்டின் முதன்மை ஹாட்ஸ்பாட் ஆக இருந்தது.

ஜுமேரா கடற்கரை ஹோட்டலுக்கு அருகில் மனிதனால் உருவாக்கப்பட்ட ஒரு சிறிய தீவில் கட்டப்பட்ட, பாய்மர வடிவிலான புர்ஜ் அல்-அரப் 1999-ஆம் ஆண்டில் உலகின் முதல் ஏழு நட்சத்திர ஹோட்டலாக மாறியது. இதற்குப் பெரிய முதலீடு தேவைப்பட்டாலும், கணிசமான நஷ்டத்தை ஏற்படுத்தியிருந்தது.

ஆனால், அது துபாயின் முக்கியமான அடையாளமாகவும் உலக்த்தின் முதல் ஏழு நட்சத்திர ஹோட்டல் என்ற அந்தஸ்துக்கு முன் சிறிய விலையாகவும் பார்க்கப்படுகிறது. 2000களில், ஒவ்வோராண்டும் 3.4 மில்லியன் சுற்றுலாப் பயணிகள் துபாய்க்கு வரத்தொடங்கினார்கள்.

2007-இல் துபாய்க்கு வந்த சுற்றுலாப் பயணிகளின் எண்ணிக்கை கிட்டத்தட்ட 6.5 மில்லியனாக இருந்தது. 2023ல் துபாய்க்கு 14.36 மில்லியன் சர்வதேசப் பார்வையாளர்கள் வருகை தருகிறார்கள். துபாயின் பொருளாதாரம் மற்றும் சுற்றுலாத் துறையின் அண்மைத் தரவுகளின்படி, 2022-இல் துபாய்க்கு 14.36 மில்லியன் சர்வதேசப் பார்வையாளர்கள் ஒரே இரவில் வந்திருக்கிறார்கள். அதற்குக் காரணம் கோவிட் முடிந்து அடைபட்ட அனைவரும் வெளியே வரத் தொடங்கியிருந்தார்கள். இப்படி மளமளவென்று வளர்ந்த சுற்றுலாத் துறையானது ஹோட்டல்கள் மற்றும் கடற்கரைகளை மட்டுமே நம்பியிருக்கவில்லை.

துபாய் சுற்றுலாவை மேன்மேலும் வளர்ச்சி பாதையில் கொண்டு செல்லப் பல வடிவங்களில், பல வண்ணங்களில் திட்டங்கள் தீட்டப்பட்டன. துபாயை பிராந்தியத்தின் வணிகத் தலைநகராக மட்டுமின்றி, அதன் பொழுதுபோக்கு மையமாகவும் மாற்ற பல ஓய்வு மற்றும் பொழுதுபோக்கு சார்ந்த முயற்சிகள் தொடங்கப்பட்டன. மீண்டும், ஹோட்டல்களின் எண்ணிக்கையில் விரைவான உயர்வு போலவே, இந்தத் துறையும் கடந்த சில தசாப்தங்களாக அடையாளம் காண முடியாத அளவிற்கு வளர்ந்துள்ளது.

1960களில் துபாயில் சில பொழுதுபோக்கு நிலையங்கள் இருந்தன, சில உணவகங்கள் (இந்தியரால் நடத்தப்படும் சீன உணவகம் உட்பட) மற்றும் இந்தித் திரைப்படங்களை திரையிடும் இரண்டு திரையரங்குகள் ஆகியவை மட்டுமே இருந்தன. இன்று துபாயைச் சுற்றிப் பார்க்க உலகத்தின் பல மூலை முடுக்குகளிலிருந்தும் ஏராளமான சுற்றுலாப் பயணிகள் வருகை தருகிறர்கள். குடும்பங்கள் குதூகலிக்க ஆண்டு முழுவதும் புதுமையான பல திட்டங்கள் வந்தவண்ணம் உள்ளன.

ஜுராசிக் பார்க் படத்தில் வரும் ஒவ்வொருவிதமான டைனோசர்களை வடிவமைத்து அதன் சரித்திரத் தகவல்களுடன் கூடிய ஜுராசிக் பார்க் பயணிகளின் கவனத்தை ஈர்க்கிறது.

முக்கியமாக டைனோசர்களின் சத்தத்தைக் கேட்கும் குழந்தைகளின்முன் ஜுராசிக் பார்க் உயிர்ப்புடன் இருக்கிறது.

இன்று துபாயில் தடுக்கி விழும் இடங்களெல்லாம் சுற்றுலா இடங்களாகக் காட்சியளிக்கின்றன. வெயிலை வீணாக்காமல் வெளிநாட்டவரை ஈர்த்ததுபோல் பாலைவனத்தையும் சுற்றுலாவிற்குப் பலமாக மாற்றிக்கொண்டார்கள். துபாய் வரும் யாரும் டெஸர்ட் ஸபாரி போகாமல் அவர்கள் சுற்றுலா முழுமையாக முடியாது என்ற அளவிற்கு முக்கியத்துவம் பெற்றிருக்கிறது. ஓர் இரவு பாலைவனத்தில் தங்கி பெடூயின் பாரம்பரிய உணவுகள் உண்டு, ஒட்டகச் சவாரி செய்து, பெல்லி டான்ஸ் என்ற நடனமும் பார்த்து வரலாம்.

துபாய் வருடாந்திர ஷாப்பிங் திருவிழாவை *(DSF- Dubai Shopping Festival)* நடத்துவதிலும் முதலீடு செய்கிறது. அந்தத் திருவிழா நேரத்தில் நாம் வாங்க வேண்டும் என்று ஆசைப்பட்டிருக்கும் பல பொருள்கள் குறைந்த விலைக்கு ஆஃபரில் கிடைக்கும்.

துபாய் ஷாப்பிங் திருவிழாவின் ஒரு பகுதியாக 1996 இல் குளோபல் வில்லேஜ் தொடங்கியது. முதல் சீசனில், சுமார் 500,000 பேர் அதைப் பார்வையிட்டனர். ஒரே இடத்தில் உணவு, கொண்டாட்டம், ஷாப்பிங் எல்லாம் இருக்கும். நன்கு பொழுதுபோக்கிவிட்டு வரலாம். நூறு நாடுகளிலிருந்து வணிகர்கள், கலைஞர்கள், உணவகங்கள் கடை போட்டிருப்பார்கள். 2022-ஆம் ஆண்டு மட்டும் இங்கு வந்த பார்வையாளர்களின் எண்ணிக்கை ஆறு மில்லியன். ஆறு மில்லியனும் அமீரகவாசிகள் என்று முடிவு செய்துவிட வேண்டாம்.

சுற்றுலாவாசிகளைக் கவரும் இடங்கள் ஏராளம். மிராக்கல் கார்டன். 2013-ஆம் ஆண்டு காதலர் தினத்தில் ஐம்பது மில்லியன் பூக்களும், இருநூற்று ஐம்பது வகையான செடிகளையும் கொண்டு ஆரம்பிக்கப்பட்ட இடம். அங்கிருக்கும் பூ அலங்காரங்கள் பார்வையாளர்களைத் திக்குமுக்காடச் செய்துவிடும். மூன்று விதமான கின்னஸ் அதிசயங்களில் இடம் பெற்றுள்ளது.

அங்கிருந்து எட்டிப் பார்த்தால் பட்டர்ஃப்ளை கார்டன். அங்கு பூக்கள் என்றால் இங்கு வண்ணத்துப்பூச்சிகள். விதவிதமான வண்ணங்களிலும் வடிவங்களிலும் வண்ணத்துப்பூச்சிகள் மனங்களைக் கொள்ளைகொள்ளும்.

துபாய் அதன் பெயரில் பல சுவாரஸ்யமான உலக சாதனைகளைக் கொண்டுள்ளது. அவையனைத்தும் மிகவும் தனித்துவமானவை. அவற்றில் ஒன்றுதான் நகரத்தின் வளர்ச்சியின் அடையாளங்களில் ஒன்றாகக் கருதப்படும் புர்ஜ் கலீஃபா. இந்தப் பிரம்மாண்டத்தின் விதை துபாயின் ஆட்சியாளர் ஷேக் முகமது பின் ரஷீத் அல் மக்தூமின் சிந்தனையில் உருவானது. துபாயை உலகின் முக்கிய சுற்றுலாத் தலமாக மாற்றும் முயற்சியில், அசாதாரணமான ஒன்றை உருவாக்க விரும்பினார் ஷேக்.

பாலைவன மண்ணில் உலகத்தின் மிக உயர்ந்த கட்டடம் கட்டுவது லேசுப்பட்ட காரியமில்லை. அதற்காக உலகத்தின் பல இடங்களிலிருந்து நிபுணர்கள் வந்து ஷேக் ஆலோசனைக் குழுவில் இணைந்தார்கள். உலகின் மிகவும் மதிப்புமிக்க மற்றும் புகழ்பெற்ற பல கட்டடங்களுக்கு மத்தியில் கடுமையான போட்டிக்குப் பிறகு, பூமியில் இந்த மைல்கல்லை உருவாக்கும் பெருமையை சிகாகோ அலுவலகமான *Skidmore, Owings & Merrill LLP (SOM)*, மற்ற கூட்டாளிகளான அட்ரியன் ஸ்மித் *FAIA, RIBA*, ஆலோசனையுடன் வடிவமைத்தது.

வடிவமைப்பு காகிதத்தில் இருந்தாலும், அதன் நிலைத்தன்மை, மற்றும் பாதுகாப்பை உறுதி செய்வதற்காக விரிவான மதிப்பாய்வுகளை மேற்கொண்டது. இஸ்லாமியக் கட்டமைப்பின் வடிவமைப்பு அமைப்புகளால் ஈர்க்கப்பட்டு, கட்டடத்தின் உள்ளே அதிகபட்ச இயற்கைச் சூரிய ஒளியை அனுமதிக்க *Y* வடிவ வடிவமைப்பு பயன்படுத்தப்பட்டது.

அனைத்துத் திட்டமிடல்களும் ஆலோசனைகளும் முடிந்து ஒருவழியாக ஜனவரி *2004*-இல் வேலை தொடங்கியது. தூண் கட்டுமானம் கிட்டத்தட்ட *3* ஆண்டுகள் நீடித்தது. மே *2007*-இல், கட்டடத்தின் வெளிப்புற உறைப்பூச்சு *380*க்கும் மேற்பட்ட மிகவும் திறமையான ஆன்-சைட் தொழில்நுட்ப வல்லுநர்கள் மற்றும் பொறியாளர்களின் உதவியுடன் தொடங்கப்பட்டது.

ஆரம்பத்தில், வானுயர்ந்த கோபுரம் புர்ஜ் துபாய் என்று அழைக்கப்பட்டது. *2010* ஆம் ஆண்டு அதிகாரபூர்வமாகத் திறக்கப்படுவதற்குச் சற்று முன்பு, அபுதாபியின் ஆட்சியாளரும் ஐக்கிய அரபு எமிரேட்ஸின் ஜனாதிபதியுமான கலீஃபா பின் ஜாயீத் அல் அவர்களின் நினைவாக புர்ஜ் கலீஃபா என மாற்றப்பட்டது.

உலகின் மிக உயரமான கட்டடம்! ஈபிள் கோபுரத்தின் உயரத்தை விட மூன்று மடங்கு மற்றும் நயாகரா நீர்வீழ்ச்சியின் உயரத்தை விட 15 மடங்கு உயரம் கொண்டது புர்ஜ் கலீஃபா. 2716.5 அடி உயரம் கொண்டது. உலகின் மிக உயரமான கட்டடம் என்பது மட்டுமல்ல, மிகச் சுதந்திரமான கட்டமைப்பின் சாதனையையும் கொண்டுள்ளது. இதைப் பற்றி இன்னும் விரிவாகப் பின்னர் பார்ப்போம்.

புர்ஜ் கலீஃபா பக்கத்தில் மிக பிரம்மாண்டமான துபாய் மால் உள்ளது. துபாய் மால் உலகின் மிகப்பெரிய வணிக வளாகமாக விளங்குகிறது. அதன் அதிநவீன வடிவமைப்பில் 502,000 சதுர மீட்டர் பரப்பளவில் 1200 கடைகள் உள்ளன.

உள்கட்டமைப்பு தனித்துவமான வேலைப்பாடுகள் கொண்டது. கடைகள் மட்டுமல்ல... உள்ளே இருநூற்று ஐம்பது அறைகள் கொண்ட சொகுசு ஹோட்டல் உள்ளது. இருநூற்றி இருபது உணவகங்கள் மற்றும் கஃபேக்கள் உள்ளன. உள்ளே போனால் ஆச்சரியமும் பிரமிப்பும் தரும் உயிரியல் பூங்கா நீருக்கடியில் உள்ளது. இருபத்தி இரண்டு சினிமாத் தியேட்டர்கள் உலகத்தரத்தில் படங்களை வெளியிடுகின்றன.

ஒரே இடத்தில் இரண்டு பிரம்மாண்டத்தைப் பார்த்து அதே சாலையில் இருக்கும் ஃபியூசர் மியூசியம் பற்றியும் பார்த்துவிடலாம். அருங்காட்சியகம் 2022-ஆம் ஆண்டு திறக்கப்பட்டது. அருங்காட்சியகத்தின் குறிக்கோள் 'எதிர்காலத்தைப் பாருங்கள், எதிர்காலத்தை உருவாக்குங்கள்.' என்ற நோக்கத்தின் அடிப்படையில் உருவாக்கப்பட்டுள்ளது. இது பார்வையாளர்களுக்கு எதிர்காலத்துடன் தொடர்புகொள்வதற்கான வாய்ப்பை வழங்கும். உலகளவில் பல அறிவியல் அருங்காட்சியகங்கள் இருந்தாலும், எதிர்கால அருங்காட்சியகம் அனைத்திலும் இருந்து மிகவும் வித்தியாசமாக இருக்கும். அதிவேக அனுபவத்தை உறுதி செய்வதற்கான அதிநவீன தொழில்நுட்பத்தைக் கொண்டுள்ளது. சுருக்கமாகச் சொன்னால், அதிவேகமாக வளர்ந்து வரும் தொழில் நுட்பத்தை இங்கிருந்து கணித்துவிடலாம்.

துபாயில் என்ன இருக்கிறது என்று இளம் ஷேக்கை பார்த்துக் கேட்ட மஜ்லிஸ் மக்களுக்குத் தோன்றாத கனவு ஷேக் முஹம்மதுக்கு வந்தது. அவர் ஒவ்வொரு கனவையும் பல எதிர்ப்புகளைத் தாண்டி

அடைகாத்து செய்து முடித்து வருகிறார். அதற்குச் சாட்சியாக இருக்கிறது இன்றைய துபாய். கோவிடுக்கு முன் கோவிடுக்கு பின் என்று இந்த நூற்றாண்டை நாம் அனைவரும் பிரித்துப் பார்க்கும் அளவு பல மாற்றங்களைப் பார்த்துள்ளோம். துபாயும் விதி விலக்கில்லை. சுற்றுலாவிற்குப் பெயர் போன துபாயும் ஸ்தம்பித்துப் போய்த்தான் நின்றது. துபாய் எக்ஸ்போ 2020 கோவிடுக்குப் பின் எப்படி நடந்தது, சுற்றுலாத் துறை எப்படி விஸ்வரூபம் எடுத்தது என்பதை ஒற்றைவரியில் சொல்லிக் கடந்துவிட முடியாது. அதுவும் விரிவாகச் சொல்லப்பட வேண்டிய விஷயம்.

இந்த அத்தியாயத்தை முடிக்கும் முன் 2022 ஆம் ஆண்டு கத்தாரில் நடந்த பிஃபா உலகக் கோப்பையைப் பார்க்கலாம். துபாய் சுற்றுலா பற்றிப் பார்க்கும்போது கத்தார் எதற்கு என்பதற்கான காரணம் படிக்கும் போது புரிந்துவிடும்.

ஒவ்வோராண்டும் வளைகுடா மக்கள் குளிர்காலத்தை எதிர்நோக்கிக் காத்துக்கொண்டிருப்பார்கள். அதிலும் நவம்பர், டிசம்பர் மாதம் என்றால் குதூகலம்தான். கத்தார் சரியாக 2022-ஆம் ஆண்டு நவம்பர், டிசம்பர் மாதத்தில் உலகக் கால்பந்துப் போட்டியை நடத்தியது. கத்தார் நாடு என்பது பரப்பளவில் மிகச் சிறிய நாடு. உலகக் கோப்பை என்றால் எத்தனை மக்கள் வந்திருப்பார்கள்? இந்த நிகழ்வு துபாய்க்குச் சாதகமாக அமைந்தது. வந்தவர்கள் விளையாட்டைப் பார்த்துவிட்டு விமானம் ஏறி ஒருமணி நேரத்தில் துபாய் வந்துவிட்டார்கள். கத்தார் வந்து ஐக்கிய அமீரகம் பார்க்கவில்லை என்றால் எப்படி? அதிலும் துபாய். அந்த ஆண்டின் சுற்றுலா வருவாய் ஐந்து பில்லியன் டாலரைத் தாண்டியது.

ஹோட்டல் விருந்தினர்களின் மொத்த எண்ணிக்கை பன்னிரண்டு மில்லியனை எட்டியது. அதாவது நாற்பத்திரண்டு சதவீதம் அதிகரித்து இருந்தது. தொற்றுநோய்க்கு முந்தைய 840 பில்லியன் திர்ஹாம்களுடன் ஒப்பிடும்போது, இந்த ஆண்டு பொருளாதார வளர்ச்சி 22 சதவீதத்தைத் தாண்டியது. வர்த்தகம் ஒரு டிரில்லியன் திர்ஹாம்களுக்கு ($272 பில்லியன்) அதிகரித்தது என்றும் அப்பொழுது மஜ்லிஸ் கூட்டத்தில் ஷேக் முகமது கூறினார்.

25. ரியல் எஸ்டேட்

ஆயில் ஜீபூம்பாவை முழுதாக நம்பினால் தலைக்கு முக்காடுதான் என்பது யாருக்குத் தெரிந்ததோ இல்லையோ ஷேக்கிற்குத் தெரிந்திருந்தது. வெள்ளை எண்ணெய் இருக்கும் அஜர்பாஜன் நிலை என்ன என்பது வரலாற்று விசிறிகளுக்குத் தெரிந்திருக்கும். திரும்பும் இடமெல்லாம் எண்ணெய். ஆனால் வளராமலே போனது. துபாயில் கிடைத்திருப்பதோ அதிர்ஷ்டம் சிந்திய சிறுதுளிகள் மட்டுமே. அவற்றை நம்பிச் சில முதலீடுகள் செய்யலாம். கண்டிப்பாக சவூதி ஷேக் போல் கால் மேல் கால் போட்டு உட்கார முடியாது. ஆனால் துபாய் ஷேக்குக்குப் பறக்க வேண்டும் துபாய் பறக்க வேண்டும். கனவை கண்டுவிட்டு அவர் கண் மூடவில்லை. இரவு பகல் பாராமல் திட்டங்களைத் தீட்டினார். அவர் குழுவும் ‘எல்லாவற்றுக்கும் நாங்க ரெடி’ என்று செயலில் குதித்தது. ஷேக்கின் கனவும் மக்களின் உழைப்பும் வீண்போகவில்லை. சுற்றுலாத் துறை சூடுபிடித்தது. வணிகம், முதலீடு எல்லாம் ஜெட் வேகத்தில் போய்க்கொண்டிருந்தன.

வெளிநாட்டவர்கள் வேலைக்கும் முதலீடுகளுக்கும் துபாய் வர ஆரம்பித்தார்கள். விமானங்களில் எப்பொழுதும் புக்கிங் ஃபுல் ஆனது. வந்தவர்கள் எவ்வளவு பெரிய ஆளானாலும் வாடகைக்கு இருந்துவிட்டுப் போய்விடத்தான் வேண்டும். காரணம்... அமீரகவாசிகளுக்கே துபாய் மண் சொந்தம். அந்தச் சட்டம்

அங்கு மட்டுமில்லை... கீழ் வளைகுடா முழுக்க அதே சித்தாந்தம் தான். அரசு குடும்பம் ஏக்கர் ஏக்கராக... இல்லையில்லை, கண்ணுக்கெட்டும் தூரம் வரை இந்தப் பாலைவனத்தை மக்களுக்குத் தானம் தருகிறோம் என்று சொல்லிவிடுவார்கள். மக்கள் அங்கு வில்லா கட்டி வாழ்வார்கள். அவர்களுக்கு மின்சார வரியோ, வீட்டு வரியோ, தண்ணீ வரியோ கிடையாது. 1990-ஆம் ஆண்டு வரை துபாயில் ரியல் எஸ்டேட் என்ற சொல் பிறக்கவே இல்லை.

1997-ஆம் ஆண்டு ஷேக் முகமது வித்தியாசமாகவும் தொலை நோக்குப் பார்வையுடனும் ஓர் அறிவிப்பு செய்தார். வெளிநாட்டவர்களின் திறமை மட்டும் இல்லை, அவர்கள் குடும்பங்களும் வரவேண்டும். உங்களுக்கு வேண்டிய சகல வசதிகளும் நாங்கள் செய்து தருகிறோம். என்பதுதான். அதாவது, வீடு வாங்க வேண்டுமா? சொகுசு வேண்டுமா? நாங்க கேரண்டி. அவ்வளவே...

துபாயில் ஒரு பிடிப் பாலைவன மணல் கிடைக்காதா என்று ஏங்கிக்கொண்டிருந்தவர்கள் எல்லாம் படை எடுத்து வந்தார்கள். ஷேக்கின் கனவு நிஜமாகிக்கொண்டிருந்தது. திட்டங்கள் தீட்டப்பட்டன. இமார் நிறுவனம் களத்தில் குதித்தார்கள். யார் அந்த இமார்? இன்று உலகின் மூலை முடுக்கெல்லாம் கட்டுமானத் துறையில் பெயர் சொல்லும் இடத்தில் இருப்பவர்கள். அவர்களின் தொடக்கம் அன்றுதான். அந்த நிறுவனத்தின் தலைவராக அல் அபாரு இருந்தார். இன்றும் அதே இடத்தில் சிம்மாசனம் போட்டு உட்கார்ந்திருக்கிறார். துபாய் ரியல் எஸ்டேட் உருவாக அவர் சிங்கையில் வேலை செய்த அனுபவம் மிகவும் உதவியது.

ஷேக் முகமதுவின் ஓட்டத்திற்கு ஈடு கொடுக்கும் சக்தி அல் அபாருக்கு இருந்தது. ரியல் எஸ்டேட் என்ற துறையை உருவாக்கினார்கள். அதற்குத் தடையாக மனிதனோ சட்டமோ யார் இருந்தாலும் தூக்கிவிட வேண்டும் என்று ஷேக் முடிவு செய்தார். நல்ல வேளை... மனிதர்கள் நடுவில் வரவில்லை. ஆனால் சட்டம் வந்தது. சட்டத்தை மாற்ற வேண்டும் என்று உயர்மட்டக் குழுவுடன் ஆலோசித்தார். தீர்வு கிடைத்தது. அதுவரை வளைகுடாவில் யாரும் செய்ய யோசிக்காததைச் செய்தார். வெளிநாட்டவர்கள் வீடு வாங்கினால் அவர்கள் ஆயுள் முழுக்க சொந்தம் கொண்டாடலாம்.

குழப்பமாகச் சொல்லிவிட்டேனோ? தொண்ணூற்று ஒன்பது வருட லீஸ். அதற்குப் பின் என்ன என்று கவலை வேண்டாம் என்றும் அறிவித்தார்கள். மிகச் சிறிய கட்டணம் செலுத்துவதன் மூலம் அது நீடிக்கப்படும் என்று ஷேக் நம்பிக்கையளித்தார். ஷேக் கொடுத்த நம்பிக்கை இன்ஸ்டா ரீல் போல் நாலா பக்கமும் பரவியது. இமார் போட்ட ப்ளாட்கள் ஒரே நாளில் விற்றுத் தீர்ந்தன. சூட்டோடு சூடாக அடுத்த வேலை ஆரம்பமானது.

2000 ஆம் ஆண்டில், அல் அபார், பிரிட்டிஷ் கொலம்பியாவின் வான்கூவருக்குச் சென்றார். உலகின் புகழ் பெற்ற ரியல் எஸ்டேட் கண்காட்சியில் கலந்து கொண்டார். அங்குதான் ப்ராப்பர்ட்டி கன்சல்ட்டன்ட் ராபர்ட் லீயைச் சந்தித்தார். லீ, அல் அபாரை மிகவும் கவர்ந்தார். கவர்வதற்கு உயரமும் நிறமும் வேண்டுமா என்ன? திறமை இருந்தால் போதும்! திறமைகள் எங்கு இருந்தாலும் அப்படியே அலேக்காய்த் தூக்கிக் கொண்டு துபாய் வந்துவிட வேண்டும் என்பது ஷேக்கின் சொல்லப்படாத விதி. அப்படித்தான் லீ, துபாய் அல் அபாருடன் சேர்ந்து கட்டுமானத் திட்டங்களைத் தீட்ட ஆரம்பித்தார்.

கடலோரத்தில் செயற்கையாக ஒரு கால்வாய் கட்டினார்கள். கரைக்கு அந்தப் பக்கம் துபாய் மரினா என்று பெயர் வைத்தார்கள். குடியிருப்புக் கட்டடங்களின் உயரம் அதிகரித்தது. அந்த வீடுகளில் இருக்கும் பால்கனியில் நின்றால் போதும்... தினம் தினம் கடலை ஒவ்வொரு நொடியும் தரிசிக்க முடியும். அதுதான் துபாய் மரினா ஹைலைட். மீன் மார்க்கெட் போல் மக்கள் வசிக்கவும், முதலீடு செய்யவும் வரிசையில் நின்றார்கள்.

பாதி பேமண்ட் ப்ளான் எல்லாம் இப்போதுதான் நம்மூர்களில் வந்திருக்கிறது. இரண்டாயிரமாவது ஆண்டிலே கட்டடத்தைக் கட்டுவதற்கு முன் காசு வாங்கினார்கள். வாங்கின காசில் கட்டடம் கட்ட ஆரம்பித்தார்கள். இதனால் ரியல் எஸ்ட்டேட் சக்கைப் போடு போட ஆரம்பித்தது.

எல்லாவற்றுக்கும் மேலாக, இன்று மெரினாவில் இருநூறுக்கும் மேற்பட்ட வானளாவிய கட்டடங்கள் இருக்கின்றன. ஐந்து லட்சத்துக்கும் மேல் மக்கள் வசிக்கிறார்கள். குடியிருப்புகள் கதை இப்படி என்றால், வில்லாக்களின் கதை வேறாக இருந்தது.

2002-ஆம் ஆண்டில், ஆலோசகர் ஜெர்மி கெல்லி ஒரு ஆய்வை நடத்தினார். இந்த ஜெர்மி அவரது துறையில் ஒரு பெரிய ஜாம்பவான். இது போதும் இங்கு. அந்த ஆய்வில் உலகெங்கிலும் உள்ள ரியல் எஸ்டேட் நிறுவனங்களின் தகவல்கள் அலசப்பட்டன. ஆனால் அந்தப் பட்டியலில் துபாய் இல்லை. லிஸ்ட்டில் இல்லாவிட்டாலும் அது வளர்ந்து வரும் நட்சத்திரம் என்பதை அவர் உணர்ந்ததாக ஒரு பேட்டியில் கூறியிருக்கிறார்.

துபாயின் கவர்ச்சியானது தூசி, சத்தம் மற்றும் வியர்வையின் வெடிப்பில் பிறந்தது. புல்டோசர்கள் பாலைவனத்தைச் சமன் செய்தன. கிரேன்கள் வானுயர்ந்து வரிசையாக எங்கு பார்த்தாலும் நின்றன. இவையெல்லாம் சமிக்ஞையாக இருந்ததாக அவர் குறிப்பிட்டிருக்கிறார். 'துபாய் உலகத்தின் மையப் புள்ளிகளில் ஒன்றாக மாறும்', என்று மிகப்பெரிய உள்ளூர் ரியல் எஸ்டேட் நிறுவனமான பெட்டர் ஹோம்ஸின் கனடிய நிர்வாக இயக்குனர் ரியான் மஹோனி கூறியிருந்தார். ஏன் இவர்கள் கூறியதையெல்லாம் இங்கே அடிக்கோடிடுகிறேன் என்றால், துபாய் அப்படி இல்லாத நேரத்தில் இப்படிக் கணித்தவர்கள் இவர்கள்.

இருநூறு மில்லியன் செலவில் வில்லாக்களை உருவாக்கினார்கள். ஒவ்வொரு வில்லாவும் பிரம்மாண்டமாக இருந்தது. அமீரகவாசிகள் மட்டுமின்றி வெளிநாட்டவர்களும் வாங்கினார்கள்.

ஒரு காலத்தில் மான்களும் ஒட்டகங்களும் மேய்ந்த காய்ந்த பாலைவனம் பச்சைப்பசேல் என்று வில்லா கம்யூனிட்டியாக மாறியது. தி ஸ்பிரிங்ஸ், தி லேக்ஸ், எமிரேட்ஸ் ஹில்ஸ், அரேபியன் ராஞ்ச்ஸ், தி மெடோஸ், தி கிரீன்ஸ் என்று வில்லா கம்யூனிட்டி பெருகிக்கொண்டிருந்தது. இன்றும் துபாயின் ஏதோவொரு மூலையில் பாலைவனத்திற்கு நடுவில் பெரிய பெரிய கிரேன்கள் நின்றுகொண்டிருப்பதைக் காணலாம். எல்லாம் கட்டுமான வேலைகள் நடப்பதற்கான அடையாளம். உலகத்திலுள்ள இருபது சதவீத கிரேன்கள் துபாயின் வளர்ச்சியில் மும்முரமாக இருந்தன.

இமார் போல் துபாய் ஹோல்டிங் மற்றும் நக்கீல் நிறுவனங்களும் டெவலப்பராக மாறினார்கள். இமாரைப் போலவே இந்த நிறுவனங்களும் சிறப்பாகச் செயல்பட்டார்கள். இன்றும் செயல் வீரர்களாக இருக்கிறார்கள்.

2002-ஆம் ஆண்டு, லண்டன் சொத்து ஆலோசகர்களான ஜோன்ஸ் லாங் லாசல்லே ‘உலகை வென்ற நகரங்கள்’ என்ற தலைப்பில் ஒரு அறிக்கையை வெளியிட்டார். ஆராய்ச்சியாளர்கள் உலகெங்கிலும் உள்ள நூறு நகரங்களை ஆய்வு செய்தார்கள். அவர்கள் பொருளாதாரம், மக்கள் தொகை மற்றும் வேலைவாய்ப்பு மற்றும் ரியல் எஸ்டேட் தேவை போன்ற அளவீடுகளின் அடிப்படையில் ஆய்வு நடந்தது.

மூன்று நகரங்கள் இறுதிப் பட்டியலுக்கு வந்தன. லாஸ்வேகாஸ் (Las Vegas), டப்ளின் (Dublin) மற்றும் துபாய். லாஸ்வேகாஸ் பற்றிச் சொல்லவே வேண்டாம்... நன்கு அறியப்பட்ட நகரம்! டப்ளின் அதன் அளவுக்கு இல்லை. துபாயும் அப்பொழுது கிட்டத்தட்ட டப்ளின் போலத்தான். ஆனால் அதன் தொடர்ந்த முயற்சிகளும் தொலைநோக்குப் பார்வைகளும், திட்டங்களும் பெரும் வாய்ப்பைக் கொண்டு வந்தது உண்மை. உதாரணத்திற்கு மக்கள்தொகை வளர்ச்சியில் ஆண்டுக்கு ஏறக்குறைய ஆறு சதவீதம். வேலைவாய்ப்பு வளர்ச்சியில் ஆண்டுக்கு 8 சதவீதத்திற்கும் அதிகமாக துபாய் வளர்ந்தது. இரண்டு பிரிவுகளிலும், சீனா, அமெரிக்கா, இந்தியா என்று வேகமாக வளர்ந்து வரும் நகரங்களை துபாய் தோற்கடித்தது.

துபாய் ப்ராபர்ட்டீஸ், துபாய் ஹோல்டிங்கின் கிளை அல்லது அதில் இருந்து உருவான மற்றொரு டெவலப்பர் என்று வைத்துக் கொள்ளலாம். துபாய் மரினாவில் 1.6 பில்லியன் செலவில் ஒரே நேரத்தில் முப்பத்தி ஆறு குடியிருப்பு டவர்களை உருவாக்கினார்கள். இதை ஒரு வரியில் நீங்கள் வாசித்து விட்டீர்கள். ஆனால் அது அவ்வளவு சுலபமில்லை. ஒரே நேரத்தில் செய்யப்படும் உலகத்தின் முதல் பெரிய ப்ராஜெக்ட் இது என்று கவனம் பெற்றது. இதில் இருபத்தைந்தாயிரம் குடும்பங்கள் வாழ்வதற்கு அனைத்து வசதிகளும் செய்யப்பட்டன. சில ஆண்டுகளில், டெவலப்பர்கள் நகரத்தை ஒரு மாபெரும் கட்டுமானத் தளமாக மாற்றினார்கள்.

நக்கீல் டெவலப்பர் ஜுமைராவில் செயற்கைத் தீவை உருவாக்கினார்கள். அதில் பனைமர வடிவில் ஒரு ஊரே உருவானது. 2001-ஆம் ஆண்டு ஆரம்பிக்கப்பட்ட பணி 2009-ல் முழுமையாக முடிவடைந்தது. மரத்தின் கிளைகளில் வில்லாக்கள், அவர்கள் வீட்டுப் பின்புறத்தில் தனிக்கடல் காத்திருந்தது.

ஸ்விம்மிங் பூல் அல்ல... பிரம்மாண்டமான குடியிருப்புகள். ஸ்டூடியோ அதாவது ஹால், ஒரு சின்ன அடுக்களையில் ஆரம்பித்து நான்கு பெட்ரூம் அப்பார்ட்மெண்ட்களும் இருக்கின்றன. அதுமட்டுமின்றி இந்தியாவின் தாஜ் ஹோட்டல் அவர்களுடன் சேர்ந்து நட்சத்திர ஹோட்டல்கள் எழுப்ப ஆரம்பித்தார்கள். தாஜ் மட்டுமில்லை... அமெரிக்க முன்னாள் அதிபரின் முதலீடுகளும் இங்கு இருக்கின்றன. பால்ம் ஒரு அதிசயம். துபாய் போகும் யாரும் மெட்ரோவில் பயணித்து பனைமர வடிவில் இருக்கும் வீடுகளைப் பார்க்காமல் வர முடியாது. பால்மின் தலைக்கு மேல் மிக பிரம்மாண்டமான அட்லாண்டிஸ் ஹோட்டல் உள்ளது. உள்ளே சென்றால் பொழுதுபோக்குகளுக்குக் குறைவிருக்காது.

ஒரு பக்கம் வீடுகள் பெருகிவர மறுபக்கம் மால்கள், பொழுதுபோக்கு இடங்கள் உருவாக்கும் வேலைகளும் ஆரம்பித்தார்கள். எதை ஆரம்பித்தாலும் அதில் பிரம்மாண்டம் இருக்க வேண்டும் என்பது முதன்மையாக இருந்தது. துபாய் மால், மால் ஆப் தி எமிரேட்ஸ், மிர்திப் சிட்டி செண்டர் என்று ஏரியாவுக்கு ஒரு மால்... அதுவும் உலகத் தரம் வாய்ந்த மால்கள் வந்தன.

நக்கீல் இதே உக்தியை தி வேர்ல்ட் அதாவது பூமி வடிவில் செயற்கைத் தீவை உருவாக்கியது. அதில் ஆப்பிரிக்கா, அண்டார்டிகா, ஆசியா, ஐரோப்பா, வட அமெரிக்கா, ஓசியானியா மற்றும் தென் அமெரிக்கக் கண்டங்கள் என்று பிரித்தார்கள். ஒவ்வொரு கண்டத்திலும் பல நாடுகள் இருக்குமல்லவா? அதையும் உருவாக்கத் திட்டம் தீட்டப்பட்டது. 2003-ஆம் ஆண்டு தொடங்கப்பட்ட வேலைகள் இன்று வரை முடிவுக்கு வரவில்லை. சில நாடுகளின் தீவுகள் முடிவடைந்துள்ளன. குறிப்பாக லெபனான் தீவு தயார் நிலையில் உள்ளது. அங்கிருக்கும் ஹோட்டல் விடுதிகளில் தங்கி கடலை ரசித்து வரலாம். இப்பொழுது அதாவது 2023-ஆம் ஆண்டு தி ஹார்ட் ஆப் யூரோப் தீவின் வேலை மும்முரமாக நடந்து கொண்டிருகின்றன. 2026-ஆம் ஆண்டு இது முடியும் என்று எதிர்பார்க்கலாம். இன்னும் என்னென்ன நாடுகளின் தீவுகள் வேலை நடக்கும் என்பதைப் பொறுத்திருந்து தான் பார்க்க வேண்டும்.

உங்கள் அனைவருக்கும் 2008-ஆம் ஆண்டின் பொருளாதார வீழ்ச்சி ஞாபகம் இருக்கும். அன்று தி வால்ட் மட்டுமில்லை

கணிசமான ப்ராஜெக்ட்டுகள் பல மில்லியன், பில்லியன் டாலர்கள் முதலீடு செய்து முளைக்காமல் போயின. சரி, தீவுக்கு வருவோம். இந்தியத் தீவு இன்னும் உருவாகவில்லை. ஆனால் அதை பாலிவுட் நடிகர் ஷாருக் கான் வாங்கியுள்ளார். எல்லாம் ஒரு நம்பிக்கை. அதுவும் துபாய் மீது இருக்கும் நம்பிக்கை என்று வைத்துக்கொள்ள வேண்டியது தான்.

பிரச்சினை என்னவென்றால், துபாய் அடுக்குமாடிக் குடியிருப்புகளைக் கட்டுவதைவிட வேகமாக வேலைவாய்ப்புகளை உருவாக்கியது. ஆறு வருடங்களாக இருபத்தி நான்கு மணி நேரமும் கட்டடம் கட்டப்பட்டது. அப்படியிருந்தும் வரும் மக்கள் தொகைக்கு ஈடுகொடுக்க முடியவில்லை. எவ்வளவு ஓடினாலும் பொருளாதார வீழ்ச்சியின் போது ரியல் எஸ்டேட்டும் விழுந்தது. அதில் சில டெவலப்பர்கள் பாதாளத்தில் விழுந்தார்கள். வரைபடத்தைக் காட்டிக் காசு வாங்கியவர்கள் காணாமல் போனார்கள். முன்பணம் கட்டிவிட்டு வீடு கிடைக்கும் என்று இன்றும் சிலர் காத்துக்கொண்டு இருக்கும் பழைய கதைகளும் உண்டு. இவை அனைத்திலுமிருந்தும் ஒவ்வொரு முறை மீண்டு வரும்போதும் அது வளர்ச்சியை நோக்கியே நகர்ந்து கொண்டிருக்கிறது.

கோவிட் சமயத்தில் உலகமே ஸ்தம்பித்திருந்த சமயம் ரியல் எஸ்டேட் அடி மேல் அடி வாங்கியது. முதலீட்டாளர்கள் சோர்ந்து போனார்கள். அதே சமயத்தில் பணம் இருக்கும் புத்திசாலிகள் பலவற்றை விலை இறங்க இறங்க வாங்கிப் போட்டார்கள். இன்று மதிப்பு மீண்டும் ஏறுமுகத்தில் உள்ளது. திரும்பும் இடமெல்லாம் கட்டுமானப் பணிகள் நடந்துகொண்டிருக்கின்றன. மில்லியன் எல்லாம் இல்லை... பில்லியனில் முதலீடுகள் நடக்கின்றன.

26. புர்ஜ் துபாய்

உலகத்தில் துபாயோடு ஒப்பீடு செய்யப்படும் நகரம் லாஸ் வேகாஸ். இரண்டு நகரங்களும் தங்களைச் சந்தைப்படுத்தலில் ஒத்திருக்கிறார்கள். அதற்காகவே இரண்டும் ஒன்றாகப் பார்க்கப்படுகின்றன. ஆனால் கொஞ்சம் ஆராய்ந்து பார்த்தால் துபாயை ஒத்திருக்கும் நகரம் சீனாவில் இருக்கும் ஷென்சென் *(Shenzhen)*.

ஷென்சென், துபாயைப் போலவே முத்துக்குளிக்கும் மற்றும் மீன்பிடி நகரமாக இருந்தது. 1979-ஆம் ஆண்டுதான் அது சீனாவின் நகரமாக உருவானது. அப்போதைய பிரதமர் டெங் சியாவோபிங் இதை ஒரு சிறப்புப் பொருளாதார மண்டலமாக அறிவித்தார்.

ஷென்சென் நகரில் 1260 சதுரடிக்கு உயரமான கட்டடம் உள்ளது. இதன் பெயர் ஹூன்ஹிங் சதுக்கம் *(Shun Hing Square)*. அலுவலகங்களும், குடியிருப்பும் சேர்ந்திருக்கும் அடுக்குமாடி வளாகம். இந்தக் கட்டடம் உணவுப் பொருளான சாண்ட்விச் போல் தோற்றமளிக்கும். இதை உருவாக்கும் பணியில் இருந்த முக்கியத் திட்ட மேலாளர்களில் ஒருவர் கிரெக் சாங்*(Greg Sang)*. மேலே சொன்ன தகவலுக்கும் சொல்லப்போகும் விஷயத்துக்கும் பாலம் கிரெக் ஷான். இவர் சீன வம்சாவளியைச் சேர்ந்த நியூசிலாந்தின் சிவில் இன்ஜினீயர்.

வளர்ந்து வரும் ஹாங்காங்கின் கட்டுமானத் துறையில் பணியாற்றுவதற்காக 1980-களில் நியூசிலாந்தை விட்டு வெளியேறிய சாங், சீனா சென்ற போது ஷென்செனை உயரமான கட்டடங்களைக் கட்டும் நகரமாகப் பார்த்தார். 1997-ஆம் ஆண்டு ஹாங்காங்கில் இருந்து சாங்கிற்கு அழைப்பு வந்தது. போனவர் சீனாவில் கட்டிய கட்டடத்தைவிட உயரமான இரண்டு இன்டர்நேஷனல் ஃபைனான்சியல் சென்டர்கள் கட்ட முக்கிய நபராக இருந்தார். உயரமான கட்டடங்களைக் கட்டுவதுதான் ஷானின் அடையாளம்.

எல்லோருக்கும் காலம் ஒன்றுபோல் இருக்காதல்லவா? SARS தொற்றுநோய் ஹாங்காங்கைத் தாக்கியது. பொருளாதாரம் சரிந்தது. அடுத்தது என்ன என்று யோசிக்கும் போது இமார் நிறுவனத்தில் இருந்த இஸ்ஸாம் கலதாரியிடமிருந்து சாங்கிற்கு அழைப்பு வந்தது.

ஷேக் உயரமான கட்டடம் கட்ட வேண்டும் என்கிறார். இங்கு எங்கள் யாருக்கும் அதில் அனுபவமில்லை. நீங்கள் எங்களோடு இருந்து இந்த வேலையை முடித்துத் தரவேண்டும் என்று கேட்டுக் கொண்டார். இதுதான் உலகத்தின் உயரமான புர்ஜ் உருவாவதற்கு வித்தாக இருந்தது.

1997-இல் பட்டத்து இளவரசர் ஷேக் முகமது துபாய் பாதுகாப்புப் படையைக் கூட்டாட்சி ராணுவத்துடன் இணைத்தார். எமிரேட் துருப்புக்கள் தங்கள் இடத்தை மாற்றிக்கொண்டார்கள். அந்த இடம்தான் பிற்காலத்தில் நகரின் விரிவாக்கத்தில் முக்கிய இடமாக மாறியது. ஷேக் முகமது அங்கு பெரிதாக ஏதாவது செய்ய வேண்டும் என்று நினைத்தார். பெரிய பூங்கா கட்டலாமா என்று மஜ்லிஸ் மக்கள் ஆலோசனை கொடுத்தார்கள். இவையெல்லாம் வேலைக்கு ஆகாது என்று அவர் மனதில் பட்டது. 2002-இல், அந்த இடத்தை இமாரிடம் ஒப்படைத்தார். ரியல் எஸ்டேட் அத்தியாயத்தில் அல் அபாரைப் பற்றிப் படித்தது உங்களுக்கு நினைவிருக்கும்.

அந்த நேரத்தில்தான் அவர் அரசாங்க ஆதரவுடன் ஐம்பது மில்லியன் டாலர் எல்லாம் வாங்கி 2000-ஆம் ஆண்டு நிதிச் சந்தையில் பட்டியலிட்டார். வெறும் ஐந்தே வருடங்களில் சந்தையின் மதிப்பீட்டை வைத்து உலகத்தின் மிகப் பெரிய

டெவலப்பர் என்று அறிவிக்கப்பட்டது. 2006-ஆம் ஆண்டு அவரை பைனான்சியல் டைம்ஸ் பத்திரிகை மத்தியக் கிழக்கின் முக்கிய ஆளுமை என்று அறிவித்தது.

புதிய டவுன்டவுன் மாவட்டத்தை அமைக்க லாஸ் ஏஞ்சல்ஸை தளமாகக் கொண்ட மாஸ்டர் பிளானர் டேவிட் கிளேஜை, இமார் நிறுவனம் பணிக்கு அமர்த்தியது. கிளேஜஸ் ஒன்றும் சாதாரண ஆளில்லை. 1998-ஆம் ஆண்டு முதல் 2004 வரை உலகத்தின் மிக உயரமான கோபுரமான மலேசியாவின் பெட்ரோனாஸ் இரட்டைக் கோபுரங்களை வடிவமைத்தவர். சொல்லப்போனால் அப்பொழுதுதான் அந்தப் பணி முடிந்திருந்தது. அல் அபார் அவரை அழைத்து இப்படி உயரமான ஒரு கட்டடம் துபாயில் இருக்க வேண்டும் என்று கூறினார்.

இவனைப் பிடி அவனைப் பிடி என்று அலசி ஆராய்ந்து ஒரு வடிவமைப்புப் படத்துடன் அல் அப்ரா ஷேக் முகமதுவிடம் சென்றார். ஆனால் ஷேக் முகமதுக்கு அது அவ்வளவாகப் பிடிக்கவில்லை. ஏன் பிடிக்கவில்லை என்று எல்லாம் மண்டையைச் சொறிந்து கொண்டிருந்தார்கள். 2002-ஆம் ஆண்டில் சாத்தியமான வானளாவிய கட்டடங்களின் கட்டடக்கலை ரெண்டரிங்ஸின் தேர்வை அவர் உற்றுப் பார்த்தார். எதுவும் பிடிபடவில்லை.

அப்பொழுதுதான் ஷேக் தைவானில் உள்ள தைபே 101 என்ற கோபுரத்தின் விவரங்களைக் கேட்டார்: “அது ஏன் உயரமாக இருக்கிறது? அங்கிருப்பவர்கள்தான் புத்திசாலிகளா?” ‘ஷேக் சூடாவதற்குள் மூளையே வேலை செய்’ என்று அலசி ஆராய்ந்தார்கள். படிக்கட்டு இப்படிக் கட்டியிருப்பார்களோ, அதுவோ இதுவோ என்றெல்லாம் சிந்தித்து முழுமையான குழப்பத்தில் இருந்தார்கள். இவற்றைப் பார்த்துக்கொண்டிருந்த ஷேக் அமைதியாக இருந்தார்.

‘நீங்கள் உயரத்துக்குச் செல்லுங்கள். சவால்கள்தான் அனைத்தையும் சாத்தியப்படுத்தும்.’ என்பது அவரது மௌனத்தின் செய்தி. ஷேக் கேட்பது சாதாரண விஷயமில்லை. அல் அபாருக்கு, கிரெக் சாங் தேவைப்பட்டார். 2004-ஆம் ஆண்டின் பிற்பகுதியில் சாங் துபாய்க்குக் குடிபெயர்ந்தார். அல் அபாரி அந்தச் சமயத்தில் ரஷ்-ரஷ் (RUSH -RUSH competition) வடிவமைப்புப் போட்டியை அறிவித்தார். அதாவது யார் உயரமான, சிறந்த வடிவமைப்பு

தருகிறார்களோ அவருக்குப் பரிசும் வாய்ப்பும் காத்திருக்கிறது என்று இருந்தது.

இறுதியாக இரண்டு வடிவமைப்புகள் தேர்ந்தெடுக்கப்பட்டன. ஒன்று சிகாகோவைச் சேர்ந்த சில்வர் ஸ்பைக் ஆர்க்கிடெக்ட் அட்ரியன் ஸ்மித் மற்றொன்று ஸ்கிட்மோர் ஓவிங்ஸ் & மெரில் கட்டடக் கலைஞர். ராக்கெட்டின் ஆரம்ப கால வடிவமைப்பு போல் தலைக்கு மேல் நீண்ட குண்டூசியும் அடியில் அதை இயக்கும் இஞ்சின் போன்ற வடிவமைப்பில் புரூஜ் துபாய் இருந்தது.

அல் அபார் ஸ்மித்தின் வடிவமைப்பைத் தேர்ந்தெடுத்தார். ஏனெனில் அது நடைமுறைக்கு சரியாக இருக்கும் என்று அவருக்குத் தோன்றியது. அதன் கான்கிரீட் அமைப்பு ஒப்பீட்டளவில் எளிமையானதாகவும் இருந்தது. உயரமான கட்டடம் கட்டும் போது மேலே செல்ல கிரேன்கள் வைக்க சரியான வழி இருக்க வேண்டும். அதற்கான தளம் வடிவமைப்பில் இருந்த வெளிப்புற மொட்டை மாடிகள் உதவும் என்று நம்பினார். கிரேன்களுக்கான இடங்கள் மற்றும் கட்டுமானப் பொருட்களுக்கான ஆரம்பச் செலவே ஒரு பில்லியன் டாலர்கள்.

ஸ்மித்தின் வடிவமைப்பு வெற்றிபெற மற்றொரு காரணமும் இருந்தது. மிக உயரமான கட்டடங்கள் அதிகமாகக் காற்றடித்தால் பாதிக்கப்படாமல் இருக்க வேண்டும். காற்றுதான் உயரமான கட்டடத்துக்கு முதல் எதிரி. பூகம்பங்கள் ஒரு பெரிய ஆபத்து இல்லை என்று சாங் கூறினார். ஏனெனில் அவற்றின் நடுக்கம் பொதுவாகப் பெரிய சேதம் ஏற்படும் முன் முடிவடைந்துவிடுமாம். காற்று என்பது வேறு விஷயம். காற்றழுத்தத்தைக் கட்டடத்தின் சுமைகள் எதிர்கொண்டு தாங்க வேண்டும். இல்லையென்றால் அது பெருங்கஷ்டமாகிவிடும் என்பதை யோசித்து அதற்கான சரியான வடிவமைப்பைத் தேர்ந்தெடுத்தார்கள்.

வளைகுடாப் பகுதிகளில் காற்றடித்தால் பாலைவன மணல் எல்லாம் காற்றில் கலந்துவிடும். இரண்டடிக்குப் பக்கத்தில் யார் இருக்கிறார்கள் என்பதே தெரியாது. அதுபோன்ற இடத்தில் எப்படி இதைச் சாத்தியப்படுத்தி இருக்கிறார்கள்? புரூஜ் துபாய் காற்றில் மெதுவாக அசையும் என்றால் நம்புவீர்களா? ஆம்... பலத்த காற்றடித்தால் கட்டடத்தின் மேற் பகுதி பத்து அடி முன்னும் பின்னும் நகரும்.

வர்ட்டெக்ஸ் ஷெட்டிங் (vertex shedding) என்று அழைக்கப்படும் ஒரு நிகழ்வு அந்த அசைவுச் சுழற்சியைப் பயன்படுத்திக் கொள்ளும். கட்டட அமைப்பை விட்டு வெளியேறும் சூறாவளிக் காற்று சுழல்களாக மாறும். இந்தச் சுழலும் காற்றுகள், கோபுரத்தின் இயற்கையான வளைவுச் சுழற்சியுடன் பொருந்தினால், ஒரு பெரிய வளைவில் கோபுரத்தை முன்னும் பின்னுமாக அசைக்கச் செய்யும்.

எந்த ஒரு உயரமான கட்டடமும் கீழே இருந்து மேல் வரை ஒரே தடத்தை வைத்திருந்தால் அது கண்டிப்பாக பாதிக்கப்படும் என்று சாங் கூறினார். ஸ்மித்தின் படிக்கட்டு வடிவமைப்பு மேலே சொன்ன சுழல் உதிர்தலுக்கு எதிராகப் பாதுகாக்கிறது. ஒவ்வோரிடத்திலும் காற்றின் தன்மையானது மாறிக்கொண்டுதான் இருக்கும். அதற்கேற்றாற்போல் வடிவமைக்க வேண்டும். இவ்வளவு நேரம் நான் விவரித்த எதுவும் புரியவில்லை என்றாலும்கூட இவ்வளவு உயரமான கட்டடம் கட்டுவது என்பது நமது கற்பனா சக்திக்கு அப்பாற்பட்டது என்பது நிச்சயம் புரிந்திருக்கும்.

அக்டோபர் 2008-இல், உலகின் மிக உயரமான கட்டடம் கால் மைல் தொலைவில் உயர்ந்தது. ஒரு வருடம் முடிவடைந்திருந்தது. படிப்பதற்கு எத்தனை எளிதாக இருக்கிறது? ஆனால் அவர்கள் சந்தித்த சவால்கள் எத்தனை தெரியுமா..? பார்ப்போம்...

கான்கிரீட் கலவையை ஒருவர் கையாண்டார். அது என்ன அவ்வளவு பெரிய விஷயமா? மணல், தண்ணீர், ஜல்லி, சிமெண்ட் இவற்றைச் சரியாகச் சேர்த்தால் கான்கிரீட் ரெடியாகிவிடும் அல்லவா? கிடையாது... அந்தக் கதைதான் இங்கு இல்லை. புருஜ் துபாயில் கான்கிரீட் இருபத்தைந்து பொருள்களைக் கொண்டு செய்த கலவை. அதிலும் கலவையில் உள்ள ஜல்லியின் அளவு ரொம்ப முக்கியம். அரை அங்குலத்திற்கு மேல் இல்லாத கற்களை மட்டுமே பயன்படுத்த வேண்டும்.

துபாய் வெயிலுக்குக் கலவை மேலே செல்லும் வரை இறுகி விடக் கூடாது. கோடைக் காலங்களில் நூற்றுப் பத்து டிகிரிக்கு மேல் வெப்பம் இருக்கும். அதைச் சமாளிக்க நொறுக்கப்பட்ட பனிக்கட்டிகள் கலவையில் பயன்படுத்தப்பட்டன. பார்ப்பதற்கு சாம்பல் நிற ஸ்மூத்தி பதத்தில் இருந்தது. இந்தக் கலவையை இவ்வளவு உயரத்திற்கு அனுப்பியாக வேண்டுமே... முன்பு பார்த்த

தைபே-101 கட்டடத்தில் ஆயிரத்து ஐநூறு அடிக்கு கான்கிரீட் கலவையை மேலே கொண்டு சென்று சாதனை படைத்தது. புரூஜில் மேற்கட்டுமானம் இரண்டாயிரம் அடி உயரம் கொண்டது. பம்ப் மூலம்தான் கலவையை மேலே கொண்டு செல்ல முடியும். சுமார் இருபத்தைந்து டன் ஈரமான கான்கிரீட் கலவையை அனுப்ப முடியும். ஆனால் சாங் குழுவினர் அதில் பாதி அளவையே அனுப்பினார்கள்.

மேலே செல்லச் செல்ல சாங்கின் மூளையும் அதிவேகமாக வேலை செய்ய ஆரம்பித்தது. அவர் புதிது புதிதாக உக்திகளை உபயோகித்தார். சாங் ஒரு புதுமையான 'சுய-ஏறும் வடிவத்'துடன் தளத்திற்குக் கான்கிரீட் அடுக்குகள் ஊற்றப்படும் அச்சைத் தயாரித்தார். கான்கிரீட் ஊற்றப்பட்ட பன்னிரண்டு மணி நேரத்திற்குப் பிறகு, ஒவ்வொரு புதிய ஸ்லாப்பில் இருந்தும் தன்னை மேலே தள்ள படிவம் 230 ஹைட்ராலிக் ஜாக்குகளைப் பயன்படுத்தினார்கள்.

கீழேயிருந்து மேலே அனுப்பும் போது கலவை ஈரமாகவும் மெதுவாகவும் இருக்க வேண்டும். மேலே சென்றவுடன், விரைவாகக் கடினமாக மாற வேண்டும். இரண்டு தேவைகளும் முரண்பாடானவையாக இருந்தன. அதைச் சமாளிக்க, அவர்கள் பலவிதமான பிளாஸ்டிசைசர்கள் மற்றும் கடினப்படுத்திகளைப் பயன்படுத்தினார்கள்.

தொழில்நுட்ப ரீதியில் வரும் சிக்கல்களைச் சமாளிக்கப் பாடுபட்டுக் கொண்டிருந்த சமயம்... உழைக்கும் தொழிலாளர்கள் நவம்பர் 2007-ஆம் ஆண்டு திடீரென்று வேலை நிறுத்தம் செய்தார்கள். துபாயில் வேலை நிறுத்தம், தொழிலாளர் சங்கம் என்று எதுவும் இல்லை. இப்படி நாற்பதாயிரம் ஆண்கள் வெயில் மழை என்று பார்க்காமல் உயிரைப் பணயம் வைத்து வேலை செய்வதற்கு இருபத்தைந்து சதவீதம் ஊதிய உயர்வு கேட்டு ஸ்ட்ரைக் செய்தார்கள். அவர்களை அரப்டெக் என்ற காண்டிராக்ட் நிறுவனம் ஒரு வாரத்திற்கு சஸ்பண்ட் செய்தது.

இதையெல்லாம் சரிசெய்து வேலையை மீண்டும் தொடர்ந்தால் மின்தேவை அதிகரித்தது. துபாயில் கெட்ட கனவிலும்கூட மின்தடையென்பது இருக்காது. ஆனால் புர்ஜின் மின்சுமை 45 முதல் 150 மெகாவாட் வரை இருந்தது. புரியும்படி சொல்ல

வேண்டுமென்றால் ஒரு சிறிய நகரத்தை இயக்கத் தேவையான மின்சாரத்தின் அளவு. இதையும் சரிசெய்து மேலே மேலே என்று வேலை நடந்துகொண்டிருந்தது.

புர்ஜ் துபாய் கட்டடத்தைக் கட்டி முடிக்கும்வரை மூன்று உயிர்ப் பலிகளைக் கொண்டது அது. முதலில் ஒரு இந்தியத் தொழிலாளி சாரம் கட்டும் பொழுது கால் தவறி விழுந்து இறந்தார். இரண்டாவதாகப் பலியானவர் நூற்றி முப்பத்தெட்டாவது மாடியிலிருந்து விழுந்து பலியானார். மிகவும் பாதுகாப்பான வளையமும் பலவிதமாக பாதுகாப்பு வழிகள் எல்லாம் செய்தும் இப்படி நடந்தது. ஒருகால் அவர்கள் இறங்குவதற்கு ஏதாவது குறுக்கு வழியை முயற்சித்திருக்கலாம் என்று கூறப்பட்டது.

மூன்றாவதாக, கட்டடத்தின் வெளிப்புறத்தில் இருந்த அலுமினியம் மற்றும் கண்ணாடியிலான ஒரு பெரிய பேனல் இன்னொருவர் மீது சாய்ந்து விழுந்ததில் இறந்தார். மொத்தமாக ஐயாயிரம் தொழிலாளர்கள் கட்டுமான வேலைகளில் ஈடுபட்டிருந்தார்கள்.

ஜூலை 2007-இல், புர்ஜ் தைபே 101 இன் 1,670 அடியைத் தாண்டியது. இரண்டு மாதங்களுக்குப் பிறகு, அது உலகின் மிக உயரமான ஃப்ரீஸ்டாண்டிங் (free standing structure) கட்டமைப்பான டொராண்டோவின் சிஎன் கோபுரத்தைக் கடந்தது. இறுதியாக ஏப்ரல் 2008-இல், வடக்கு டகோட்டாவில் உள்ள KVLY-TV ஆண்டெனாவின் உயரத்தை புர்ஜ் தாண்டியது.

நவம்பர் 2008-இல் நூற்று எழுபது மாடிகள் எழுந்திருந்தன. அதன் உயரமும் இரண்டாயிரத்து நானூறு அடிக்கு மேல் இருந்தது. ஜனவரி 2009-இல், புர்ஜின் மேல் ஒரு ஆண்டெனாவை வைத்தார்கள். இப்பொழுது அதன் உயரம் இரண்டாயிரத்து அறுநூற்றி எண்பத்தி நான்கு அடியாக உயர்ந்தது. ஆனால் இதுவே இறுதியான அளவும் இல்லை.

நீங்கள் சூரிய அஸ்தமனத்தைத் தரைமட்டத்தில் பார்த்துவிட்டு, லிஃப்டில் மேலே சென்று மீண்டும் பார்க்கலாம். துபாயின் வானம் சாண்ட் ஸ்டார்ம் அல்லது மேக மூட்டம் இல்லாமல் தெளிவாக இருந்தால் தொண்ணூறு மைல் தொலைவில் உள்ள ஈரானை மேல் அடுக்குகளிலிருந்து பார்க்கலாம் என்று இமார் தெரிவித்தது.

புர்ஜ் துபாய் எப்போதும் உயரமாக இருக்காது என்பது அல் அபாருக்குத் தெரியும். நக்கீல் *2008*-ஆம் ஆண்டு புர்ஜைவிட ஒரு கிலோமீட்டர் உயரமான வானளாவிய கட்டடத்தை அறிவித்தார். பின்னர் சில மாதங்களுக்குப் பிறகு திட்டத்தை ரத்து செய்தார். ஆனால் சவூதி அரேபியா மற்றும் குவைத்தில் உள்ள டெவலப்பர்களும் முயன்று வருகிறார்கள்.

புர்ஜ் துபாய் அபுதாபி ஷேக் கலீஃபா ஜாயத் பெயர் சேர்த்து புர்ஜ் கலீஃபாவாக மாறியது. இங்கு பல சொகுசான ஹோட்டல்கள் உள்ளன. ஆயிரத்துக்கும் மேற்பட்ட கடைகள் உள்ளன. எல்லாம் விலை உயர்ந்த பொருள்களை சந்தைப்படுத்தும் சொகுசுக் கடைகள். அடுக்குமாடிக் குடியிருப்புகளும் அடங்கும்.

இந்தியர்கள் பலர் புரூஜ் கலீஃபாவில் வீடு வாங்கியுள்ளார்கள். மலையாள நடிகர் மோகன்லால், ஹிந்தி நடிகர் ஷில்பா ஷெட்டி, அக்ஷய் குமார். இவர்களாவது ஒண்ணே ஒண்ணு கண்ணே கண்ணு என்று வைத்துள்ளார்கள். பெங்களூரைச் சேர்ந்த தொழில் அதிபர் ஜார்ஜ் நீரபரம்பிள் இருபத்தி இரண்டு அப்பார்ட்மெண்ட்களை வைத்துள்ளார்.

மேலே செல்லச் செல்ல ரம்மியமான காட்சிகள் இருக்கும். ஆனால் வசிக்க வேலை செய்ய இங்கு எல்லோராலும் முடியாது. உயரம் பயமாக இருந்தால் ஜார்ஜ் போல் கோடீஸ்வரராக இருந்தாலும் தள்ளி நின்று பார்ப்பது சுபம்.

27. துபாய் ஃப்ரீ ஜோன் உதயம்

துறைமுகங்கள் பற்றி முன்பு படித்ததில் இருந்து கொஞ்சம் தூசிதட்டிக்கொள்வது இங்கு அவசியம். 1976-ஆம் ஆண்டு ஷேக் ராஷித்தால் கட்டப்பட ஜபெல் அலி துறைமுகம் உங்கள் அனைவருக்கும் ஞாபகம் இருக்கும். நூற்று முப்பத்தாறு கிமீ பரப்பளவில் இவ்வளவு பெர்த் பத்தாது என்று ஷேக் சண்டை பிடித்து அறுபத்து நான்கு பெர்த்துடன் கட்டிய துறைமுகம். பரபரப்பாகச் செழித்திருந்த துறைமுகம்.

காலச் சக்கரம் சுழன்றது. காட்சிகள் மாறின.

1980-ஆம் ஆண்டு ஜபெல் அலிக்கு வரும் கப்பல்கள் முன்பு போல் இல்லை. மக்களுக்கும் நகரத்தில் இருந்து தொலைவில் இருக்கும் துறைமுகத்திற்கு வருவது கடினமாக இருந்தது. இறக்குமதி எதுவாக இருந்தாலும் அதை போர்ட் ராஷீத் துறைமுகத்தில் முடித்துக் கொண்டார்கள்.

அப்போதைய பட்டத்து இளவரசர் ஷேக் முகமது தன் குழுவுடன் ஆலோசனைக் கூட்டம் நடத்தினார். அவர் குழுவில் சுல்தான் பின் சுலைமான் இருந்தார். சுலைமான் அப்பொழுதுதான் படிப்பை முடித்துக்கொண்டு துபாய் திரும்பிய சமயம். ஷேக் திறமையானவர்களைத் தேர்ந்தெடுப்பதில் கில்லாடி. சுலைமானி டையைக் குடித்துக் கொண்டும் மண்டையைக் குடைந்து கொண்டுமிருந்த ஷேக், சுலைமான அழைத்து ஆலோசித்தார். புதிய வழி பிறந்தது. ஜபெல் அலியை இலவச வர்த்தகம் செய்யும்

இடமாக மாற்ற வேண்டும். அதற்குப் பெயர் ஜபெல் அலி ஃப்ரீ ஜோன் *(Jebel Ali Free Zone)*. அந்த இடத்தை முன்பு போல் பரபரப்புக்குக் குறை இல்லாமல் பார்த்துக்கொள்ளவேண்டும். அதிமுக்கியமாக, பல நாடுகளிலிருந்து மக்கள் நம்பிக்கையோடு வாய்ப்புத் தேடி வரவேண்டும்.

புதுமை, தொலைநோக்குப் பார்வை ஷேக் முகமதின் இரு கண்கள் என்பது இதுவரை வாசித்த உங்களுக்கு நன்கு புரிந்திருக்கும். ஐக்கிய அமீரகத்தில் சில திட்டங்கள் எல்லாருக்குமானது. சென்ற அத்தியாயத்தில் பார்த்தோமே வெளிநாட்டவர் வீடு வாங்க சட்டத்தை மாற்றினார் என்று... அப்படித்தான் ஃப்ரீ ஜோன் விஷயத்திலும் நடந்தது.

வெளிநாட்டவர் யாராவது, உதாரணத்துக்கு நீங்களே ஒரு பெட்டிக் கடையை இங்கு திறக்க வேண்டும் என்றாலும் தனியாக ஆரம்பிக்க முடியாது. மூட்டை நிறைய திர்ஹாம் இருந்தாலும் உங்களோடு ஒரு அமீரகவாசி அந்த பிசினஸில் கூட்டுசேர வேண்டும். அதுவும் நீ பாதி நான் பாதி என்ற கதையெல்லாம் இல்லை. அமீரகவாசிக்கு ஐம்பத்தி ஒன்று சதவீதம் பங்கு, மிச்சம் இருக்கும் நாற்பத்தி ஒன்பது தான் உங்களுக்கு. இதுதான் இங்குள்ள விதி. கேட்பதற்குச் சிறிது பயங்கரமாக இருந்தாலும் சமாளித்துக்கொள்ளும் விஷயம்தான். தொண்ணூற்றி ஒன்பது விழுக்காடு கூட்டாளியாகச் சேரும் அமீரகவாசிக்கு வருடத்திற்கு ஒரு தொகையைப் பேசிக் கொடுத்து விடுவார்கள். மற்றபடி காசோலையில் கையெழுத்திடுவது, இத்யாதி இத்யாதிக்கு அவர் அவசியமில்லை. முக்கியமாக வருடத்திற்கு ஒரு முறை வர்த்தகம் செய்யும் லைசன்சைப் புதுப்பிக்கும் போது அவர் இருக்க வேண்டும். சில அமீரகவாசிகள் கொஞ்சம் மேலே போட்டுக் கொடுத்தால் நல்லது என்று சொல்வதும் உண்டு. வம்பே வேண்டாம் என்று கேட்டதைக் கொடுத்துவிட்டு ஒரு வருடம் பார்க்கக்கூட வேண்டாமென்று சிவனேயென்று பிழைப்பைப் பார்ப்பவர்களும் உண்டு. இந்த முறை இன்னும் உண்டு.

ஷேக் முகமது எடுத்த முடிவு வெளிநாட்டு வணிகர்களுக்கு ஆசுவாசமாக இருந்தது. அதாவது யாரோடும் பங்கு போட்டுக் கொள்ளாமல் பிழைப்பைப் பார்க்க வேண்டுமா? நேராகக் கிளம்பி ஜபெல் ஃப்ரீஜோன் வா. என்று அழைப்பு விடுத்தார் ஷேக். அங்கு உங்கள் பெரிய நிறுவனமோ சிறிய பெட்டிக்

கடையோ எது வைத்தாலும் பல வரிவிலக்குகள் உண்டு. 1980-ஆம் வருடம் ஒரு டஜன் கம்பெனிகள் பெட்டி படுக்கையை எடுத்துக் கொண்டு ஜபெல் ஃப்ரீ ஜோன் வந்தார்கள். அவர்கள் ஜபெல் துறைமுகத்திலிருந்து பொருள்களை இறக்குமதி செய்து கொள்ளலாம். இறக்குமதி செய்த பொருளுக்கு சுங்க வரி எதுவும் கட்டாமல் மீண்டும் மற்ற நாடுகளுக்கு அங்கிருந்து ஏற்றுமதி செய்யலாம். ஆனால் ஒருவேளை அந்தப் பொருள்களைத் துபாயில் விற்க வேண்டும் என்றால் அதற்குக் கஸ்டம்ஸ் கட்ட வேண்டும்.

ஷேக் முகமது நல்ல நேரம் பார்த்து ஆரம்பித்திருக்க வாய்ப்பில்லை. ஆனால் அன்று நடந்துகொண்டிருந்த ஈரான்- ஈராக் போர் மற்றும் லெபனான் நாட்டில் நடந்த உள்நாட்டுப் போர் துபாயின் இந்த முயற்சிக்குத் தோதாக இருந்தது. வணிகர்கள் இதைச் சரியான வாய்ப்பாகப் பார்த்தார்கள்.

1990-ஆம் ஆண்டு இருநூறு நிறுவனங்கள் உள்ளே வந்தன. 2006-ஆம் ஆண்டிற்குள் ஆறாயிரம் கம்பெனிகள். ஏதோ ஒரு படத்தில் சொல்வது போல் ஓராயிரம், இரண்டாயிரம் என்று ஏறிக்கொண்டே போனது. இன்றைய தேதிக்கு நூற்று முப்பது நாடுகளிலிருந்து பத்தாயிரம் நிறுவனங்கள் உள்ளே இருக்கின்றன. 2021-ஆம் ஆண்டு வரை அதன் மூலம் துபாய்க்குக் கிடைக்கும் வருவாய் நூற்று முப்பத்து நான்கு பில்லியன் டாலர்கள். டாலர்... திர்ஹாம் அல்ல. பல சர்வதேச நிறுவனங்களின் ஹெட் ஆபிஸ் ஃப்ரீ ஜோனில் இருந்தது. இந்தத் திட்டம் எதிர்பார்த்ததைவிடப் பலமடங்கு வெற்றியானது. இதைப் போலவே பக்கத்தில் இருக்கும் ஷார்ஜா, ராஸல் கைமா, அபுதாபி, உம் -அல் குவைன் என்று அனைவரும் ஃப்ரீ ஜோன் திட்டத்தை நகல் எடுத்துக் கொண்டார்கள். அதற்கு முன்னோடி துபாய்.

வெற்றிகரமான ஒரு திட்டத்தை வைத்து அதே ஃபார்முலாவை வேறு எப்படி உபயோகிக்கலாம் என்று யோசித்தார்கள். 1999-ஆம் ஆண்டு பட்டத்து இளவரசர் ஷேக் முகமது புதிய யோசனையோடு மஜ்லீசைக் கூட்டினார். இரண்டு சிட்டியை உருவாக்க முடிவு செய்தார்கள். இங்கு நான் குறிப்பிடும் சிட்டி என்பதற்கு நகரம் என்பது அரத்தமில்லை. தொடர்ந்து வாருங்கள்.... விஷயம் புரிந்துவிடும். ஒரு சிட்டியில் ஐடி நிறுவனங்கள் வந்து ஸ்தாபனங்கள் வைத்துக்கொள்ள. அதற்கு இன்டர்னெட் சிட்டி

என்று பெயர் சூட்டினார்கள். மற்றொன்று ஊடகத் துறை கம்பெனிகள் கடையைத் திறக்க, அதற்குப் பெயர் மீடியா சிட்டி.

பட்டத்து இளவரசர் முகமது ஏற்கனவே ஜபெல் ஃப்ரீஜோன் நிறுவி பல பில்லியன் டாலர்கள் முதலீடாக வந்ததைப் பார்த்த ஷேக் முகமதின் அண்ணன் மன்னர் மக்தூம் பின் ராஷித் அதை வரவேற்றார். சிட்டி சீக்கிரம் உருவாக இடம் முதல் சகல வசதிகளும் செய்யப் பச்சைக் கொடி காட்டினார்.

துபாய் டெக்னாலஜி, மீடியா, எலக்ட்ரானிக், காமெர்ஸ், ஃப்ரீ ஜோன் சட்டங்கள் முதலீட்டாளர்களை மட்டுமின்றிப் பெரிய நிறுவனங்களையும் கவர்ந்தது. சட்டம் இதுதான்... 'இங்கு கம்பெனி ஆரம்பிக்க வேண்டுமா? வாங்க. உங்க மேல எந்தக் கட்டுப்பாடும் விதிக்க மாட்டோம். முக்கியமாக யாருக்கு நீங்க விசா கொடுக்கணும், அனுப்பணும், வரி இதர செலவு லொட்டு லொசுக்கு என்று எதுவும் கிடையாது. எங்க ஊர் மக்களைப் பணிக்கு அமர்த்தியாக வேண்டும் என்று எந்த அழுத்தமும் இல்லை. ஒரே ஒரு விதிவிலக்கு - இஸ்ரேல் நாட்டில் இருந்து மட்டும் யாரும் துபாயில் கால் வைத்து விடக்கூடாது' ஏன் இந்த ஷரத்து? எதற்கு அவர்கள் மட்டும் வேண்டாம் என்பதைச் சொல்லப்போவதில்லை. அது இங்கே தேவையும் இல்லை. 'ஆயில் ரேகை'யைத் தேடினால் அதற்கும் விடை கிடைத்து விடும். இன்னொரு விஷயம் அந்த நிறுவனங்கள் ஒருபோதும் தேசியமாக்கப்படாது. நிறுவனம் ஆரம்பிக்க வேண்டும் என்று ஆசைப்படுபவர்களுக்கு இந்த ஷரத்துகள் அனைத்தும் அல்வா மாதிரி. அல்வா என்பதால் துபாய் அல்வா கொடுக்கும் திட்டம் என்று தப்பாகப் புரிந்துகொள்ள வேண்டாம்.

இதன் பொறுப்பை முகமது அப்துல்லா அல் கிர்காவி (Gergawi) அவர்களுக்கு பட்டத்து இளவரசர் கொடுத்தார். முன்பே பார்த்தோம் அல்லவா ஷேக் முகமது திறமைகளைக் கண்டுபிடிப்பதில் கில்லாடி என்று. கிர்காவி விஷயத்தில் அது நன்றாகப் புரியும். இவ்வளவு பெரிய ப்ராஜெக்ட்டை அரசு குடும்பத்தினருக்கு, மஜ்லிஸ் மக்களுக்குக் கொடுக்காமல் யார் அந்த கிர்காவி என்று எல்லோரும் யோசித்தார்கள். சாதாரணக் குடும்பத்தில் பிறந்த கிர்காவி மூளை மட்டும் ராஜாவைப் போன்றது. அவர் தனியார் நிறுவனத்தில் வேலை செய்து வந்திருக்கிறார்.

அவரை நான்கு வருடம் ஷேக் முகமதுவின் அடிப்பொடிகள் கண்காணித்து ரிப்போர்ட் கொடுத்திருக்கிறார்கள். தன் கணிப்பு சரியானது என்று கிர்காவியைப் பக்கத்தில் வைத்துக் கொண்டார் ஷேக்.

'ஷேக் சொல்லுவது கேட்பதற்கு நல்லாத்தான் இருக்கு. ஆனா...' என்று முதலில் முதலீட்டாளர்கள் முணுமுணுத்தார்கள். ஷேக் இடம் கொடுத்தார். பாலைவனம் சமன் செய்யப்பட்டது. க்ரேன்கள் நின்றுகொண்டிருந்தன. மளமள என்று வேலை முடியும் என்று பார்த்தால் கிணற்றில் போட்ட வாளி போல் இருந்தது. அதை மேலே இழுக்க ஷேக் முகமது தன் அரண்மனையில் இருந்து வந்தார். இனி ஒரு க்ரேனும் சும்மா நிற்கக் கூடாது. நான் இருக்கிறேன்- என்று சொல்லிவிட்டுச் செல்ல, வேலைகள் ஆரம்பித்தன. முன்னூற்று அறுபத்து நான்கு நாள்களில் நீலநிறக் கண்ணாடிகள் ஜொலிக்கும் கட்டடத் திறப்பு விழா நடந்தது. பட்டத்து இளவரசர் என்று அரண்மனையில் இருக்கும் பட்டு மெத்தையில் தூங்கிக் கொண்டு ஷேக் இருந்திருக்கவில்லை. பட்ட கஷ்டத்துக்குப் பலன் இருக்க வேண்டுமல்லவா?

முதலில் கடை விரித்தவர்கள் சன் (SUN), சிஸ்கோ (CISCO), சீமன்ஸ் (SIEMENS). 2000-ஆம் ஆண்டு இறுதியில் நூறு நிறுவனங்களுக்குக் கதவு திறக்கப்பட்டது. அப்பொழுது இன்டர்னெட் கேபிள் எல்லாம் போட்டுத் தயார் நிலையில் கட்டடங்கள் இருந்தன.

2007-ஆம் ஆண்டு எண்ணூற்று ஐம்பது நிறுவனங்கள் வந்தன. சில நிறுவனங்கள் வளைகுடா கண்டத்தின் ஹெட்குவாட்டர்சை இங்கு திறந்தன. மைக்ரோசாஃப்ட் (MICROSOFT), ஹேவியட் பாக்கெர்ட் (HEWLLET PACKARD), டெல் (DELL), கனான் (CANNON), ஐ.பி.எம் (IBM), கூகிள் (GOOGLE), ஆப்பிள் (APPLE) என்று பெரிய ஜாம்பவான்கள் வந்தார்கள்.

இங்கிருந்து எட்டிப் பார்த்தால் மீடியா சிட்டி. மீடியா சிட்டி சட்டதிட்டம் எல்லாம் இன்டர்னெட் சிட்டி போலவே இருக்கும். கண்ணை மூடிக் கொண்டு பல ஊடக நிறுவனங்கள் கேமரா, லைட்ஸ் ஆன் சொல்லும் சத்தம் கேட்க ஆரம்பித்தது. இன்றைய தேதிக்கு இரண்டாயிரம் கம்பெனிகள் இருக்கின்றன. பிபிசி, அல் ஜசீரா, ரட்டர்ஸ், சிஎன்என் என்று பல சர்வதேச ஊடகங்கள் இருக்கின்றன.

ஃப்ரீ ஜோன் சூத்திரத்தை வைத்துக் கொண்டு இன்று பல ஃப்ரீ ஜோன்கள் துபாயில் உள்ளன. ஏர்போர்ட்டுக்குப் பக்கத்தில் ஒரு ஃப்ரீ ஜோன் ஆரம்பித்து துபாய் ஏர்போர்ட் ஃப்ரீ ஜோன் உருவாக்கினார்கள். குரியர் கம்பெனிகள் சரக்கை இறக்குமதி செய்து வெளியே கொண்டு வரும் வேலையை இதன் மூலம் செய்தன.

துபாய் சிலிக்கான் ஓயாசிஸ் என்ற இடத்தில் செமி கண்டக்டர் உற்பத்தி செய்யும் நிறுவனங்களுக்கு என்று பிரத்யேகமாக ஃப்ரீ ஜோன் ஆரம்பித்தார்கள். இன்னும் எந்தெந்தத் துறையில் செய்யலாம் என்று ரூம் போட்டு யோசித்தார்கள். முக்கியமாக மற்ற நாடுகளிலிருந்து முதலீடும் திறமைகளும் வரவேண்டும். இவை இரண்டும் இருந்துவிட்டால் மற்றவை தானாகவே நடக்கும் இல்லையா?

பட்டியலில் முக்கியமாக துபாய் ஹெல்த் கேர் சிட்டி வந்தது. உலகத்தரம் வாய்ந்த மருத்துவக் கருவிகள் மற்றும் உள்கட்டமைப்புகள் பல்வேறு நாடுகளிலிருந்து இறக்குமதி செய்யப்பட்டன. இதற்குள் ஹார்வார்ட் மெடிக்கல் பல்கலைக் கழகமும் வந்தது.

எல்லாவற்றுக்கும் முக்கியத்துவம் கொடுத்துவிட்டுக் கல்விக்குக் கொடுக்கவில்லையென்றால் எப்படி? 2003-ஆம் ஆண்டு கல்விக்காக நாலேட்ஜ் வில்லேஜ் (KNOWLEDGE VILLAGE) ஆரம்பித்தார்கள். இன்று பல சர்வதேசப் பல்கலைக்கழகங்கள் இருக்கின்றன. வேலை பார்த்துக்கொண்டே படிக்கப் பல வெளிநாட்டுக் கல்லூரிகள் வாய்ப்புத் தருகின்றன.

இதைப் போன்ற பல ஃப்ரீஜோன் கிளைகள் உருவாயின. வரும் திர்ஹாம்கள், சிறந்த நிறுவனங்களின் நிதி மேலாண்மையைச் சீராக்க துபாய் பினான்சியல் சென்ட்டர் ஆரம்பிக்கப்பட்டது. பங்குச் சந்தையும் இதன்கீழ் இருக்கும். DIFX- DUBAI INTERNATION-AL FINANCIAL EXCHANGE-ம் இதன்கீழ் செயல்பட்டது. இப்படிப் பார்த்துப் பார்த்து ஒவ்வொரு ஃப்ரீ ஜோனையும் உருவாக்கி, பல அன்னிய முதலீடுகளுக்கு வழிவகுத்தார்கள். எண்ணெய்யை அளந்து கொடுத்தவன், விழிகள் பார்க்கும் திசையில் எல்லாம் வழிகாட்டினான்.

28. ஷேக் முகமது

பாலைவனத்தைத் துபாயாக உலகத்திற்கு அறிமுகம் செய்ததில் ஷேக் முகமதுவின் பங்கு அலாதியானது. 1949-ஆம் ஆண்டு ஜூன் 15 நாள் ஷேக் ராஷீதுக்கும் ஷேக்கா லதீஃபாவிற்கும் மூன்றாவது மகனாக ஜனித்தவர் ஷேக் முகமது.

இன்றிருப்பது போல பல ஹெக்ட்டர் நிலப்பரப்பில் இருக்கும் அரண்மனையில் அவர் பிறக்கவும் இல்லை, வளரவும் இல்லை. மன்னர் குடும்பத்தில் பிறந்திருந்தாலும் இன்று இருக்கும் ஆடம்பரம் எதுவும் இல்லை. அப்பொழுது இருந்ததெல்லாம் சில அறைகள் கொண்ட வீடு. ஷேக் சயீத் வீடு என்று பெயர். அவர் தாத்தா வீடு. அங்கு நான்கு அறைகள் கொண்ட இடம் ஷேக் ராஷீத் உடையது. அறைகளுக்குக் கதவுகள் என ஒன்றில்லை. ஆனால் ஜன்னல்கள் இருந்தன. கதவு இருக்கும் ஓரே இடம் குளியலறை. குளியலறையின் மூலையில் ஒரு கழிப்பறை இருந்தது. இன்று இருப்பது போல் மின்னும் டைல்ஸ் அல்லது குழாய்கள் இல்லை. களிமண் சொம்பில் தண்ணீரை மொண்டு குளிக்கும் வழக்கம் மட்டுமே. அரச குடும்பத்துக்கு அப்பொழுது இது சொகுசாக இருந்தது. ஏனென்றால் மற்றவர்கள் கடலில் சென்று குளித்து வருவதுதான் பழக்கமாக இருந்தது.

சில நேரங்களில் மின்வெட்டு இருக்கும். அப்பொழுது மின்னும் விளக்குகள் அதிகமாக இருக்கும். மின்சாரம் என்பது அரசர்களுக்கும்,

செல்வந்தர்கள் சிலருக்கும் மட்டுமே கிடைத்திருந்தது. அதுவும் மின்வெட்டோடு. சில இரவுகளில் ஒரே அறையில் ஷேக் முகமது தனது சகோதரர்களோடு உறங்குவார். அதாவது ஒரு பிள்ளைக்கு ஓர் அறை என்ற தேவை இருக்கவில்லை- அது அரசராக இருந்தாலுமே.

இன்றைய அரண்மனை போல இல்லையென்றாலும் அன்றைக்கு அதுதான் அரண்மனை. அரண்மனை என்றால் வேலையாட்கள், காவலர்கள் இருக்க வேண்டுமல்லவா? அவர்களும் அவர்கள் தங்குவதற்கான வசதியும் அங்கு இருந்தது. சமையலறையில் எப்பொழுதும் யாராவது ஒருவர் சமைத்துக்கொண்டு இருப்பார்கள். சமையல் வேலை முடிந்துவிட்டால் இருக்கவே இருக்கிறது சுலைமானி, கறுப்பு டீ செய்யும் வேலை.

மன்னர் ஷேக் சயீத் மற்றும் ஷேக் முகமதுவின் சில உறவினர்களும் அங்கு தங்கியிருந்தார்கள். நாய், பூனைக் குட்டிகள், பருந்து, குதிரை என்று பல ஜீவராசிகள் சொகுசாக அங்கு இருந்தன. உறவினர்களின் குழந்தைகளோடு கால் பந்து விளையாடுவது ஷேக் முகமதுவிற்குப் பிடித்த விஷயம். விளையாட்டு, தாத்தாவோடு வேட்டைக்குச் செல்வது, அப்பாவோடு குதிரைச் சவாரி என்று ஜம்மென்று குழந்தைப் பருவம் கழிந்தது.

1958-இல் தனது தாத்தா இறந்த பிறகும் அவரது தந்தை ஷேக் ராஷித் ஆட்சியாளரான பிறகும் பத்து வயது வரை அவர் அதே வீட்டில் வசித்து வந்தார். ஷேக் முகமது இன்னும் தனது சிறுவயது வீட்டிற்குச் செல்கிறார். அரசு விருந்தினர்கள் வரும்போது அவர்களையும் அழைத்துக் கொண்டு அவர் விளையாடிய இடங்கள் மற்றும் அவரது உறவினர்களின் படங்களைக் காட்டி இன்றும் மகிழ்கிறார். 2007-ஆம் ஆண்டு ஜனாதிபதி புஷ் வரும் போது இவர் வளர்ந்த இடத்தைச் சுற்றிப் பார்த்தார்.

ஷேக் முகமதுக்கு பள்ளியில் படித்துக்கொண்டிருக்கும்போது மாலை நேரத்தில் தன் தந்தையோடு சிற்றோடைகள் வழியே நடந்து செல்வது வழக்கம். அந்தச் சமயங்களில் அவர்கள் இருவரும் அதிகமாகப் பேசியது கனவுகள் பற்றி மட்டுமே. அதுவும் துபாய் பற்றிய கனவு. தனது மகனின் ஆற்றலில் ஷேக் ராஷித்திற்கு எப்பொழுதும் பெருமை இருந்தது. மேலும் திறனை வளர்த்துக் கொள்ளப் படிப்பதற்கு லண்டனில் இருக்கும் Sandhurst

நகரத்துக்கு அனுப்பினார். இராணுவப் பள்ளியில் சேர்ந்து தீவிர பயிற்சியில் ஈடுபட்டார். தன் இருபதாவது வயதில் துபாய் காவல் துறைக்குத் தலைமை தாங்கினார். அதுமட்டுமின்றி துறைமுகத்தின் பொறுப்புகளும் கைக்கு வந்தன.

1968–ஆம் ஆண்டு ட்ரூசியஸிலிருந்து பிரிட்டிஷ் வெளியேறும் முடிவை எடுத்தது. அந்த வருடம் அக்டோபர் மாதம் பதினெட்டாம் தேதி பாலைவனத்தில் ஷேக் கலீஃபா அல் நஹ்யான் மற்றும் ஷேக் ராஷித் அல் மக்தூம் சந்தித்தனர். எளிமையாகச் சொல்வதென்றால்– இன்றைய அபுதாபி ஷேக்கின் அப்பாவும் துபாய் ஷேக்கின் அப்பாவும். ஐக்கிய அமீரகம் உருவாவதைப் பற்றிக் கலந்தாலோசித்தார்கள். அங்கு இளவல் ஷேக் முகமது இருந்தார். இரு தலைவர்கள் பேசியது இன்றும் ஞாபகம் இருக்கிறது என்று பல இடங்களில் அவர் பதிவு செய்திருக்கிறார்.

"நீ என்ன நினைக்கிற ராஷீத்?" என்று ஷேக் ஜாயத் கேட்டார்.

குழப்பம் ஏதும் இல்லாமல் உடனே ஷேக் ராஷீத், "உங்க கையைக் குடுங்க, நீங்கதான் உருவாகப் போகும் ஐக்கிய அமீரகத்தின் ப்ரெசிடெண்ட். அவ்வளவுதான்" என்று நம்பிக்கையோடு சந்தோஷமாகச் சொன்னார்.

அந்த இரண்டு தலைவர்கள் கண்ட கனவு 1971–ஆம் ஆண்டு டிசம்பர் மாதம் இரண்டாம் தேதி நிறைவேறியது. ஏழு சிறிய நாடுகள் சேர்ந்து ஐக்கிய அமீரகமாக மாறின. ஷேக் முகமது முதல் பாதுகாப்பு அமைச்சராகப் பொறுப்பேற்றார். உலகத்தின் முதல் இளமையான பாதுகாப்பு அமைச்சர் என்ற பெருமையும் அவருக்குக் கிடைத்தது.

1997–ஆம் ஆண்டு வரை அவர் துபாயின் சொந்தத் துருப்புக்களை மற்றவர்களோடு சேர்க்கவில்லை. அதற்குப்பின் அதை அவர் மற்ற எமிரேட்களுடன் சேர்த்து வழிநடத்தினார். ஐக்கிய அரபு எமிரேட்ஸ் வாஷிங்டன், பிரிட்டன் மற்றும் பிரான்ஸிடம் இருந்து பாதுகாப்பு உத்தரவாதங்களைப் பெற்றது. பிறகுதான், ஈரான் மற்றும் ஈராக் போன்ற அண்டை நாடுகளின் குடைச்சலை எதிர்ப்பதற்குச் சிறப்பாக இருக்கும் என்று நம்பினார்.

1980–ஆம் ஷேக் ராஷீத் பக்கவாதத்தால் பாதிக்கப்பட்டார். அவரது மூன்று மகன்களும் ஒவ்வொரு பொறுப்பையும் கையில் எடுத்துக்

கொண்டார்கள். எல்லாம் சரியாகத்தான் போய்க்கொண்டிருந்தது. ஆனால் யாரும் எதிர்பார்க்காத நேரத்தில் 1990-ஆம் ஆண்டு ஷேக் ராஷீத் காலம் சென்றார்.

மன்னரே இறந்தாலும் நடக்க வேண்டிய வேலைகள் நடக்க வேண்டும் அல்லவா? துபாயின் தலைமைப் பொறுப்பு ஷேக் முகமதுவின் மூத்த சகோதரர் மக்தூமுக்கு வழங்கப்பட்டது. இரண்டாவது மூத்தவரான ஹம்தான், துணை ஆட்சியாளராகவும் ஐக்கிய அரபு எமிரேட்ஸின் நிதி அமைச்சராகவும் பதவியேற்றார். ஆனால் ஷேக் முகமது படிப்படியாக துபாயின் வளர்ச்சியில் கவனம் செலுத்த ஆரம்பித்தார். ஒவ்வொரு புதிய முயற்சிகளுக்குப் பின்னும் அவர் கைகள் இருந்தன. துபாயின் பொருளாதாரம் ஜெட் வேகத்தில் மேலேற அவர் கடுமையாக உழைத்தார். முன்னரே அவரது திறமையையும் ஆளுமையையும் பற்றிப் பல அத்தியாயங்களில் குறிப்பிட்டிருக்கிறேன்.

ஷேக் முகமது தனது புத்தகத்தில் தான் துபாயை ஆள விரும்பவில்லை என்று கூறுகிறார். பாதுகாப்புப் படைகள் மற்றும் துறைமுகங்களின் வேலையில் நிறைவாக இருந்திருக்கிறார். ஆனால் அவரது மூத்த சகோதரர், ஆட்சியாளர் ஷேக் மக்தூம், பட்டத்து இளவரசர் பட்டத்தை ஏற்கும்படி பலமுறை அவரிடம் கேட்டிருக்கிறார். ஒவ்வொரு முறையும், முகமது மன்னிப்பு கேட்டுவிட்டு நழுவி விடுவார். இறுதியாக, 1995-களில், மக்தூம் அவரைப் பட்டத்து இளவரசராக நியமித்தார்.

ஷேக் மக்தூம துபாயின் ஆட்சியாளராகவும் கூட்டாட்சிப் பிரதமராகவும் துணைத் தலைவராகவும் இருந்தார். ஜனவரி 3, 2006 அன்று, ஆஸ்திரேலியாவில் விடுமுறையில் இருந்தபோது மாரடைப்பால் மக்தூம் இறந்தார். அவருக்கு அப்போது வயது அறுபத்திரண்டுதான். மக்தூமின் சகோதரர்கள் அவரை ஷேக் ராஷீத்துக்கு அருகில் அடக்கம் செய்தனர்.

ஷேக் முகமதுக்கு அவரது சகோதரனின் பதவி கிடைத்தது. ஷேக் முகமது மணலிலிருந்து வாய்ப்புகளை உருவாக்கினார். தன் தந்தையைப் போலவே வணிகத்துக்கும் வணிகர்களுக்கும் முக்கியத்துவம் தந்தார். மன்னராட்சியாக இருந்தாலுமே ஷேக் முகமது துபாயை ஒரு நிறுவனமாக நினைத்தார். அவர் அதன் சி.இ.ஓ. தன் மக்களின் வாழ்க்கைத் தரத்தை உயர்த்த திட்டங்களைத் தீட்டினார்.

ஷேக் முகமதுக்கு வாயால் வடை சுடும் பழக்கமில்லை. ஜனநாயக நாட்டின் அரசியலில் வெற்றுப் பேச்சைப் பேசியே ஆட்சியைப் பிடித்துவிடுவார்கள். ஆனால் ஷேக் முகமது செயல்கள் மூலம் தன்னை வெளிப்படுத்த விரும்புபவர். அவரைப் பற்றித் தெரிந்துகொள்வது அவ்வளவு சுலபமில்லை. மிகவும் நெருங்கிய வட்டத்திற்கு மட்டுமே அவருடைய குணம் தெரியும்.

அவர் எழுதிய புத்தகத்தில், "நான் ஒரு நல்ல தலைவனா? என்று எனக்குத் தெரியாது. மக்கள், எதிர்காலம் மற்றும் வரலாறு ஆகியவை நீதிபதிகளாக நிற்கும். அது என்னவாக இருந்தாலும், அவர்களின் தீர்ப்பை நான் ஏற்றுக்கொள்வேன். இருந்தாலும், நான் எனது மக்களை சரியான பாதையில் வழிநடத்துகிறேன் என்பதை நான் முழுமையாக நம்புகிறேன். எனக்கு முக்கியமானது கடவுள், என் மனசாட்சி, என் தாயகம், என் மக்கள் மற்றும் எனது கடமை என்று நான் கருதுவதை எப்போதும் செய்வதுதான்" என்று அவர் எழுதுகிறார். "ஆகவே, நான் நாளை இறந்துவிடுவேன் என்பது போல் இன்று வேலை செய்கிறேன்" என்ற வரிகள் நல்ல தலைவனின் அடையாளமாக இருக்கின்றன.

ஷேக் முகமது அவ்வப்போது நகர்வலம் வருவது வழக்கம். சில நேரங்களில் பரபரப்பாக இருக்கும் வணிக அலுவலகங்களில். சில சமயம் பாலைவனத்தில் இருக்கும் மக்களுடன். முன்பொரு அத்தியாயத்தில் பெடூயின் பற்றிப் பார்த்தோம் அல்லவா..? அவர்களில் சிலர் பாலைவனத்தில் குடியிருக்கிறார்கள். இப்படிச் செல்வதால் மக்களின் தேவைகளைத் தெரிந்துகொள்ளமுடியும். இன்னொன்று அரசாங்கம் குடிமக்களுக்கு வீடு கட்டிக் கொடுப்பதும் மானியங்கள் வழங்குவது என்றும் பல திட்டங்கள் நிறைவேறும்.

ஒருமுறை அப்படிச் செல்லும் போது வாதி என்ற இடத்திற்குப் பக்கத்தில் இருக்கும் கிராமத்துக்கு விஜயம் செய்தார். அப்பொழுது அங்கிருந்த இடிந்த வீட்டில் நூறு வயது மதிக்கத்தக்க முகமது சலே காமிஸ் அல் காபியைச் சந்தித்தார். சுருங்கிய தோல், வெள்ளைத் தாடி, தலைக்கு மேல் தலைப்பாகை, வெள்ளை அங்கி அணிந்திருந்தார். ஷேக் முகமது அல்-காபியின் அருகில் சென்று அங்கிருந்த ஜமுக்காளத்தில் அமர்ந்தார். "என்னைத் தெரியுமா? நான் முகமது பின் ரஷீத். உங்களுக்கு என்ன செய்ய

வேண்டும் என்று உத்தரவு இடுங்கள் பாபா (அப்பா)" என்று ஷேக் அந்த முதியவரிடம் கூறினார்.

அல்-காபி குனிந்து ஷேக் முகமதுவின் கைகளைப் பற்றிக் கொண்டார், இருவரும் பாரம்பரிய வாழ்த்துகளில் நெற்றியைத் தொட்டு மூக்கைத் தேய்த்துக் கொண்டனர். அல்-காபி தனது ஏழு மகன்களில் நான்கு பேரை இழந்ததைப் பற்றிப் பேசினார். அவர்களில் மூன்று பேர் கார் விபத்தில் இறந்திருந்தார்கள். அவரது இறந்த மகன்களில் ஒருவரின் மனைவியும் குழந்தைகளும் வாடியில் இருப்பதாகத் தெரிவித்தார். அவரிடம் பேசிக்கொண்டிருக்கும் போதே ஷேக் முகமதுவின் பார்வை சுவரில் இருக்கும் விரிசல் மீது பட்டது. ஆனால் அல்-காபி எதுவும் கேட்கவில்லை. முப்பது ஆண்டுகளுக்கு முன்பு ஷேக் ராஷீத் கொடுத்த வீடு அது என்று தெரிந்தது. பராமரிப்பின்றிச் சீர்குலைந்திருந்தது. "இருந்தாலும், வீட்டை விட்டு வெளியேற மாட்டேன். நாங்கள் மக்தூம் குடும்பத்திற்குப் பல உதவிகள் செய்யக் கடமைப்பட்டுள்ளோம்" என்று அவர் துபாயின் தலைவரிடம் கூறினார்.

அந்த இடத்திலேயே, ஷேக் முகமது அல்-காபிக்காகவும் அவரது இறந்த மகன்களில் ஒருவரின் குடும்பத்திற்காகவும் ஒரு புதிய வீட்டைக் கட்ட உத்தரவிட்டார். சில நாள்களில் வேலைகள் ஆரம்பமானது. நீங்கள் நினைப்பது போல். ஒரு ஹால், அடுக்களை, பெட்ரூம் இல்லை. ஒரு வருடத்தில் அந்த இடத்தில், அல்-காபிக்காக ஆறு படுக்கையறைகள் கொண்ட ஒரு மாளிகை உருவானது. உள்ளே விலையுயர்ந்த சுவாச சித்திரங்கள், தொங்கும் விளக்குகள் என்று மாளிகையானது கல்யாண ஒப்பனையுடன் தாத்தாவின் கைகளில் சாவி கொடுக்கப்பட்டது. குறைந்தபட்சம் அந்த வீட்டின் மதிப்பு ஒரு மில்லியன் டாலர்கள் இருக்கும்.

மகிழ்ச்சியில் இருந்த அல் காப்பி, "ஷேக் முகமது யாருடைய கனவுகளையும் நிறைவேற்ற முடியும். அதற்கு ஒரு சந்திப்பு மட்டுமே தேவை. அவர் உங்கள் கண்களையும் உங்கள் நிலைமையையும் கணித்து, கேட்காமலேயே கொடுக்கும் பெரிய வள்ளல்" என்று கூறுகிறார்.

வீடுகள் கொடுப்பது என்பது ஒரு பழங்குடித் தலைவர் தனது மக்களுக்குச் செய்யும் கடமை. ஆனால் அல் காப்பிக்குக் கிடைத்தது போல் உணர்ச்சிகரமாக அமைவது அதிர்ஷ்டம். அவர் கொடுக்கும்

வில்லாக்கள் மில்லியன் டாலர் மதிப்பு என்றால் அவர் தங்கும் அரண்மனையைப் பற்றிப் பார்க்காமல் போனால் முழுமை கிடைக்காது.

துபாயின் நடுவில் முப்பத்தேழு ஏக்கர் நிலப்பரப்பில் ஜபீல் பேலஸ் உள்ளது. சாலையில் இருந்து உள்ளே போகும் வழியில் மயில்கள் அதிகமாகத் தென்படும். பச்சைப் பசேல் என்று வழிநெடுக மரங்களும் பூச்செடிகளும் வரவேற்கும். நீர் வீழ்ச்சிகள் வெயிலோ குளிரோ என்று பாராமல் நீரைத் தெளித்துக்கொண்டிருக்கும். பலர் தோட்ட வேலைகளில் இருப்பார்கள். எத்தனை எட்டிப் பார்த்தாலும் சாமானியன் கண்களுக்குக் கதவு வரை தெரிவதுகூடக் கஷ்டம். ஆனால் எங்கிருந்து பார்த்தாலும் அரண்மனைக் கட்டடம் தெரிந்துவிடும்.

ஷேக்கின் அரண்மனை விலை உயர்ந்த வெள்ளைப் பளிங்குக் கற்களால் செய்யப்பட்ட மாளிகை. உள்ளே தங்க நிறத்தில் இஸ்லாமியக் கலைகள் கொண்ட கதவுகள், தூண்கள் இருக்கின்றன. நூற்று ஐம்பது அறைகள் உள்ளன. உங்கள் கற்பனா சக்தியை ஓடச் செய்ய, 'பொன்னியின் செல்வ'னில் போடப்பட்டிருக்கும் அரண்மனை செட்டுக்கு நூறு மடங்கு அதிகமான வேலைப்பாடுகளும் பிரம்மாண்டமும் கொண்டது.

மன்னர்களுக்கு விலங்குகள் மேல் தனி கருணை உண்டு. சிங்கம், புலி, ஒட்டகம், கோழி, என்று பெரிய விலங்குகள் முதல் சின்னப் பறவைகளும் அடங்கும். அவற்றுக்கு என்று உள்ளே தனி ஜூ உண்டு. இதுமட்டுமின்றி அவர்கள் நேசத்திற்குரிய குதிரைகளுக்குக் குளிரூட்டப்பட்ட குதிரை லாயம் இருக்கும். அதைக் கவனித்துக் கொள்ள பல தேர்ந்த குதிரைப் பராமரிப்பு ஆட்கள் இருப்பார்கள். இந்த அரண்மனைக் கதவுகள் மற்ற ஷேக் மற்றும் அரசு சார்ந்தவர்களுக்கு மட்டும் திறக்கப்படுகிறது.

இந்த அரண்மனை மட்டுமில்லை... அவருக்கென்று தனித்தீவு இருக்கிறது. பெனின்சுலா வளைகுடாவில் இருக்கும் ஜாயா நூரி தீவில் முப்பத்தி இரண்டு வில்லாக்கள் உள்ளன. ஒவ்வொன்றுக்கும் தனியாக நீச்சல் குளம் மட்டுமில்லை... தனிக்கடலே இருக்கிறது. இவற்றைத் தவிரவும் பல மாளிகைகள் லண்டனில் இருக்கின்றன. தனியான ஜெட் விமானம் இல்லை, போயிங் விமானம் இருக்கிறது. மற்ற போயிங் போல் இல்லாமல் சொகுசாக பயணிக்கத் தங்கத்தை

இழைத்துச் செய்திருக்கிறார்கள். விமானம் ஒன்றல்ல... இரண்டு! விமானம் இருந்தால் கப்பல் இருக்காதா? சொகுசுக் கப்பல்களும் உண்டு. அவர் ஆசையாக வளர்க்கும் ஒட்டகத்தின் விலை வெறும் 2.7 மில்லியன் டாலர் மட்டுமே. இருபது பில்லியன் டாலர்களுக்கு மேல் சொத்து மதிப்பு ஷேக் முகமதுக்கு இருக்கிறது. இருந்தாலும் அவர் எங்கு சென்றாலும் காரில் ஒரு பாட்டில் தண்ணீர், தொழுகை செய்யும் விரிப்பு தேவையான வேலை செய்யும் காகிதங்கள் இருந்தால் போதும் என்கிறார்.

29. ஷேக் முகமதுவின் நிர்வாகத் திறமை

வெளிநாட்டவர்கள் பலர் துபாயில் வேலை செய்ய வருகிறார்கள். சொல்லப்போனால் அமீரகவாசிகளைவிட அவர்கள் எண்ணிக்கையில் அதிகம். வேலை செய்ய இவர்கள் இருக்கும்போது நான் ஏன் வேலை செய்ய வேண்டும் என்று ஹுக்காவை புகைத்துக்கொண்டு திரியும் சிலரும் இருக்கத்தான் செய்கிறார்கள். அந்த எண்ணம் உள்ளவன் ஷேக் கையில் கிடைத்தால் சின்னாபின்னம் என்பது உறுதி. எழுபத்து நான்கு வயதிலும் சுறுசுறுப்பாக நாட்டு மக்களுக்காக வேலை செய்து கொண்டிருக்கும் ஷேக்குக்கு சோம்பேறித்தனம் உள்ளவர்கள் தன் மக்களாக இருந்தாலும் ஒவ்வாமைதான்.

அதிலும் முக்கியமாக நாட்டை வழிநடத்திச் செல்லும் பொறுப்புகளில் இருக்கும் அமைச்சர்களும் அதிகாரிகளும் தீவிரமாக கண்காணிக்கப்படுகிறார்கள். சிறிது கொட்டாவி வந்தாலும் முடிந்தது கதை. இது ஷேக் தனது மக்கள் மீதும் நாட்டின் மீதும் வைத்திருக்கும் பற்று என்பதை எல்லோரும் புரிந்து கொள்வது கடினம்.

துபாயில், ஷேக் முகமது அரசாங்கத்தின் ஆழமான மறுசீரமைப்பைத் தொடங்கியிருந்தார். பல துறைகளில் மாற்றங்கள் வரவேண்டும் என்று அதிகாரிகளையும் மாற்றினார். அதன் அடிப்படையில்

துபாய் சாலைகள் மற்றும் போக்குவரத்து ஆணையத்திற்கு -*Road Transport authority RTA* கீழ் பொது போக்குவரத்து நிறுவனம் *Public Transport,* போக்குவரத்து நிறுவனம் *Traffic agency* மற்றும் துபாய் டாக்ஸி வந்தது.

இவர் செய்யும் மாற்றங்களை மற்றவர்களால் ஏற்றுக்கொள்ள முடியவில்லை. ஆனால் அதைப் பற்றி அவர் அதிகம் அலட்டிக் கொண்டதில்லை. தொடர்ந்து துபாயில் மாற்றங்கள் நிகழ்ந்து கொண்டே இருந்தன. அபுதாபி மற்றும் ஐக்கிய அரபு எமிரேட்ஸின் மற்ற பகுதிகள் வேறுபட்டவை.

2006-ஆம் ஆண்டு ஷேக் முகமதுவுக்குக் கூட்டாட்சியின் துணைத் தலைவர் என்ற பதவி கிடைத்தது. அதுமட்டுமின்றி பிரதம மந்திரியாகப் பொறுப்பேற்றார். 'முதல்வன்' படத்தில் வருவது போன்ற காட்சிகள் அங்கு தினம் தினம் அரங்கேறின. சோம்பேறி அமைச்சர்கள், அதிகாரத்தின் சொகுசில் இருக்கும் அனைவருக்கும் ஷேக் எடுக்கும் அதிரடி நடவடிக்கைகள் அதிர்ச்சியளித்தன.

பல அரசாங்க அலுவலகங்களுக்கு எந்தச் சத்தமும் இல்லாமல் சென்று விடுவது அவர் வழக்கம். 'நான் வருகிறேன், மாலையைத் தயாராக வையுங்கள், புகைப்படக்காரர்கள் இருக்க வேண்டும்' என்று சைரன் ஒலிச் சத்தத்தோடு போகும் பழக்கமில்லை. எல்லாம் திடீர் பயணம்தான். அப்பொழுது யாராவது 'நூமோ ராஜா' என்று அலுவலக நாற்காலியில் காற்று வாங்கிக் கொண்டிருந்தால் கதை கா்பி.

அதிகாரிகளிடம் அதிர்ச்சி, அங்கலாய்ப்புகள் இருந்தன. ஆனால் ஐக்கிய அரபு எமிரேட்ஸின் தலைவரான ஷேக் கலீஃபா, ஷேக் முகமதுவின் இந்த நடவடிக்கைகளில் சந்தோஷப்பட்டார். கூட்டாட்சி அரசாங்கத்தில் முழுமையான மறுசீரமைப்பு வேண்டும் என்று ஒப்புக் கொண்டார். ஷேக் செய்யும் மாற்றத்திற்கு அதிகாரிகள் மற்றும் ஆலோசகர்கள் உடன் நிற்பார்கள் என்று உறுதியளித்தார்.

2007-ஆம் ஆண்டு அபுதாபியில் உள்ள எமிரேட்ஸ் பேலஸ் ஹோட்டலில் ஐக்கிய அமீரக அமைப்பின் ஏழு ஷேக்மார்கள், அமைச்சர்கள், அதிகாரிகள் அனைவரும் ஒன்றுகூடினார்கள். ஷேக் கலீஃபா, ஃபெடரல் சுப்ரீம் கவுன்சில் உறுப்பினர்களும்

ஒவ்வொரு எமிரேட்டின் ஆட்சியாளர்களும் முன்வரிசையில் அமர்ந்திருந்தார்கள். அவர்களைத் தொடர்ந்து இளவரசர்கள், இருபத்தியொரு மத்திய அமைச்சர்கள், மற்றும் பல்வேறு பிரதிநிதிகள், அரசக் குடும்பங்கள் மற்றும் விஐபிகள்.

கூடி இருந்தவர்கள் அனைவரும் அதிகாரத்திலும், ஆட்சியிலும் பலமானவர்கள். சந்தன நிறத்தில் கந்தூரா, மெல்லிய ஜரிகை கொண்ட மேல் அங்கி என்று பார்ப்பதற்கு மென்மையாக இருந்தார் ஷேக் முகமது. மேடை ஏறியவர், "என்னைவிட நீங்கள் பதற்றமாக இருக்கிறீர்கள்" என்று நகைச்சுவையோடு ஆரம்பித்தார். கலீஃபா மட்டும் புன்னகைத்தார்.

ஆரம்பமே ஆரம்பக் கல்வித் துறை அமைச்சர் ஹனீஃப் ஹசன் அலி மற்றும் உயர் கல்வி அமைச்சர் ஷேக் நஹ்யானிடமிருந்து ஆரம்பமானது. "அமைச்சர்களே, மாணவர்கள் வாழ்க்கை வீணாகிப் போகாமல் இருக்க நடவடிக்கை எடுக்க வேண்டும். உயர் கல்வி நல்ல தரத்தில் இல்லையென்றால் மீண்டும் மாணவர்கள் இரண்டு ஆண்டை கல்லூரிக்குச் செல்லச் செலவழிக்க வேண்டி வரும். மூன்று வருடத்தில் இதற்கான தீர்வு கிடைக்கவில்லை என்றால்.... கிடைக்க வேண்டும்! கல்வியில் எந்த காம்ப்ரமைசும் செய்துகொள்ள முடியாது" என்றார்.

இதைக் கேட்டவுடன் மற்ற துறை அமைச்சர்கள் ரிப்போர்ட் கார்ட் வாங்க நிற்கும் மாணவர்களின் மனநிலையில் இருந்தார்கள். அடுத்ததாக சுகாதார அமைச்சர் ஓபத் அல் கத்தாமிக்கு இரண்டு வார்த்தைகள் கூறினார். "நல்ல மெஷின்களும், உள்கட்டமைப்புகளும் மட்டும் ஒரு நோயாளியைக் குணப்படுத்திவிட முடியாது. நல்ல மருத்துவர்களும், செவிலியர்களும் தேவை. அதற்கு என்ன செய்ய வேண்டுமோ, அதைச் செய்யப் பாருங்கள்".

வேலைக்கு வரும் வெளிநாட்டவர்களில் பத்து சதவீதம் வீட்டு வேலை செய்பவர்கள், தோட்ட வேலைக்கு வருபவர்கள், டிரைவர்கள். வீட்டில் இருக்கும் ஒவ்வொருவருக்கும் வேலையாட்கள் தேவையா? அதைக் குறைக்க வேண்டும் என்று மொத்த அமீரகவாசிகளுக்கும் இந்தச் செய்தி கொண்டு செல்லப்பட்டது.

வரிசையில் அடுத்ததாக தொழிலாளர் நலத்துறை அமைச்சர் அலி-அல் காபி. அல் காபி நிறுவனங்களில் அமீரகவாசிகளைப்

பணிக்கு அமர்த்த வேண்டும் என்ற சட்டத்தைக் கொண்டு வந்தார். அதைப் பாராட்டிய ஷேக் முகமது. "அதெல்லாம் சரி அலி, அதற்காகத் திறமை இல்லாதவர்களையும், அதிகச் சம்பளம் கொடுத்து நியமிக்க வேண்டும் என்பது என்ன நியாயம்.? இப்படி ஒருபுறம் என்றால் மறுபுறம் செக்ரெட்டரிப் பணிகளில் நம் பெண்கள். அமீரகவாசிகளைச் சிங்கமாக உருவாக்க வேண்டும் என்று கனவு எல்லாம் ஒன்றுமில்லாமல் ஆக்கும் வேலையை உடனடியாக நிறுத்த வேண்டும். திறமையான அமீரகவாசிகள் சிறந்த இடத்தில் இருக்க வேண்டும். அதற்குத் திறமையை வளர்க்க வேண்டும்" என்றார். இதுநடந்த சில நாள்களில் அலி வேலை இழந்தார்.

இப்பொழுது நீதித் துறை அமைச்சர் முகம்து நுக்கீராவை நோக்கிப் பேசினார் ஷேக். "மக்கள் வழக்குகள் சீக்கிரம் முடிக்க வேண்டும். அதில் இழுபறி கூடவே கூடாது" என்றார்.

அரசாங்கத்தில் இருக்கும் அனைத்து அமைச்சர்களுக்கும் ஓராண்டு அவகாசம் கொடுக்கப்பட்டது. இதில் ஒவ்வொருவரும் தங்கள் துறைக்குத் தேவையான புதுமையான திட்டங்கள் கொண்டுவர வேண்டும் என்பதுதான் பிரதானமாக இருந்தது. கொடுத்தது மட்டுமின்றி தனிப்பட்ட முறையில் யார் என்ன செய்கிறார்கள் என்று கழுகுப் பார்வை கொண்டு கவனிக்கவும் ஆரம்பித்தார்.

அவர்கள் ஒப்பீட்டளவில் சிங்கப்பூர், நியூசிலாந்து, ஆஸ்திரேலியா போல் இருக்க வேண்டும் என்றார். இதில் சாதித்துக்கொள்பவர்கள் தப்பித்தார்கள். இல்லையென்றால் அமைச்சர், அதிகாரி என்ற பட்டம் பறிக்கப்படும் என்று முடிவானது. "அரபு உலகில் முதலிடம் பெறுவது மட்டும் போதாது. நாங்கள் உலக அளவில் முதல்வராக இருக்க விரும்புகிறோம்" என்று ஷேக் முகமது கூறினார்.

தொடர்ந்து தன்னைச் சுற்றிச் சிறந்த திறமைகளை வைத்துக் கொள்ள ஷேக் தவறியது இல்லை. இதில் அரச குடும்பமாக இருக்க வேண்டும் என்ற நியதி எல்லாம் இல்லை.

2008 இல் கூட்டாட்சி அமைச்சரவையை ஷேக் மாற்றியமைத்தார். மற்றும் பல புதிய முகங்களைக் கொண்டு வந்தார். அவர்களில் பெரும்பாலோர் துபாயின் தலைசிறந்த தொழில்நுட்ப வல்லுநர்கள். அரசாங்கத்தின் மறுசீரமைப்பு இன்னும் நடந்துகொண்டிருக்கிறது.

எண்ணெய் வளம், மட்டும்மில்லை... எல்லாம் இருக்கும் பல தேசங்களில் தலைவன் சரியாக அமையவில்லை என்றால் அழிவுதான். அதற்குப் பல உதாரணங்கள் இருக்கின்றன. சிரியா, இலங்கை, ஈரான்... சொல்லிக் கொண்டே போகலாம். ஆனால் அமீரக ஆட்சியாளரகள் ஒன்றுமில்லாமல் உயரத்தைத் தொட்டுக் கொண்டிருக்கிறார்கள் என்பதில் சந்தேகமில்லை.

30. எக்ஸ்பாட்ஸ் வாழ்க்கை முறை

தன் நாட்டு மக்களுக்குச் சிறந்த வாழ்க்கை முறையைக் கொடுக்க வேண்டும் என்று ஒவ்வொரு ஆட்சியாளரும் ஆசைப்படுவார்கள். ஆனால் தன் நாட்டின் வளர்ச்சியில் பங்குகொண்ட மற்ற நாட்டு மக்களும் சௌகரியமாக இருக்க வேண்டும் என்று எண்ணும் சில நாடுகளின் வரிசையில் கண்டிப்பாக துபாய் இருக்கும்.

சர்வதேச நாடுகளின் சமீபத்திய எக்ஸ்பாட் இன்சைடர் கணக்கெடுப்பில், வெளிநாட்டவர்கள் வந்து வாழ்வதற்குச் சிறந்த நாடுகளின் பட்டியலை வெளியிட்டது. அதில் துபாய் இரண்டாவது இடத்தைப் பிடித்தது.

இஸ்லாமிய நாடு என்றால் கெடுபிடி அதிகம், அப்படி இப்படி என்று ஆயிரம் கேட்டு இருப்போம். காந்தி கண்ட கனவு... ‘என்னடா துபாய் பற்றிச் சொல்லிக் கொண்டிருக்கும்போது காந்தி எதற்கு’ என்று யோசிக்கிறீர்களா? எல்லாம் காரணமாகத்தான். ‘எங்கள் நாட்டுப் பெண்கள் அடர் இருட்டில் எந்த பயமும் இல்லாமல் எப்பொழுது சுதந்திரமாகப் போக முடியுமோ அன்றுதான் இந்தியா முழு சுதந்திரம் அடையும்’ என்று காந்தியடிகள் சொன்னது ஞாபகம் இருக்கும். அந்தச் சுதந்திரம் அமீரகவாசிகளுக்கு மட்டுமில்லை, இங்கு இருக்கும் ஒவ்வொரு பெண்ணுக்கும் இருக்கிறது. எங்கு தனியாக சென்றாலும் அவள்

பார்வை சரியில்லையே, இப்படி நடக்குமோ அப்படி நடக்குமோ என்கிற அச்சமில்லாமல் பெண்கள் வாழ்கிறார்கள்.

இங்கு கொள்ளை, திருட்டு என்று அதிகம் கேள்விப்பட முடியாது. எங்கேயோ எப்போதோ அத்தி பூத்தாற்போல் ஒன்று நடக்கும். சென்னை, மும்பை போன்ற நகரங்களில், எல்லாத் தட்டு மக்களும் வாழ முடியும் என்பது போலவே துபாயும். ஒரு பெட் ஸ்பேஸ், அதாவது ஒரு கட்டில் மட்டுமே அவர்கள் இல்லம் என்று வாழ்பவர்களும் உண்டு, குடியிருப்பு, வில்லா என்று வசதிகளும் உண்டு.

லஞ்சம், ஊழல், கொலை எல்லாம் இல்லாத இடம். வந்தவர்களை அவர்கள் மத அடிப்படையில் எந்த மாற்றமும் இல்லாமல் வாழ விடும் வசதி சொந்த ஊரிலும் இன்று கிடைப்பதில்லை.

எல்லா மதத்தின் கோயில்களும் தேவாலயங்களும் இங்கு இருக்கின்றன. என் நாட்டில் இருக்க வேண்டும் என்றால் நீ இதைத்தான் சாப்பிட வேண்டும், இதைச் சாப்பிடக் கூடாது என்ற திணிப்போ, வெறுப்போ இங்கு பார்க்க முடியாது. இஸ்லாமியர்களுக்கு பன்றிக்கறி என்றால் ஹராம். அதை எப்பொழுதும் சாப்பிடக் கூடாது. அதற்காகப் பல நாட்டு மக்கள் வாழும் இடத்தில் தனிச் சித்தாந்தத்தைத் தூக்கிப் பிடிப்பது சரியில்லை என்று ஆட்சியாளர்களுக்குத் தெரியும். இங்கு சில கடைகளில் பன்றிக் கறியும் கிடைக்கும். அதை வாங்கிச் சாப்பிட உணவகங்களும் இருக்கின்றன.

குடும்பத்தோடு வாழும் மக்களுக்கும், தனியாக வாழும் மக்களுக்கும் பொருளாதாரத்தில் வித்தியாசம் இருக்குமே தவிர நகரத்தில் இருக்கும் சௌகரியங்கள் அனைவருக்குமானது. துபாயில் இருக்க வேண்டுமென்றால் விசா வேண்டும். வேலை கொடுக்கும் முதலாளி அந்த விசாவை எடுக்க வேண்டும். எடுக்கும் நபருக்குக் காப்பீடும் எடுக்க வேண்டும். என்ன வேலை என்பதைப் பொறுத்து நிறுவனம் மொத்தக் குடும்பத்துக்கும் விசா கொடுக்கும். அது முழுக்க நிறுவனத்தின் சட்டதிட்டத்திற்கு உட்பட்டது. சில நிறுவனங்களில் பணியாளுக்கு மட்டும் விசா இருக்கும்.

குடும்ப விசா எடுக்க வேண்டும் என்றால் சம்பளத்தின் அளவு மூவாயிரம் திர்ஹாமிலிருந்து நான்காயிரம் திர்ஹாம் இருக்க

வேண்டும். தனியாக வரும் பெண்கள் குடும்பத்தை வைத்துக் கொள்ள வேண்டும் என்றால் குறைந்தது எட்டாயிரம் திர்ஹாம் இருக்க வேண்டும்.

துபாயில் பரம்பரை பரம்பரையாகப் பல குடும்பங்கள் இருக்கின்றன. முக்கியமாக வடநாட்டு வணிகர்கள். 2019-ஆம் ஆண்டு வரை இரண்டு வருடங்களுக்கு ஒரு முறை விசாவைப் புதுப்பித்தால் மட்டுமே இங்கு இடம் உண்டு. ஆனால் 2019-ஆம் ஆண்டு 'கோல்டன் விசா' என்ற வசதி வந்தது. வசதி என்று சொன்னவுடன் வசதி இருந்தால் மட்டுமே என்று நீங்கள் நினைப்பது சரிதான். இரண்டு மில்லியனுக்கு வீடு இருக்கிறதா? முப்பதாயிரம் சம்பளம் இருக்கிறதா? கோல்டன் விசா வாங்கிவிடலாம். ஷேக்கின் ஒரு பிரத்யேக குணத்தைப் பற்றிப் பார்த்தோம், எங்கு திறமை இருந்தாலும் அவர்கள் துபாயில் இருக்க வேண்டும் என்று ஆசைப்படும் ஷேக் திறமையை விடுவாரா.? 'திறமை இருக்கிறதா? வா, உனக்கும் கோல்டன் விசா கொடுக்கிறேன்' என்று சட்டம் வந்தது. கல்லூரி மாணவர்கள் நன்றாகப் படிக்கிறார்களா? முதல் மதிப்பெண்களுக்கு முதல் உரிமை. அவர்கள் குடும்பத்துக்கும் கிடைத்துவிடும். கோல்டன் விசா கிடைத்துவிட்டால் அப்புறம் முதலாளி விசா எடுக்க வேண்டியதில்லை.

'நீ அமீரகவாசி' என்று கந்தூரா மட்டும்தான் கொடுக்கவில்லை. எல்லா வசதிகளும் உண்டு. நிற்க... இவை அனைத்தும் அரசின் சட்டதிட்டங்களுக்கு உட்பட்டு வாழும் மக்களுக்கு. சந்தேகமில்லாமல் சொகுசு வாழ்க்கைதான். ஆனால் போலி ஏஜண்ட் மூலம் ஏமாந்து வருபவர்களின் வாழ்க்கை எல்லாம் நரக வேதனை. இங்கு இறங்கிய பின், விசா வாங்கித் தருகிறேன் என்று சொன்ன பரதேசி ஓடிப்போயிருப்பான். 'இந்த வேலைக்கு வாங்க' என்று சொல்லி வேறு ஏதாவது வேலையை வாங்கும் அயோக்கியர்களும் உண்டு.

இவர்களிடமிருந்து தப்பிக்க கையில் பாஸ்போர்ட்டாவது இருக்க வேண்டுமல்லவா- அரசு உதவி செய்ய. இப்படிப் பல ஆயிரம் மக்களை தினம் தினம் இந்தியத் தூதரகம் மூலமும் அரசு மூலமும் அனுப்பிக்கொண்டிருக்கிறார்கள்.

துபாய் வரவேண்டும் என்றால் எல்லாவற்றையும் கேட்டு, தெரிந்து கொண்டு வருவது நலம்.

31. கோவிட்

2019-ஆம் ஆண்டை மறக்க முடியுமா? உலகமே ஸ்தம்பித்துப் போனது. மனித குலம் அதுவரை பார்க்காத அவலத்தைப் பார்த்தது. கொரோனா வைரஸ் ஒவ்வொரு நாட்டிற்குள்ளும் சென்றதுபோல் துபாய்க்குள்ளும் சீனக் குடும்பம் மூலம் ஜனவரி 2020 16-ஆம் தேதி வருகை தந்தது. துபாயில் சுமார் இரண்டு லட்சம் சீனக் குடும்பங்கள் இருக்கின்றன. வந்தவர்களைத் தனிமைப்படுத்தியது அரசு. விமான நிலயத்தில் தொடர்ந்து பரிசோதனை நடக்க ஆரம்பித்தது. எல்லா நாடுகளிலும் நடந்தது போல்தான் ஆரம்பத்தில் இங்கும் நடந்தது.

நாளிதழ்களில் மருத்துவர்கள், 'இருமலும் ஜுரமுமா? ஒன்றும் பயப்பட வேண்டாம். தனிமைப்படுத்திக்கொண்டு மருந்து எடுத்தால் போதும்' என்று சொன்னார்கள். மாஸ்க் போட்டே ஆகவேண்டும் என்ற கட்டாயமும் இல்லை. விருப்பப்படுபவர்கள் போட்டுக்கொள்ளுங்கள். அவ்வளவே. அதிகம் அலட்டிக் கொள்ளவில்லை. அப்பொழுது எல்லாம் கட்டுக்குள் இருந்தது. பள்ளிகள், அலுவலகங்கள், கல்லூரிகளிலும் எந்த மாற்றமும் இல்லை.

ஐரோப்பா போகும் பல விமானங்கள் துபாய் வந்து போவது வழக்கம். லட்சக்கணக்கான பயணிகளும் சுற்றுலாவாசிகளும்

புழங்கும் இடம் துபாய். காட்டுத் தீ போல் கொரோனா தாவ ஆரம்பித்தது. விமான நிலயத்தில் வேலை பார்க்கும் நபர்கள் தொற்றுக்கு ஆளானார்கள்.

சீனக் குடும்பம் வந்த முதல் நாள் இருந்த போக்கு மார்ச் மாதம் காணாமல் போனது. மார்ச் எட்டாம் தேதி பள்ளிகள், கல்லூரிகள் மூடப்பட்டன. ஒரு வாரத்திற்குள் அலுவலகங்களில் ஆட்கள் பாதியாக்கப்பட்டனர். வீட்டில் இருந்து வேலை பார்க்க கேட்டுக் கொண்டது அரசு. அனைத்துத் துறையும் இதில் அடங்காது. தேவைப்படுபவர்கள் அலுவலகம் சென்றுகொண்டிருந்தார்கள். துபாயில் கடைகள் எப்பொழுதும் இரவு பதினொரு மணி வரை இருக்கும். இது சாதாரண வார நாள்களில், வார இறுதி என்றால் சிவராத்திரிதான். மக்கள் கூட்டம் எங்கும் இருக்கும். ஆனால் அடித்துப் பிடிக்கும் நெரிசல் ஒருபோதும் இருந்ததில்லை. கடைகள், மால்கள் அனைத்தும் இரவு எட்டு மணிக்கு மூடப்பட வேண்டும் என்று சட்டம் வந்தது. இரவு நேரங்களில் சரியாக எட்டு மணிக்கு அனைவருடைய அலைபேசியிலும் ஒரு அலாரம் சத்தம் வரும். இது மக்கள் வைக்கும் அலாரம் இல்லை. அரசுத் தரப்பில் இருந்து நினைவூட்டல். லாக்டவுன் முடியும் வரை ஒவ்வொரு நாளும் இது வந்தது.

இரவு நேரங்களில் யாரும் இல்லாத தெருக்களில் மருந்து தெளித்துக் கொண்டிருப்பார்கள். அவசரமாக வெளியே செல்ல வேண்டும் என்றால் அல் ஹோசன் செயலி மூலம் அனுமதி பெற வேண்டும். விமானப் போக்குவரத்து ரத்து செய்யப்பட்டது. ஒன்றுகூடல் எல்லாம் அறவே தடை செய்யப்பட்டது. இவை அனைத்தும் கோவிட் ஆரம்பித்த மூன்றாவது மாதம் சட்டமாக வந்தது.

ஐக்கிய அமீரகத்தில் *(UAE)* சுகாதாரச் சேவை என்பது கூட்டாட்சியான ஃபெடரல் மற்றும் தனியார் சேர்ந்து செய்வது. அதுமட்டுமின்றி ஒவ்வொரு எமிரேட்சுக்கும் ஒவ்வொரு சுகாதார அமைப்பு இருக்கிறது. துபாய்க்கு துபாய் ஹெல்த் கேர் அத்தாரிட்டி *(DHA)*, அபுதாபியில் அபுதாபி ஹெல்த் டிபார்ட்மெண்ட் *(DoH)* மற்றும் அபுதாபி ஹெல்த் சர்வீஸ் நிறுவனம் *(SEHA)*. கூடுதலாக, ஐக்கிய அரபு எமிரேட்ஸ் இரண்டு சிறப்புச் சுகாதார இலவச மண்டலங்களை உருவாக்கியுள்ளது, துபாய் ஹெல்த்கேர் சிட்டி மற்றும் ஷார்ஜா ஹெல்த்கேர் சிட்டி.

அதாவது ஐக்கிய அமீரகத்திற்குள் இத்தனை கிளைகள், மருத்துவம் மற்றும் சுகாதாரத்திற்கு இருக்கின்றன. மீண்டும் அவர்கள் எடுத்த திட்டங்களுக்கு வருவோம். அதே மார்ச் மாதம் *SEHA* ஜாயத் ஸ்போர்ட்ஸ் சிட்டியில் ட்ரைவ் மூலம் கொரோனா டெஸ்ட் செய்யும் வசதி கொண்டுவரப்பட்டது. புரியும்படி சொல்ல வேண்டுமென்றால் மருத்துவமனையில் பல மணி நேரம் காத்துக் கிடக்காமல், செயலி மூலம் நேரத்தைப் புக் செய்து கொண்டால் டெஸ்ட் செய்து வரலாம்.

மேலே சொன்ன அத்தனையையும் ஒரு மாதத்தில் அவசரப் போர்க்கால அடிப்படையில் செய்தார்கள். இவை எதுவும் போதுமானதாகத் தெரியவில்லை. ஏப்ரல் மாதத்தில் தனியார் அலுவலகங்களில் முப்பது சதவீதத்திற்கு அதிகமாக ஆள்கள் இருக்கக் கூடாது என்று உத்தரவிட்டார்கள். துபாயில் முதல் டெஸ்ட் டிரைவ் செய்ய ஆரம்பிக்கப்பட்டன. இதையெல்லாம் பார்த்துப் பார்த்துச் செய்துகொண்டிருக்கும்போது முகமூடியின் விலையை டைனோசர் விலைக்குச் சிலர் விற்றுக் கொண்டிருந்தார்கள். அவர்களைப் பிடித்து மருந்தகங்களை மூடிய கதையும் உண்டு.

பல லட்சம் மக்கள் வீடு திரும்ப வேண்டும் என்று வேண்டுகோள் வைத்தார்கள். அதற்கும் ஒரு அவகாசம் கொடுத்து, அவர்கள் அமீரகத்திலிருந்து வெளியேற அரசு வழி செய்தது. வேலையை விட்டு மக்கள் தூக்கப்பட்டார்கள். சொந்த ஊராக இருந்தால்கூட கஞ்சியோ கூழோ என்று குடித்து வாழ்ந்துவிடலாம். என்னதான் சொகுசு இருந்தாலும் கையில் காசு இல்லையென்றால் ஒரு நாள் இரண்டு நாள் தாக்குப்பிடிக்க முடியும். வேலை இழந்தவர்களுக்கு தன்னார்வலர்களும் அரசும் மளிகை சாமான்களைப் பையில் போட்டு விநியோகித்தார்கள். ஷேக் முகமது தொண்டு நிறுவனம் மூலம் பத்துக் கோடி மளிகைப் பைகளை விநியோகித்தார்கள்.

இந்த நாட்டில் இன்னொரு முக்கியமான விஷயம்- அரசுடன் சேர்ந்து பல என்.ஜி.ஓ.க்களும் உதவ முன் வந்தார்கள். வந்த என்.ஜி.ஓக்கள் அனைத்தும் அரசால் அங்கீகாரம் வாங்கி இயங்கியவர்கள். போலியான தன்னார்வலர்களுக்கு என்றைக்கும் இங்கு இடம் இல்லை. மீறிச் செய்பவர்கள் பிடிபட்டால் கம்பி எண்ண வேண்டும் என்பது திண்ணம். லட்சக்கணக்கான மக்கள்

வேலையிழந்து குடும்பம் குடும்பமாக ஊர் சென்றார்கள். அவர்கள் கையில் என்ன சேமிப்பு இருந்திருக்கும்? தொண்ணூறு விழுக்காடு மக்கள் அப்படி ஒன்றும் இல்லாமல்தான் நாடு திரும்பினார்கள்.

ஊரடங்கு போட்டதால் இரவு நேரங்களில் வீதிகள் காலியாக இருந்தன. காலையில் வேலைக்குப் போகும் வாகனங்களின் எண்ணிக்கை கணிசமாக குறைந்தது. ஒருபக்கம் உயிர் பயம் மறுபக்கம் வெறுங்கையோடு வீடு திரும்ப வேண்டும்.

தொற்று வந்தவர்களைத் தனிமைப்படுத்த பெரிய பெரிய கூடாரங்களை ஐக்கிய அமீரகம் முழுக்க அமைத்தார்கள். கூடாரத்தில் சிகிச்சை, உணவு எல்லாம் இலவசமாகத் தரப்பட்டன. அஜ்மான் என்ற சிறிய ஊரில் இருக்கும் கூடாரத்திற்கும், துபாயில் உள்ள கூடாரத்திற்கும் எந்த வித்தியாசமும் இருக்காது. அவர்கள் குணமடைந்து வீடு வந்த பின்னும் தேவையான மருந்து மாத்திரைகளைப் பக்கத்தில் இருக்கும் சுகாதார மருத்துவ மையங்களுக்குச் சென்று இலவசமாகப் பெற்றுக் கொள்ளலாம். தொற்று வந்த யாரும் இந்த ஊரில் பல லட்சம் செலவு செய்து மருத்துவமனையில் இருந்ததாக ஒருவர் சொல்ல முடியாது.

இங்கு இருப்பவர்களின் சம்பளமும் பாதியாக்கப்பட்டது. அரசாங்கம் பாதியாக்கவில்லை. தனியார் நிறுவனங்கள் உங்கள் தேவைக்கு ஏற்ப சம்பளக் குறைப்பு செய்யலாம் என்று அரசு சொன்னது. லாபத்தில் இருக்கும் நிறுவனங்களும் பாதிச் சம்பளம் என்று முடிவு செய்தன. பாதியை வைத்துச் சாப்பிடுவார்களா? வீட்டு வாடகை கட்டுவார்களா? இ.எம்.ஐ கட்ட முடியுமா? கொஞ்சமும் யோசிக்காமல் கடன் வாங்கியவர்களுக்கு மூன்று மாதம் முதல் ஆறுமாதம் வரை இ.எம்.ஐ கட்ட முடியவில்லை என்றால் ஒரு இமெயில் அனுப்பினால் போதும் என்று வங்கிகள் அறுவுறுத்தினார்கள்.

உங்களுக்கு எமிரேட்ஸ் விமான நிலையம் உருவான கதை நினைவிருக்கும். எமிரேட்ஸ் விமானம் உலகத்தின் சிறந்த விமானங்களில் ஒன்று. கோவிட் ஆரம்பக் காலத்திலும் எமிரேட்ஸ் பல லட்சம் பயணிகள் வீடுசேர தன் சேவையைத் தொடர்ந்தது. கோவிட் சின்னச் சின்ன வணிகத்தை மட்டுமில்லை... எமிரேட்ஸ் போன்ற தாதாவையும் விட்டுவைக்கவில்லை.

மார்ச் 2021-ஆம் ஆண்டு எமிரேட்ஸ் நிறுவனம் 5.5 பில்லியன் டாலர் இழப்பை அறிவித்தது. கோவிட் வருவதற்கு முந்தைய ஆண்டில் 288 மில்லியன் டாலர் லாபம் ஈட்டி இருந்தது. எமிரேட்ஸ் ஆரம்பித்த காலம் முதல் இதுவரை சந்திக்காத பெரிய இழப்பாகப் பார்க்கப்பட்டது. இதன் முக்கியப் பங்குதாரரும், ஒரே பங்குதாரருமாக அரசு இருந்தது. நஷ்டத்தில் போய்விட்டதா, தனியாருக்கு விற்றுவிடலாம் என்று யோசிக்கவில்லை. அதற்கு பதில் பல பில்லியன் டாலர்களை மேலும் முதலீடு செய்து அந்தக் கடினமான காலத்தில் அது இயங்குவதற்கு உதவியது.

ஆறு மாதத்தில் பொருளாதாரத்தைத் தூக்கி நிறுத்த வேண்டும் என்று சில விலக்குகள் கொண்டு வந்தார்கள். செப்டம்பர் மாதம் மருத்துவத் துறையில் இருப்பவர்களுக்கும், சர்வீஸ் துறையில் இருப்பவர்களுக்கும் கோவிட் தடுப்பூசி போடப்பட்டது.

அமீரகத்தில் எண்பது விழுக்காடு வெளிநாட்டவர்கள். அவர்களை எக்ஸ்பாட்ஸ் என்று சொல்லுவார்கள். அத்தனைப் பேருக்கும் இலவசத் தடுப்பூசி வழங்கப்பட்டது. இதில் எந்தப் பாகுபாடும் அரசு காட்டவில்லை. சீன அரசின் சினோபார்ம் தடுப்பூசியை அமீரக அரசு அங்கீகரித்தது. ஒரு வருடத்தில் பாதிக்கும் மேற்பட்டவர்கள் இரண்டாம் டோஸ் போட்டுக் கொள்ளத் தயாரானார்கள். மார்ச் 2021-இல் அமீரகம் எண்பது விழுக்காடு மக்களுக்குத் தடுப்பூசிகள் போட்டிருந்தது. யார் தடுப்பூசி போட்டு இருக்கிறார்கள் என்ற முழுத் தகவல் செயலியில் தெரிந்துவிடும். ஊசி போட்டுக் கொள்ளாதவர்களுக்கு வர்த்தகம் சார்ந்த ஒன்றுகூடல்களில் கூட அனுமதி இல்லை. உணவகம், சூப்பர் மார்க்கெட் என்று எல்லா இடங்களிலும் உடம்பின் வெப்பநிலை பார்க்கும் மெஷின்கள் வைக்கப்பட்டு இருந்தன. மாஸ்க் இல்லாமல் ஒருவர்கூடக் கண்ணில்பட மாட்டார்கள். மீறினால் அபராதம்.

போலீஸ் இரவு பகல் என்று காவல் காத்தார்கள். இரவில் ரோந்துப் பணியில் வருவார்கள். யாராவது காற்று வாங்குகிறேன், கழுதை வாங்குகிறேன் என்று சுற்றிக்கொண்டிருந்தால் அபராதச் சீட்டு கையில் கிடைக்கும். அப்படி ரோந்து வரும்போது போலீஸ் ஒரு காரைப் பிடித்து நிறுத்தியது. விசாரித்ததில் அந்தப் பெண் மருத்துவர் என்று தெரிந்தது.

போலீஸ் அவருக்கு சல்யூட் வைத்து மரியாதை செய்து வீட்டுக்கு அனுப்பியதாக அப்பொழுது பத்திரிகைகளில் வந்தது. ஷேக் முகமது, ஷேக் ஜாயத் அதாவது துபாய் ஷேக்கும் அபுதாபி ஷேக்கும் செவிலியர்களை மருத்துவர்களைச் சந்தித்துப் பாராட்டினார்கள்.

ஆகஸ்ட் மாதம் 2021-ஆம் ஆண்டு மூன்று முதல் பதினேழு வயதுக் குழந்தைகளுக்கு கோவிட் தடுப்பூசி போடப்பட்டது. அதே மாத இறுதியில் ஆகஸ்ட் இருபத்தி ஒன்பதாம் தேதி பள்ளிகள், கல்லூரிகள் திறக்கப்பட்டன. கோவிட் டெஸ்ட் எடுப்பதற்கான செலவு குறைக்கப்பட்டது. எல்லாரும் மீண்டுவர ஆரம்பித்தார்கள்.

GRID இன்டெக்ஸ் என்பது உலக நாடுகள் கோவிட் காலத்தை எப்படி எதிர்கொண்டார்கள் என்பதை கணக்கிடும் சர்வதேச குழு. அவர்கள் கணக்கின்படி சர்வதேச அளவில் சிறந்த அணுகுமுறைக்காக பாராட்டப்பட்ட முதல் பத்து நாடுகளில் ஐக்கிய அரபு எமிரேட்ஸ் (*UAE*) ஒன்றாகும்.

அவர்கள் அளவுகோல்களில் எவ்வளவு தடுப்பூசி போட்டிருக்கிறார்கள், எத்தனை மில்லியன் மக்களுக்கு கோவிட் டெஸ்ட் எடுத்து இருக்கிறார்கள். இறப்பு எண்ணிக்கை என்று எல்லாம் கணக்கில் எடுத்துக்கொள்ளப்பட்டது. தொற்றுக் காலத்தில் சுகாதார அமைப்புகள் எப்படிச் செயல்பட்டன என்றும் பார்க்கப்பட்டது.

கோவிட் சமயத்தில் நாட்டின் தலைவர்கள், அதிகாரிகள், மருத்துவத் துறை எல்லாம் சோந்து திட்டங்களைத் தீட்டி மற்ற நாடுகளை விடவும் சிறப்பாகக் கையாண்டார்கள்.

32. துபாய் எக்ஸ்போ 2020

கோவிடுக்குப் பின் துபாய் எக்ஸ்போ 2020-வின் பிரம்மாண்டத்தைச் சுற்றுலாவாசிகள் கொண்டாடித் தீர்த்தார்கள். துபாய் வரலாற்றில் ஆறு மாதம் நடந்து முடிந்த எக்ஸ்போ யாராலும் நம்ப முடியாத சாதனை. அதைப் புரிந்துகொள்ளவேண்டுமென்றால் எக்ஸ்போ என்றால் என்ன என்று தெரிந்துகொள்வது அவசியம்.

கிரேட் எக்சிபிஷன் என்று அழைக்கப்படும் முதல் எக்ஸ்போ 1851-இல் லண்டனில் நடந்தது. அப்போதைய சவால்களுக்கு நாடுகள் ஒன்றுகூடி விடைகாணும் திட்டம்தான் எக்ஸ்போவின் நோக்கம்.

The exhibition of the works of industry of all nations (அனைத்து நாடுகளின் தொழில்துறை படைப்புகளின் கண்காட்சி) என்ற கருப்பொருளின் கீழ் இருபத்தைந்துக்கும் மேற்பட்ட நாடுகள் அப்பொழுது எக்ஸ்போவில் பங்கேற்றன. அறிவை உயர்த்துவதும், தொழில்நுட்ப முன்னேற்றங்களை ஊக்குவிப்பதும், மனித ஆற்றலை விரிவுபடுத்துவதும்தான் எக்ஸ்போவின் முக்கிய நோக்கம்.

1851 கண்காட்சிக்குப் பிறகு, இதில் கலந்துகொள்ள பல நாடுகள் இணைந்தன. எக்ஸ்போ கண்காட்சிகளை மேற்பார்வையிடும் மற்றும் ஒழுங்குபடுத்தும் அமைப்பு BIE, *Bureau International des*

Expositions. இதில் உறுப்பினர் நாடுகளிலிருந்து தேர்ந்தெடுக்கப்பட்ட மூன்று பேர் இருப்பார்கள். அதாவது ஒவ்வொரு நாட்டில் இருந்தும் தேர்ந்தெடுக்கப்பட்டவர்கள் மூன்று பேர் இருப்பார்கள்.

இப்பொழுது *BIE* இல் நூற்று எழுபத்து ஒன்பது நாடுகள் உறுப்பினர்களாக உள்ளன. ஐந்தாண்டுகளுக்கு ஒருமுறை எக்ஸ்போ நடக்கும் நாட்டைத் தேர்ந்தெடுக்கும் பொறுப்பு உறுப்பினர்களுக்கு உள்ளது. *BIE*-இன் மூத்த குழு நிகழ்வை ஒழுங்குபடுத்தும் திட்டங்களைத் தீ் டுவார்கள்.

BIE அதிகாரிகள் வழக்கமாக, எங்கு எக்ஸ்போ நடக்கிறதோ அங்கு அவ்வப்போது சென்று எல்லாம் சரியாக நடக்கிறதா என்று பார்ப்பார்கள். திட்டமிட்டபடி அந்த நாடு செய்ய வேண்டும். இப்படிப் பலவிதமான சட்டதிட்டங்கள் இருக்கின்றன. கண்காட்சியை நடத்துவதற்குப் போட்டியிடும் நாடுகளுக்கிடையில் அல்லது பங்கேற்பாளர்கள் மற்றும் அமைப்பாளர்களுக்கிடையில் ஏற்படும் தகராறுகளில் *BIE*-க்கு நடுவில் வந்து பஞ்சாயத்து செய்து வைக்கும் அதிகாரம் உள்ளது.

இதுதான் எக்ஸ்போவின் வரலாறு. 2009-ஆம் ஷேக் முகமது ஒரு குழுவை நிறுவினார். எக்ஸ்போ துபாயில் நடத்த வேண்டும். அது எவ்வளவு தூரம் சாத்தியம், அதற்கான திட்டமிடல் வேண்டும் என்று கட்டளையிட்டார். வேலைகள் ஆரம்பமாயின.

இரண்டு ஆண்டுகளுக்குப் பிறகு, 2011-ஆம் ஆண்டு நவம்பர் மாதம், ஐக்கிய அரபு அமீரகம், 2020 எக்ஸ்போவின் வேட்பாளர் நகரமாக துபாயை, பாரிஸில் உள்ள பியூரோ இன்டர்நேஷனல் டெஸ் எக்ஸ்போசிஷன்ஸுக்கு ஒரு கடிதம் அனுப்பியது. அன்றே ஷேக் முகமது, “இன்று நாங்கள் ஐக்கிய அரபு எமிரேட்ஸில் உலக எக்ஸ்போ 2020-ஐ நடத்துவதற்கான எங்கள் பிரச்சாரத்தைத் தொடங்கிவிட்டோம்” என்று ட்வீட் செய்தார்.

2012-இல், உலக எக்ஸ்போ 2020-ஐ நடத்துவதற்கான உயர் குழு அமைக்கப்பட்டது. ஏலமும் தொடங்கப்பட்டது. “மனங்களை இணைத்தல், எதிர்காலத்தை உருவாக்குதல்” *(Connecting Minds creating future)* என்ற கருப்பொருளைக் கொண்டு துபாய் சர்வதேச பிரச்சாரம் தொடர்ந்தது. துபாயோடு மற்ற நாடுகளும் ஏலத்தில் போட்டியிட்டார்கள். மற்றவை பிரேசிலில் சாவ் பாலோ *(Sao Paulo)*,

தாய்லாந்தில் அயுத்தாயா (Ayutthaya), ரஷ்யாவின் எகடெரின்பர்க் (Ekaterinburg) மற்றும் துருக்கியில் உள்ள இஸ்மிர் (Izmir).

2010-ஆம் ஆண்டு ஷாங்காயில் நடந்த உலக கண்காட்சியில் UAE பெவிலியனுக்கான பரவலான பாராட்டைப் பெற்றிருந்தது. அதில் இரண்டு கட்டிடக்கலை விருதுகளை வென்றது. அந்தப் பெவிலியனைப் பார்வையிட இரண்டு மில்லியன் பார்வையாளர்கள் வந்துள்ளார்கள்.

துபாயின் ஏலம் பல பிரபலங்களின் ஒப்புதல்களையும் பெற்றது. அதே ஆண்டு நவம்பரில், ஏலக் குழு ஜெபல் அலியில் உள்ள துபாய் வர்த்தக மையம் - என்று அழைக்கப்படும் இடத்தில் எக்ஸ்போ தளத்திற்கான மாஸ்டர் பிளானை வெளியிட்டது. அடுத்த மாதம் 623 பக்க ஆவணம், திட்டங்களை அமைத்து, BIE க்கு சமர்ப்பிக்கப்பட்டது. இறுதியாக நவம்பர் 2013-ஆம் ஆண்டு உலக எக்ஸ்போ நடத்தும் உரிமையை ஐக்கிய அமீரகத்தில் இருக்கும் துபாய்க்கு வழங்கப்பட்டது. மத்திய கிழக்கு, தெற்காசியா, ஆப்பிரிக்கா பிராந்தியத்தின் முதல் எக்ஸ்போ என்று கூறப்பட்டது.

2009-ஆம் ஆண்டு ஆரம்பிக்கப்பட்டு இறுதியாக 2012-ஆம் ஆண்டு எக்ஸ்போ வேலைகள் தீவிரமாக ஆரம்பமாயின. 'ஷாமியானா போடுங்க, இல்ல பெரிய செட் போடலாம்' என்று யாரும் யோசிக்கவில்லை. நாநூற்றி முப்பத்தி எட்டு ஹெக்டர் அதாவது ஆயிரத்து எண்பத்தி மூன்று ஏக்கர் நிலப்பரப்பில் ஒரு பிரம்மாண்டமான சின்ன நகரத்தையே உருவாக்கினார்கள். இந்த இடம் துபாயின் தெற்குப் பகுதியிலும் அபுதாபிக்குப் போகும் வழியிலும் அமைந்துள்ளது. இந்த இடத்தை மக்கள் சென்றடைய வசதியாக புதிய மெட்ரோ, பஸ் வசதிகள் செய்யப்பட்டன. முப்பதாயிரம் கார்கள் நிற்கக் கூடிய அளவு பார்க்கிங் வசதி அமைக்கப்பட்டது.

Connecting minds creating future -துபாய் எக்ஸ்போவின் கருப்பொருளாக இருந்தாலும் அதற்கு கீழ் மூன்று பிரிவுகள் இருந்தன. அவை 'வாய்ப்பு (Opportunity)', 'இயக்கம் (Mobility)' மற்றும் 'நிலைத்தன்மை (Sustainability).' இந்தத் துணைக் கருப்பொருளுக்குள் ஏதோ ஒன்றைப் பங்கு பெறும் நாடுகள் தேர்வு செய்ய வேண்டும். துபாய் எக்ஸ்போவின் நடுவில் பெரிய உருண்டை வடிவில் அல் வாஸ்ல் ப்ளாஜா உருவாக்கப்பட்டது.

நூற்று ஐம்பது மீட்டர் விட்டம் கொண்ட அல் வாசல் பிளாசா கண்காட்சிக்கான மையமாக வடிவமைக்கப்பட்டது. 'கனெக்ட் மைண்ட்ஸ்' என்றால் அனைத்துப் பின்னணி மக்களையும் ஒன்றிணைக்கும். அந்த குவிமாடத்திற்கு 'அல் வாஸ்ல்' என்று துபாயின் வரலாற்றுப் பெயரை வைத்தார்கள். இணைப்பு என்று அர்த்தம் தரும் சொல்லாகவும் இருந்தது.

இதைச் சுற்றி மூன்று மிகப் பெரிய மாவட்டங்களுக்குச் செல்லும் நுழைவாயில் இருக்கும். ஆப்பர்சூனிட்டி, சஸ்டைனபிலிடி, மற்றும் மொபிலிட்டி. உருண்டையில் இருந்து எந்தப் பக்கம் திரும்பினாலும் எங்கோ செல்ல, அல்லது நாம் எங்கே செல்ல வேண்டும் என்று முடிவு செய்து கொள்ளலாம். மெட்ரோவில் இருந்து இங்கு வழி தானாக அல் வாஸல் ப்ளாஜாவின் ஒரு நுழைவாயிலில் சென்று முடியும். மெட்ரோவிற்குப் பக்கத்தில் - *UAE* பெவிலியன் நுழைவாயில்கள் என்று ஏழு நுழைவாயில்கள் இருந்தன.

மற்ற கட்டமைப்புத் தளத்தின் உள்கட்டமைப்பு *Orascom* மற்றும் *BESIX* நிறுவனங்களால் கட்டப்பட்டது, அவசர சிகிச்சை அறை, ஆம்புலன்ஸ்கள் மற்றும் ஹெலிகாப்டர் சேவைகள் அடங்கிய அவசர மையமும் இருந்தது.

துபாய் எக்ஸ்போவில் பங்கு கொள்ளும் நூற்றித் தொண்ணூற்றி இரண்டு நாடுகளுக்கான எல்லா வசதிகளும் செய்யப்பட்டன. ஒவ்வொரு நாட்டுக்கும் தனித்தனியான பெவிலியன்கள் கட்டப்பட்டன. ஒவ்வொன்றும் அந்த நாட்டின் கலாசாரத்திற்கு ஏற்ப வடிவமைக்கப்பட்டது. நூற்றாண்டுகளாக நடக்கும் எக்ஸ்போவில் ஒவ்வொரு நாட்டிற்கும் தனித்தனி பெவிலியன் என்பது இதுதான் முதல் முறை. ஒவ்வொன்றையும் பார்த்துப் பார்த்து பத்து வருடம் உழைத்துத் தயார் செய்தார்கள். அட்டவணைப்படி எல்லாம் முடிந்தது. ஆனால் கோவிட் தொடர்ந்துகொண்டிருந்த சமயம். பல பில்லியன் டாலர்கள் முதலீடு செய்யப்பட்டு உருவாக்கிய பிரம்மாண்டம். துபாய் காத்திருந்தது. ஒரு வருடம் கழித்து அக்டோபர் 2021-ஆம் தேதி துபாய் எக்ஸ்போ ஆரம்பமானது. தொடர்ந்து உலகமெங்கிலும் கோவிட் கட்டுப்பாடு இருந்தது. துபாய் தயார்நிலையில் இருந்தது.

அப்பொழுது பத்திரிகை ஒன்றுக்குப் பேட்டி கொடுத்த ஷேக் முகமது, "எக்ஸ்போ 2020-இன் ஊழியர்களின் முயற்சிகளைப் பாராட்டினார், மேலும் UAE யின் அந்தஸ்துக்கும் நற்பெயருக்கும் தகுந்தபடி வெற்றிகரமான மெகா நிகழ்வை வழங்க அனைத்து உள்ளூர் மற்றும் மத்திய அரசு நிறுவனங்களும் ஆதரவு தெரிவித்ததற்காகப் பாராட்டினார்.

"191 நாடுகளின் பிரதிநிதிகள் மற்றும் வணிகங்கள், பலதரப்பு நிறுவனங்கள், கல்வி நிறுவனங்களின் பிரதிநிதிகளை நாங்கள் எதிர்நோக்குகிறோம். நாமனைவரும் சேர்ந்து மனித குலத்திற்கான சிறந்த நாளை உருவாக்குவோம். எக்ஸ்போ 2020 துபாய், நிகழ்வில் பல தீர்வுகளும் தனித்துவமான வாய்ப்புகளும் உருவாகும்" என்று ஷேக் முகமது கூறினார்.

அக்டோபர் 2021-இல் EXPO அதன் கதவுகளைத் திறந்தபோது பல சந்தைகளில் இருந்து சர்வதேசப் பயணம் மீண்டும் தொடங்கப்பட்டது. அதே சமயத்தில் COVID-19 கட்டுப்பாடுகளின் அடுத்தடுத்த அலைகளுடன் போராட வேண்டியிருந்தது. சரியான பாதுகாப்பு முறை எல்லாம் சேர்ந்து தொடர்ந்து ஆறுமாதம் துபாய் எக்ஸ்போ நடந்தது. இருபத்தி நான்கு மில்லியன் மக்கள் வந்து சென்றார்கள்.

துபாய் எக்ஸ்போவிற்கு வருபவர்கள் ஒரே நாளில் நூற்றித் தொண்ணூற்றொரு நாடுகளின் பெவிலியனையும் பார்க்க முடியாது. ஒரு நாளில் ஐந்து பெரிய பெவிலியன்களைப் பார்த்து முடிக்கவே நான்கு மணி நேரம் எடுத்துக்கொள்ளும். அப்படி என்னதான் அந்த பெவிலியனில் இருக்கும் என்றால் ஒவ்வொரு நாட்டின் கலாசாரம், பண்பாடுக்கு ஏற்ப பல விஷயங்கள். கூடுதலாக எக்ஸ்போவில் அவர்கள் எதைச் சார்ந்த விஷயத்தினை வெளிப்படுத்திக் கொள்கிறார்கள் என்பது முக்கியம். இரண்டு மூன்று பெவிலியன் பற்றிச் சொன்னால் ஒரு காட்சி வந்துவிடும்.

முன்பு சொன்ன மூன்று விஷயங்களில் ஏதோ ஒன்றைத் தேர்ந்தெடுத்திருப்பார்கள். இந்தியா ஆப்பர்சூனிட்டியைத் தேர்ந்தெடுத்திருந்தது. அதில் இந்தியாவின் எழுபத்தைந்தாண்டுக் கால வரலாறு, முப்பத்தாறு மாநிலங்களின் கலை, உணவு, இலக்கியம் ஆகியவை இடம் பெற்றிருந்தன. முதலீடு செய்யும் வாய்ப்புகள் பற்றிய விழிப்புணர்வு இருந்தது. அதுமட்டுமின்றி

இந்தியாவின் சிறந்த நூறு படங்கள் பற்றிய படங்கள் இருந்தன. நூற்றுக்கும் மேற்பட்ட கலை நிகழ்ச்சிகளும் இருந்தன.

ஐக்கிய அமீரகமும் ஆப்பர்சூனிட்டியைத் தேர்ந்தெடுத்திருந்தது. பதினைந்தாயிரம் சதுரடி நிலப்பரப்பில் அவர்களின் பாலைவனக் கலாசாரம், எதிர்காலம் நோக்கிய அவர்கள் கனவு ஆகியவை திரையிடப்பட்டன.

பெரிய பெரிய நாடுகள் மட்டுமில்லை, சிறிய நாடுகளும் இருந்தன. பாலஸ்தீன் பெவிலியனில் ஒரு காட்சி மனதைப் பிசைந்துவிட்டது. அவர்கள் உணவு, பண்பாடு சார்ந்த பல புகைப்படங்கள் இருந்தன. அதைப் போலவே சில பொருள்கள் இருந்தன. கலை சார்ந்த சிற்பம். அதைப் பார்த்துக்கொண்டிருந்த பெண்ணின் கண்களிலிருந்து கண்ணீரும் ஒருவிதமான ஏக்கமும் தெரிந்தது. ஒவ்வொரு நாடும் அதன் வெளியீடாக அங்கு இருந்தது.

துபாய் எக்ஸ்போவிற்கான போக்குவரத்து பற்றிச் சொல்லியே ஆக வேண்டும். ஒரு மணி நேரத்தில் நாற்பத்தைந்தாயிரம் பயணிகளை எக்ஸ்போவிற்குக் கொண்டுசெல்லும் மெட்ரோ சேவை இருந்தது. பால்ம், துபாய் மால், விமான நிலையத்திலிருந்து எக்ஸ்போ செல்ல இலவசமான பஸ் சேவை இருந்தது. ஒன்றிரண்டு பஸ்கள் அல்ல... முன்னூற்றுக்கும் மேற்பட்ட பஸ்கள் பார்வையாளர்களுக்காகக் காத்திருந்தன.

உள்ளே செல்லக் கட்டணமும் அதிகம் இல்லை. தேவைக்கு ஏற்பவே கட்டணம். ஒருநாள் மட்டும் போக வேண்டும் என்றால் நாற்பத்தைந்து திர்ஹாம்– அதாவது தொண்ணூறு ரூபாய். எக்ஸ்போ முழுக்கப் போக வேண்டுமா..? அதற்குத் தனிக்கட்டணம். பதினேழு வயது வரை இலவசம். அறுபது வயதைக் கடந்தவர்களுக்கும் இலவசம். வீல் சேர் வசதி, நிழற் குடை, தண்ணீர்க் குழாய்கள், சுத்தமான கழிப்பறை என்று எதற்குமே குறையின்றி எக்ஸ்போ முடிந்தது.

ஆறு மாதத்திற்குப் பின் அந்த இடம் என்னவாகும் என்று மக்கள் ஆவலாக எதிர்பார்த்துக் கொண்டிருந்தார்கள். பல லட்சம் மக்கள் வந்து போன இடம் அந்தச் சுவடில்லாமல் மூடப்படுமோ என்ற சந்தேகத்திற்கெல்லாம் ஷேக் முற்றுப்புள்ளி வைத்தார். இன்று அந்த இடம் ‘டிஸ்ட்ரிக்ட் 2020’ என்று பெயர் மாற்றம் செய்யப்பட்டுள்ளது. பல வர்த்தக நிறுவனங்களும், குடியிருப்புகளும்

இருக்கின்றன. இந்த நிலப்பரப்பில் எங்கு நின்றாலும் 5ஜி நெட்வொர்க் கிடைத்துவிடும். நடைப் பயணம் செய்யத் தனி ட்ராக்குகள், ஓடுவதற்குத் தனி, சைக்கிள் ஓட்டுவதற்குத் தனி என்று வசதிகள் ஒரு பக்கம். நாற்பத்தைந்தாயிரம் சதுரடியில் பச்சைப்பசேல் என்று சுத்தம் மட்டுமே நிறைந்திருக்கும். பார்க், நிறுவனங்கள் இருக்கின்றன. சஸ்டைனபிலிடிக்கான இடங்களில் சோலார் பேனலைச் சிறந்த முறையில் உபயோகித்திருக்கிறார்கள்.

சீமென்ஸ் மற்றும் டெர்மினஸ் போன்ற நிறுவனங்கள் பஸ் இருக்கையில் துண்டு போடுவதுபோல் நிறுவனங்கள் தங்கள் இடங்களைப் பிடித்துக்கொண்டார்கள்.

ஐக்கிய அமீரகமும் லண்டனும் கூட்டாகச் சேர்ந்து ஹைட்ரஜன் இன்னோவேஷன் சென்டர் ஆரம்பிக்கப்போகிறார்கள் அதன் நோக்கம் விமானம் மற்றும் கப்பல் போக்குவரத்தில் டிகார்பனைசேஷனை அதிகரிக்கும் வேலைகள் நடக்க இருக்கின்றன. மேலும் இத்தாலியின் பெவிலியன், போர் மண்டலங்களில் இருந்து மீட்கப்பட்ட தொல்பொருள் கலைப்பொருட்கள் மற்றும் கலைகளைப் பாதுகாக்கும் மையமாக மாறியது.

“இங்கு நிறையக் கற்றல், நிறையப் புதுமை, நிறையப் பொழுதுபோக்கு இருக்கிறது” என்கிறார் அல் காதிப் அதிகாரி. மேலும் சில வருடங்களில் இது நகரத்தின் முக்கியமான இடமாக மாறும் என்றும் எதிர்பார்க்கப்படுகிறது.

துபாய் இப்படித்தான்! திட்டமிட்டு உழைத்து, சில நேரங்களில் முட்டிக்கொண்டு தோல்வியைக் கண்டாலும் மீண்டு எழுந்து வானுயர நிற்கிறது.

೩೩. ஃபஸ்ஸா

1995-ஆம் ஆண்டு ஷேக் முகமது பட்டத்து இளவரசரானார். அவர் 2006-ஆம் ஆண்டு அரசர் ஆனதற்குப் பின் இளவரசர் நாற்காலி காலியாகவே இருந்தது. ஷேக் முகமதுக்குப் பல பிள்ளைகள் இருந்தாலும் ராஜகளை உள்ள மகன் ஷேக் ஹம்தான். இன்று சமூக வலைதளங்களில் பல மில்லியன் ஃபாலோவர் அவருக்கு இருக்கிறார்கள். அரசாட்சிக்கு அது முக்கியம் இல்லாவிட்டாலும் அவர் மக்களைக் கவர்ந்து இழுக்கும் தேஜஸ் கொண்டவர்.

அரபிகளின் நபதி கவிஞர்களில் ஷேக் ஹம்தான் ஃபஸ்ஸா (FAZZA) என்ற பெயரில் பிரபலமானார். குதிரை ஓட்டம் பொழுதுபோக்காக மட்டுமில்லாமல் பல சர்வதேசப் போட்டிகளில் பங்குபெற்று வெற்றிவாகை சூடினார்.

2001-ஆம் ஆண்டு தனது தந்தையைப் போலவே இங்கிலாந்தில் உள்ள சாண்ட்ஹர்ஸ்டில் உள்ள உலகப் புகழ்பெற்ற ராயல் மிலிட்டரி அகாடமியில் பட்டம் பெற்றார். லண்டன் ஸ்கூல் ஆஃப் எகனாமிக்ஸ் மற்றும் துபாய் ஸ்கூல் ஆஃப் அரசு ஆகியவற்றில் பொருளாதாரம் குறித்த பல சிறப்புப் பயிற்சி வகுப்புகள் படித்துள்ளார். எல்லாவற்றையும் முடித்து வீடு வந்தவர் அரசர் ஷேக் முகமதுவுடன் எப்பொழுதும் இருந்தார். நடமாடும் பல்கலைக்கழகத்துடன் இருப்பது போல் அவருக்கு இருந்தது. தன் தந்தையின் பாதையில் செல்லத் தன்னை ஆயத்தப்படுத்திக்

கொள்ளத் தயாராகிக் கொண்டிருந்தார். ஆட்சியில் மட்டுமில்லை... கவிதை, விளையாட்டு என்று அனைத்திலும் தந்தையை அச்சு அசலாகக் கொண்டிருந்தார்.

2006-ஆம் ஆண்டு தன் அண்ணன் ஷேக் மக்தும் இறந்ததற்கு பின் ஷேக் முகமது ஆட்சியாளராகவும், ஐக்கிய அரபு எமிரேட்ஸின் துணைத் தலைவராகவும் பொறுப்பேற்றார் என்று பார்த்தோமல்லவா.... தன் தந்தை ஷேக் ராஷீதைப் போலவே தானும் மகன் ஷேக் ஹம்தானை பல அரசியல் செயல்பாடுகளில் ஈடுபடுத்தினார். இரண்டாண்டுகள் ஷேக் ஹம்தானுக்குப் பல விதமான துறைகளில் முடிவெடுக்கும் சுதந்திரத்தை ஷேக் முகமது கொடுத்தார்.

ஷேக் ஹம்தானின் நிர்வாகத் திறமையைப் பல சந்தர்ப்பங்களில் பார்த்து வந்த ஷேக் முகமது, காலியாக இருந்த இளவரசர் நாற்காலியை மகனுக்குக் கொடுக்க முடிவு செய்தார். 2008-ஆம் ஆண்டு பிப்ரவரி மாதம் ஒன்றாம் திகதி ஷேக் ஹம்தானுக்கு இளவரசர் பட்டம் சூட்டப்பட்டது. அதாவது அடுத்த துபாயை ஆளப்போகும் அரசர் இவர் என்பதை ஷேக் முகமது இதன் மூலம் உலகத்துக்கு அறிவித்துவிட்டார்.

ஷேக் ஹம்தான் பட்டத்து இளவரசரான முதல் பல நிகழ்ச்சிகளில், மஜ்லிஸ்களில் தந்தைக்கு அடுத்த சிம்மாசனத்தில் இருந்து நாட்டு நலனில் கவனம் செலுத்த ஆரம்பித்தார். கோவிட் காலத்தில் '*Your Friend Needs You*' என்ற செயலியை வெளியிட்டு மக்களை ஒன்று திரட்டினார். "மக்களைப் பாதுகாக்க இருபத்து நான்கு மணிநேரமும் உழைக்கும் தன்னார்வலர்கள் அனைவரும் முன்வர வேண்டும். மருத்துவத் துறையில் இருப்பவர்கள், அல்லாதோர் என்று இல்லாமல் அனைவரும் ஒருவருக்கொருவர் முன்வர வேண்டும். நமது ஒற்றுமையையும், நமது நகரத்தின் மீதுள்ள அன்பையும் காட்ட இது ஒரு சிறந்த வாய்ப்பு" என்று கூறினார். அந்த நேரத்தில் அது மிகச் சிறப்பான முறையில் 'மக்களுக்கு மக்களால் உதவி' என்பது போல் இருந்தது.

ஷேக் ஹம்தானின் மிகப் பிரபலமான செயல் ஒவ்வொரு வருடமும் துபாய்வாசிகளுக்காக, 'துபாய் ஃபிட்னஸ் சேலஞ்ச்' என்ற நிகழ்ச்சியை நடத்துவது. 2017-ஆம் ஆண்டு ஆரம்பித்த இந்தச் செயல் தொடர்ந்து நடக்கிறது. மக்கள் மிகவும் சுறுசுறுப்பாக

இருக்கும் நகரமாகத் துபாய் மாறவேண்டும் என்பதுதான் அதன் அடிநாதம். மக்கள் செய்யவேண்டியதெல்லாம், முப்பது நாட்களுக்கு... குறைந்தபட்சம் முப்பது நிமிடங்கள் தினசரி, உடற்பயிற்சி நடவடிக்கைகள், விளையாட்டுகள் என்று எதையாவது செய்ய வேண்டும். இதை ஒரு சவாலாக எடுத்துச் செய்ய வேண்டும். அந்த மாதம் துபாய் பார்க், கடற்கரை போன்ற இடங்களில் *'Dubai 30★30'* என்ற பலகைகள் கண்ணில் படும். குடும்பம் குடும்பமாக மக்கள் உடற்பயுற்சியில் ஈடுபடுவார்கள். அதற்கான சன்மானமும் கிடைக்கும். நல்ல ஆரோக்கியம் மட்டுமில்லாமல் ஷேக் ஹம்தான் மக்களுக்குப் பரிசுகளை வழங்கியும் ஊக்குவிப்பது வழக்கம்.

ஷேக் ஹம்தானுக்குக் குதிரைகளை எவ்வளவுக்குப் பிடிக்குமோ அவ்வளவுக்கு மற்ற பிராணிகளையும் பிடிக்கும். நம்ம ஊர் தெரு நாய்களைப் போல் பாலைவனத்தில் சலுக்கி என்ற நாய்களைப் பார்க்கலாம். ஒருமுறை ஃபஸ்ஸா பாலைவனத்திற்கு சென்றிருந்த போது அங்கு கிரேஸ் அடிபட்டு இருந்ததைப் பார்த்தார். வேட்டையாடியவர்கள் பறவைகளுக்கு வைத்த குறி தவறி கிரேஸ் மீது பாய்ந்து இருக்கும். இல்லை, வேண்டுமென்றே சுட்டார்களா என்று தெரியவில்லை. அதைப் பார்த்ததும், அதற்குச் சிகிச்சையளித்துத் தன்னோடு அரண்மனையில் வைத்துக் கொண்டார். அந்த வீடியோ இன்ஸ்டாவில் பல மில்லியன் மக்களால் பார்க்கப்பட்டு பாராட்டும் குவிந்தது.

அவர் மிருகப்பிரியர் மட்டுமில்லை மனிதாபிமானம் கொண்டவர் என்பதைப் பல தருணங்களில் சாமான்ய மக்களோடு அவர் பழகும், உதவும் குணம் சொல்லிவிடும். உதாரணத்திற்கு ஆகஸ்ட் மாதம் 2022-ஆம் ஆண்டு ஷேக் ஹம்தான் சிக்னலில் நின்று இருக்கிறார். ராஜாவோ, இளவரசரோ சாலையில் வந்தால் சத்தமில்லாமல் சென்று விடுவார்கள். சைரன் சத்தத்துக்கும், மேளதாளத்துக்கும் இடம் இல்லை. அன்றும் அப்படித்தான் அவர் சிக்னலில் நின்றிருந்தார். அவர் முன் இருந்த டிலிவெரி பைக்கில் இருந்த அந்த நபர் கீழே இறங்கி சாலையில் இருந்த சிமெண்ட் கல்லை எடுத்து அப்புறப்படுத்தினார். சிக்னல் பச்சை ஆனவுடன் வண்டிகள் சென்றன. ஷேக் ஹம்தான் அதை வீடியோ பிடித்து மக்களிடம் கண்டுபிடித்து உதவும்படி தனது வலைப்பக்கங்களில் போட்டிருந்தார். அவர் அந்த மனிதரையும் கண்டுபிடித்துப் பாராட்டினார்.

மேலே சொன்னவையெல்லாம் உதாரணத்திற்கு மட்டுமே. இப்படிப் பல விஷயங்களை துபாய்வாசிகள் பார்த்துக்கொண்டு இருக்கிறார்கள். சக மனிதனைச் சரியாக மதித்து நடத்த ஒரு சரியான தலைவன் கிடைத்துவிட்டால் அது அந்த நாட்டுக்கும் மக்களுக்கும் கிடைத்த அருங்கொடை. அந்த விஷயத்தில் துபாய் சிறந்த தலைவர்களால் ஆசீர்வதிக்கப்பட்டுள்ளது. ஷேக் முகமது வழியில் ஷேக் ஹம்தான்.

References

1. Arabian Sands 1959 –Sir Wilfered Patrick Thesiger
2. History of Arabs -Prof. P.K. Hitti
3. The vulnerability of Success –Christopher M. Davidsom
4. A History of Arab people –Hourani Albert
5. Dubai The story of the world fastest city –Jim Krane
6. Gazette of the Gulf -John Cardon
7. City of Gold -Jim
8. அரபு மக்களின் வரலாறு -தி.வை.சொக்கப்பா
9. இஸ்லாம் –பா.ராகவன்
10. ஆயில் ரேகை –பா.ராகவன்

திருக்கோவிலூரில் பிறந்த நஸீமா ரஸாக், மெட்ராஸ் பேப்பர் வார இதழின் உதவி ஆசிரியர். இதுவரை மூன்று நாவல்கள் வெளியாகியுள்ளன. இது அவரது முதல் வரலாற்று நூல். வசிப்பது துபாயில். வாழ்வது எழுத்தில்.

www.ingramcontent.com/pod-product-compliance
Ingram Content Group UK Ltd.
Pitfield, Milton Keynes, MK11 3LW, UK
UKHW042133021026
15589UKWH00003B/800